D1771536

மழைக்காலமும் குயிலோசையும்

மழைக்காலமும் குயிலோசையும்
மா. கிருஷ்ணனின் இயற்கையியல் கட்டுரைகள்

மா. கிருஷ்ணன் (1912-1996)

இயற்கையியல் பற்றிக் கட்டுரைகளும் நூல்களும் ஆங்கிலத்தில் எழுதி அனைத்துலகப் புகழ்பெற்றவர். பத்மஸ்ரீ, ஜவகர்லால் நேரு நல்கை முதலான பெருமைகள் அவரைத் தேடி வந்தன. தமிழின் முதல் நாவலாசிரியர்களில் ஒருவரான அ. மாதவையாவின் கடைசி மகனாகப் பிறந்த மா. கிருஷ்ணன், 1950களில் எழுத்தையே முழுநேரப் பணியாகக் கொண்டு ஆங்கிலத்தில் மட்டுமே எழுதத் தொடங்கினார். அதற்கு முன்பு அவர் தமிழில் எழுதிய கட்டுரைகளைப் பலரும் அறியமாட்டார்கள். இப்போது முதன்முதலாக அவை நூலாக்கம் பெறுகின்றன. சுற்றுச்சூழல் விழிப்புணர்வு மிகுந்துவரும் இந்நாளில் தமிழில் இது பற்றிய சொல்லாடலும் விவாதமும் செழுமைபெற இந்நூல் உதவும்.

சு. தியடோர் பாஸ்கரன் (1940)

தாராபுரத்தில் பிறந்தவர். சென்னைக் கிறித்துவக் கல்லூரியில் படித்து, முதுகலை (வரலாறு) பட்டம் பெற்றவர். திரைப்பட வரலாறு, கானுயிர் ஆகிய துறைகளில் முக்கியப் பங்களிப்புகளைச் செய்திருக்கிறார். தமிழிலும் ஆங்கிலத்திலுமாக இவர் எழுதியிருக்கும் கட்டுரைகள் ஆராய்ச்சி இதழ்களில் மட்டுமல்லாமல் வெகுசன ஊடகங்களிலும் வெளிவந்துள்ளன. தேசிய இயக்கமும் தமிழ்த் திரைப்பட - நாடகமும் பற்றிய இவருடைய ஆய்வு முன்னோடித்தன்மை வாய்ந்ததாக மதிக்கப்படுகின்றது. மதிப்புறு காட்டுயிர்ப் பாதுகாவலராகத் தமிழக அரசு இவரை நியமித்துள்ளது.

மா. கிருஷ்ணன் எழுதிய நூல்கள்

கதிரேசன் செட்டியாரின் காதல் (1995).

The Vedanthangal Sanctuary for Water-Birds, 1960, Government of Madras.

Jungle and Backyard, Publications Division, 1961.

India's Wildlife, 1959-1970. Bombay Natural History Society, 1975.

Nights and Days: My Book of Indian Wildlife, Vikas, 1985.

Nature's Spokesman, Krishnan and Indian Wildlife edited by Ramachandra Guha, Oxford University Press, 2000.

சு. தியடோர் பாஸ்கரனின் பிற நூல்கள்

Message Bearers : Nationalist Politics and Entertainment Media in South India, 1880-1945 (Cre-A, 1981).

The Eye of the Serpent : An Introduction to Tamil Cinema (East West, 1996) குடியரசுத் தலைவரின் 'தங்கத் தாமரை' தேசிய விருது பெற்றது.

The Dance of the Sarus: Musings of a Wandering Naturalist (Oxford University Press, 1999).

தமிழ் சினிமாவின் முகங்கள் (கண்மணி பதிப்பகம், 1999).

சித்திரம் பேசுதடி (தொ-ர்) (காலச்சுவடு பதிப்பகம், 2004).

மழைக்காலமும் குயிலோசையும்
மா. கிருஷ்ணனின் இயற்கையியல் கட்டுரைகள்

தொகுப்பாசிரியர்
சு. தியடோர் பாஸ்கரன்

காலச்சுவடு பதிப்பகம்

மழைக்காலமும் குயிலோசையும் ○ இயற்கையியல் கட்டுரைகள் ○ ஆசிரியர்: மா. கிருஷ்ணன் ○ தொகுப்பாசிரியர்: சு. தியடோர் பாஸ்கரன் ○ © மா. ஹரிகிருஷ்ணன் ○ முதல் பதிப்பு: டிசம்பர் 2002, விரிவுபடுத்தப்பட்ட நான்காம் பதிப்பு: டிசம்பர் 2010, எட்டாம் பதிப்பு: டிசம்பர் 2019 ○ முன் அட்டை ஓவியமும் பின் அட்டைத் தன்னோவியமும்: மா. கிருஷ்ணன்

Mazhaikkalamum Kuyilosaiyum ○ Essays on Nature ○ M. Krishnan ○ Compiler: S.Theodore Baskaran ○ © M. Harikrishnan ○ Language: Tamil ○ First Edition: December 2002, Improved Fourth Edition: December 2010, Eighth Edition: December 2019 ○ Size: Demy 1 x 8 ○ Paper: 18.6 kg maplitho ○ Pages: 208

Published by Kalachuvadu Publications Pvt. Ltd., 669, K.P. Road, Nagercoil 629001, India ○ Phone: 91-4652-278525 ○ e-mail: publications @kalachuvadu.com ○ Front Cover Drawing and Back Cover Self Portrait: M.Krishnan ○ Cover Design: Santhosh ○ Wrapper Printed at Print Specialities, Chennai 600 014 ○ Printed at Mani Offset, Chennai 600077

ISBN: 978-81-87477-32-7

01/2025/S.No. 171, kcp 5575, 18.6 (8) arss

மா. கிருஷ்ணனுக்கும்
எனக்கும்
நெருங்கிய நண்பர்,
இயற்கையியலாளர்
சித்தார்த் புச்
அவர்களின் நினைவுக்கு . . .

நன்றி

தாராபுரத்தில் பள்ளிச் சிறுவனாக இருந்தபொழுது படித்த கட்டுரைகளை இப்போது தொகுத்து நூலாக்குவது மிகுந்த மகிழ்ச்சியைத் தருகிறது.

இந்நூலிலுள்ள கட்டுரைகளைத் தாங்கி வெளிவந்த இதழ்கள் ரோஜா முத்தையா ஆராய்ச்சி நூலகத்தில் பாதுகாக்கப்படுகின்றன. அவற்றைப் படியெடுக்க அனுமதி தந்த நூலக நிர்வாகி க. சுந்தருக்கு என் நன்றி.

மா. கிருஷ்ணனின் மனைவி இந்துமதி பல கட்டுரைகளை நகலெடுக்க என்னிடம் தந்தார்கள். ஹரிகிருஷ்ணனும் (கிருஷ்ணனின் புதல்வர்) அவர் மனைவி மீனாட்சியும் இந்தப் பணியில் எனக்கு ஊக்கமூட்டினார்கள். வன அலுவலர் தங்கராஜ், கிருஷ்ணனின் இரு கவிதைகளை நகலெடுத்து எனக்கு அனுப்பி வைத்தார். நிழற்பட வல்லுநர் டி.என்.ஏ. பெருமாள், கிருஷ்ணனின் உருவப்படமொன்றைத் தந்து உதவினார். ஒவ்வொரு ஆண்டும் கிருஷ்ணன் தன் கைப்பட வரைந்த கோட்டோவியம் கொண்ட புத்தாண்டு வாழ்த்து அனுப்புவார். இடது பக்கத்திலுள்ள யானை மந்தை ஓவியம் 1994ல் அவர் எனக்கு அனுப்பிய வாழ்த்து அட்டையில் வரைந்திருந்தது. பின்னட்டையில் இடம்பெறும் தன்னோவியம், கிருஷ்ணன் தம் தமக்கை முக்தா அவர்களுக்கு எழுதிய கடிதத்திலிருந்து படியெடுக்கப்பட்டது. இதனைக் கொடுத்துதவியவர் மா. கிருஷ்ணனின் அண்ணன் மகன் திரு. அ. மாதவன்.

இந்தப்பணியில் என். காசிம் ராஜாவும், சு. முத்துமாலதியும் கே.எஸ். ராஜேந்திரனும் சுவிதாவும் உற்சாகத்துடன் உதவி செய்தார்கள். இவர்களுக்கு நான் கடமைப்பட்டுள்ளேன்.

எழுத்தாளர் ஒருவரின் கட்டுரைகளைத் தொகுக்க முற்படும்போது மனதில் கொள்ள வேண்டிய கோட்பாடுகளை எனக்கு விளக்கியதுடன், மிகுந்த சிரத்தையுடன் நூலைச் செப்பனிட்டுக் கொடுத்த முனைவர் ஆ.இரா. வேங்கடாசலபதி அவர்களுக்கு என் மனமார்ந்த நன்றி.

சு. தியடோர் பாஸ்கரன்

இந்த நான்காம் பதிப்பில் 'பெருச்சாளி' என்ற மா. கிருஷ்ணனின் கட்டுரை புதிதாக இணைக்கப்பட்டுள்ளது

— தொகுப்பாசிரியர்

இந்நூலிலுள்ள கோட்டோவியங்கள் மா. கிருஷ்ணன் வரைந்தவை. புகைப்படங்களும் அவர் எடுத்தவையே.

பொருளடக்கம்

மா. கிருஷ்ணன்: இயற்கையும் எழுத்தும்   15

இயற்கை

மழைக்காலம்	25
மண முறைகள்	27
புறாத் தபால்	30
மிருகங்களின் தோல்	34
மழை	37
கழுதை கனைப்பதேன்?	39
பாபநாசம்	42

பறவைகள்

குக்குறுவான்	47
வல்லூறு	49
வால் நீண்ட கருங்குருவி	52
கௌதாரி	55
குயிலோசை	57
மடையான்	59
மைனாக்குருவி	61
காகம்	63
பச்சைக்கிளி	66
மாடப்புறா	69
மணிப்புறா	72
ஆந்தைகள்	75

ஆலா	77
உழவாரக் குருவி	78
செம்போத்து	79

விலங்குகள்

கீரிப்பிள்ளை	83
அணிற்பிள்ளை	86
முயல்	89
அழுங்கு	91
முள்ளம்பன்றி	93
காட்டுப்பன்றி	96
நீர்நாய்	99
முள்ளெலி	101
பெருச்சாளி	103
காண்டாமிருகம்	105
காட்டு மாடு	107
கழுதைப்புலி	109
வேட்டைச் சிவிங்கி	112
காட்டுப்பூனை	115
புனுகுப்பூனை	118
சிறுத்தை	120
புலி	123
புலி வேட்டை	126
சிங்கம்	129
நரி	132
ஓநாய்	135
செந்நாய்	137
யானை	139
காட்டானை	143

சௌளிங்கா	157
நீல்காய்	159
மிளா	160
கலைமான்	163
சிங்காரா	166
புள்ளிமான்	168
சுருகுமான்	170
காட்டெருமை	171
வரையாடு	173
கரடி	175
தரைக்கரடி	177

வளர்ப்புப் பிராணிகள்

நாயக்கர்சேரி நாய்கள்	181
உள்ளூர் நாய்கள்	185
ராஜபாளையம் நாய்	189
ஆட்டுப் பால்	193
முதல் வெளியீட்டு விவரங்கள்	203
பொருளடைவு	205

மா. கிருஷ்ணன்
(1912 - 1996)

மா. கிருஷ்ணன் : இயற்கையும் எழுத்தும்

ஆங்கிலத்தில் எழுதி, நாட்டின் தலைசிறந்த இயற்கையியலாளர் என்று புகழ்பெற்ற மா. கிருஷ்ணன், *1930*ஆம் ஆண்டுகளில் எழுத ஆரம்பித்தபோது தமிழில்தான் எழுதினார். தமிழின் முதல் நாவலாசிரியர்களில் ஒருவரான அ. மாதவையாவின் மகன் இவர். சென்னையில் அவர் வளர்ந்த வீடு, எட்வர்ட் எலியட்ஸ் சாலையிலிருக்கும் (டாக்டர் ராதாகிருஷ்ணன் சாலை) 'பெருங்குளம் ஹவுஸ்', தமிழ் இலக்கியவாணர்கள் கூடும் இடமாக இருந்தது. உ. வே. சாமிநாத அய்யர், மு. கதிரேசஞ் செட்டியார், மு. ராகவையங்கார் முதலியோர் கிருஷ்ணனின் தந்தையாரைச் சந்திக்க அங்கு வருவது வழக்கம். அரசுப் பணியிலிருந்து ஐம்பது வயதிலேயே விருப்ப ஓய்வுபெற்ற மாதவையா, பெருங்குளம் ஹவுஸில் 'ஆசிரியர் அச்சுப் பிரசுராலயம் - புஸ்தக சாலை' என்ற பதிப்பகத்தை நிறுவி, இலக்கியப் பணியில் ஈடுபட்டிருந்த காலமது. இத்தகைய சூழலில்தான் கிருஷ்ணனின் இளமைக் காலம் அமைந்தது. (ஏவிஎம் ராஜேஸ்வரி கல்யாண மண்டபம் அருகேயுள்ள இவ்வீட்டில் *A. Madhaviah* என்னும் பெயர்ப்பலகை இன்றும் காணப்படுகிறது.)

மாதவையா தம்பதியின் எட்டுக் குழந்தைகளில் கடைசியாக *30* ஜூன் *1912*இல் கிருஷ்ணன் பிறந்தார். இவருக்குத் தந்தையுடன் மிக நெருக்கம். காலை நேரத்தில் தந்தையுடன் நீண்ட தூரம் நடந்து செல்வது, குதிரை சவாரி செய்வது, ஒன்றாகவே சாப்பிடுவது, அவருக்கு அருகேயே தூங்குவது என்று அன்றாட வாழ்வில் இவர்களுடைய பிணைப்பு வெளிப்பட்டது. தந்தையின் இலக்கிய ஈடுபாடும் இவரைத் தொற்றிக்கொண்டது. தந்தையோடு வெளிப்புறங்களில் அலைந்தபோது இவருக்குப் புறவுலகில், இயற்கையில் ஈடுபாடு ஏற்பட்டது.

*1931*இல் சென்னை மாகாணக் கல்லூரியில் தமிழை ஒரு பாடமாகக் கொண்டு தாவரவியலில் பி. ஏ. பட்டம் பெற்றார். இந்தத் துறையில் பேராசிரியராயிருந்த பி.எப். ஃபைசன் *(P.F.Fyson)* *(1877-1947)* களஆய்வின் நுணுக்கங்களைக் கிருஷ்ணனுக்குக் கற்றுத் தந்தார். இயற்கையியலில் ஃபைசனைத் தன் குருவாகக் கொண்டார். திருமதி. டாரத்தி ஃபைசன் *(1886-1969)* ஓவியக்கலையில் கிருஷ்ணனுக்குப் பயிற்சி

யளித்தார். பி.ஏ. படிப்பைத் தொடர்ந்து எம். ஏ. படித்தபின் 1936இல் சட்டப்படிப்பையும் சென்னையில் முடித்தார் கிருஷ்ணன். ஆனால் வக்கீலாகப் பணியாற்றவில்லை. 1937இல் பெங்களூரைச் சேர்ந்த இந்துமதியைத் திருமணம் செய்துகொண்டார்.

1937- 42ஆம் ஆண்டுகளுக்கு இடைப்பட்ட காலத்தில் சென்னையில் வசித்த கிருஷ்ணன் முதலில் ஒரு பதிப்பகத்திலும், பின்னர் சென்னை கலைப் பள்ளியிலும், அகில இந்திய வானொலியில் மக்கள்தொடர்பு அலுவலராகவும் பணியாற்றினார். இந்தக் காலத்திலும், பின்னர் சண்டூர் சமஸ்தானத்தில் வேலை பார்த்தபோதும் அவரது கதைகளும் கட்டுரைகளும் தமிழ்ப் பத்திரிகைகள் சிலவற்றில் வெளியாயின.

1937இல் *மெட்ராஸ் மெயில்* பத்திரிகையில் எழுத ஆரம்பித்தார். 1942இல் கர்நாடகாவில் குல்பர்காவிற்கு அருகேயுள்ள சண்டூர் சமஸ்தானத்தில் வேலை கிடைத்தது. அங்கு எட்டு ஆண்டுகள் பணியாற்றினார். சண்டூரில் அவர் செய்த வேலை பன்முகம் கொண்டதாக அமைந்தது : பள்ளி ஆசிரியர், நீதிபதி, மக்கள் தொடர்பு அதிகாரி. கடைசியாக மன்னருக்கு அரசியல் செயலராக இருந்தார். பாறைக் குன்றுகளால் சூழப்பட்ட சண்டூர் பள்ளத்தாக்கின் நடுவே ஓடியது துங்கபத்ரை. சுற்றியிருந்த காடுகளில் காட்டுயிர்களை அவதானிக்க அவருக்குக் கிடைத்த வாய்ப்பு, அன்றாடப் பணியின் அயர்வை நீக்கியது. வீட்டிலிருக்கும் வேளைகளில் ஆடு வளர்த்தார். பந்தயப் புறாக்களை வைத்திருந்தார். சில புறாக்களைக் கடிதம் கொண்டுசெல்லவும் பழக்கி வைத்திருந்தார்.

இந்தியா சுதந்திரம் அடைந்த பின்னர், சண்டூர் சமஸ்தானம் சென்னை மாகாணத்துடன் இணைக்கப்பட்டது. அரசுப்பணியில் சேர வந்த வாய்ப்பைத் தவிர்த்து, எழுதுவது, புகைப்படமெடுப்பது ஆகியவற்றின் மூலமே வாழ்க்கையை நடத்தத் தீர்மானித்தார். 1949இல் சண்டூரை விட்டு சென்னைக்குக் குடியேறி, பெருங்குளம் இல்லத்தில் வசித்துவந்தார். கல்கத்தாவிலிருந்து வெளியாகும் *Statesman* நாளிதழில் *My Country Note Book* என்ற மாதமிருமுறைத் தொடரை 1950 முதல் எழுதலானார். இத்தொடரின் கடைசிக் கட்டுரை அவர் இறந்து சில நாட்கள் கழித்து அச்சேறியது. (இந்தியாவின் மிக அதிக காலம் வெளியான பத்தி என்ற பெருமை இதற்கு உண்டு.)

மா. கிருஷ்ணன் இந்திய வனவிலங்கு வாரியத்தில் *(Indian Board for Wildlife)* முப்பதாண்டுகளுக்கு மேலாக அங்கம் வகித்தார். 1968இல் இந்திய நாட்டுப் பாலூட்டிகளைப் பற்றி ஆய்வு மேற்கொள்ள இவருக்கு ஜவகர்லால் நேரு ஆய்வு நல்கை வழங்கப்பட்டது. 1969இல் இவருக்குப் பத்மஸ்ரீ விருது வழங்கப்பட்டது. புலிகளைக் காக்க 1970இல் நிறுவப்பட்ட *Project Tiger* திட்டத்தில் முக்கியப் பங்காற்றினார். 1995இல் ஐக்கியநாடு சுற்றுச்சூழல் கழகம் தெரிந்தெடுத்த 'உலக ஐந்நூற்றுவர்' என்ற தொகுப்பிற்கு நியமிக்கப்பட்டு கௌரவிக்கப்பட்டார். இந்துமதி-கிருஷ்ணன் தம்பதியரின் ஒரே மகன் ஹரி கிருஷ்ணன். இவர் தமிழ்நாட்டின் தலைமை வனத்துறைப் பாதுகாவலராகப் பணியாற்றி ஓய்வு பெற்றவர்.

*1939*முதல் *1941*வரை வெளிவந்த *சில்பஸ்ரீ* என்ற இதழில் தமிழ் அறிஞர்களான வையாபுரிப் பிள்ளை, ரா. பி. சேதுப்பிள்ளை முதலியோர் எழுதிவந்த சமயத்தில் இந்தப் பத்திரிகை கிருஷ்ணனின் எழுத்துகளுக்கு இடமளித்தது. முதலில் கிருஷ்ணன் சிறுகதைகள்தான் எழுதினார் : தன் இயற்பெயரிலும், 'கண்ணன்' என்ற புனைபெயரிலும். கிருஷ்ணனுடைய சிறுகதைகள் இயற்கையியல் பின்னணியில் எழுதப் பட்டவை. பந்தயப் புறாக்கள், நாய்கள், தாவரங்கள் அவருடைய கதைகளில் பாத்திரங்களாக அமைந்தன. (மாதவையாவின் பிள்ளைகளில் ஆறு பேர் - தமிழ்நாட்டின் தலைமை நீதிபதியாக இருந்து ஓய்வு பெற்ற மா. அனந்தநாராயணன் உட்பட - தமிழில் கதைகள் எழுதினார்கள். இந்த அறுவர் எழுதிய சிறுகதைத் தொகுப்பு *முன்னிலா* என்ற தலைப்பில் *1944*இல் தினமணி வெளியீடாக வெளிவந்தது.)

கிருஷ்ணனின் கதைகளைப் படித்த *கலைமகள்* ஆசிரியர் கி. வா. ஜகந்நாதன், காட்டுயிர்களைப் பற்றித் தமிழில் எழுத வேண்டுமென்று அவரை ஊக்குவித்தார். *கலைமகள்* இதழில் கிருஷ்ணனின் கட்டுரைகள் பல வெளியாயின. பின்னர் *கல்கி* இதழிலும் எழுதினார். தமது கல்லூரித் தோழர் பெரியசாமி தூரனின் அழைப்பின்பேரில் கலைக் களஞ்சியத்தில் இடம்பெற்ற உயிரினங்கள் பற்றி மிக அதிக எண்ணிக் கையிலான கட்டுரைகளை அவர் எழுதினார்.

அறிவியல் நோக்கில் காட்டுயிர்களைப் பற்றி முதன்முதலாகத் தமிழில் எழுதியவர் கிருஷ்ணன்தான். அன்றைய சூழலில், தமிழில் மட்டுமல்ல ஆங்கிலத்திலும் இயற்கை பற்றியோ, காட்டுயிர் பற்றியோ யாரும் அக்கறை காட்டி எழுதவில்லை. சுற்றுச்சூழல் பேணல் பற்றிய விழிப்புணர்வு சிறிதும் இல்லாத காலகட்டத்தில் கிருஷ்ணன் அவை பற்றி எழுதினார். அதுமட்டுமல்லாமல், அன்று காட்டுயிர் பற்றி எழுதிக் கொண்டிருந்தவர்களில் துப்பாக்கி தூக்கி வேட்டையாடாத இயற்கை வாதியான கிருஷ்ணன் தனித்து நின்றார். காட்டுயிர்கள் மனிதனின் பொழுதுபோக்கிற்கானவை அல்ல என்பது அவர் வாதம்.

*1957*வரை தமிழில் காட்டுயிர் பற்றியும் இயற்கை பற்றியும் எழுதினார். ஒவ்வொரு கட்டுரையுடன் அவர் வரைந்த கோட்டோவியம் ஒன்றும் இடம் பெற்றது. கட்டுரையின் சாராம்சத்தைத் துல்லியமாகப் படம்பிடித்துக் காட்டுவதுபோல இவ்வோவியங்கள் அமைந்தன. கல்லூரிப் படிப்பு முடிந்தவுடன் சென்னையிலுள்ள கலை மற்றும் கைவினைப் பள்ளியில் சிறிது காலம் பணியாற்றிய அனுபவம் அவரது ஓவியத் திறமைக்கு நல்ல அடித்தளமாக அமைந்திருந்தது. *சில்பஸ்ரீ*யில் வெளியான மற்ற சில எழுத்தாளர்களின் கதைகளுக்கும் கட்டுரைகளுக்கும் கிருஷ்ணன் ஓவியங்கள் வரைந்ததுண்டு. முதலில் Z என்று இந்த ஓவியங்களில் கையெழுத்திட்டவர், பின்னர் MK என்று கையெழுத்திடலானார். Z என்ற புனைபெயரில் சில கட்டுரைகளையும் இவர் *இந்து* நாளிதழில் வெளியிட்டதுண்டு.

கிருஷ்ணனுக்குத் தமிழ் செவ்விலக்கியத்தில் நல்ல பயிற்சி உண்டு. இலக்கியக் கட்டுரைகள் பல எழுதியுள்ளார். சத்திமுத்தப் புலவர் எழுதிய "நாராய், நாராய் . . ." பாடலை இவர் ஆங்கிலத்தில் மொழி

பெயர்த்திருக்கும் நேர்த்தி இவரது திறமைக்குச் சான்று. இயற்கை சார்ந்த கட்டுரைகளில் பண்டை இலக்கியத்திலிருந்து சான்றுகள் காட்டுவார். பூநாரை, சல்லடை போன்ற அமைப்புடைய தன் அலகால் ஏரிகளில் இரைதேடுவதை விளக்கச் சங்கப்பாடல் ஒன்றைச் சுட்டிக் காட்டுகிறார். சமகால இலக்கியத்திலும் அவருக்கு ஆழ்ந்த ஈடுபாடு உண்டு. அவருடைய நண்பர் தி. ஜானகிராமன் எழுதிய *அம்மா வந்தாள்* நாவலை *The Sins of Appu's Mother* என்ற தலைப்பில் ஆங்கிலத்தில் மொழிபெயர்த்து, ***இல்லஸ்ட்ரேடட் வீக்லி***யில் தொடர்ந்து வெளியிட்டார். பின்னர் இது ஒரு நூலாகவும் வெளிவந்தது. **1995**இல் ***கதிரேசஞ் செட்டியாரின் காதல்*** என்ற துப்பறியும் நாவலை எழுதி வெளியிட்டார்.

கிருஷ்ணன் தமிழில் விளையாட்டாகச் சில கவிதைகளும் எழுதியிருக்கிறார். ஆனால் அவை பிரசுரமாகவில்லை. வால்பாறைக்கருகே உள்ள வனத்துறையைச் சார்ந்த தங்கும் விடுதியொன்றிலுள்ள விருந்தினர் புத்தகத்தில் கிருஷ்ணன் தம் கைப்பட எழுதிய பாடல் ஒன்றைப் படித்தேன். அந்த விடுதியின் காப்பாளர் தங்கவேலு என்பவர் ஒரு பிரபல இயற்கை வரலாற்றியலாளரிடம் பேசுகிறோம் என்றறியாமல், சுற்றியுள்ள காட்டில் நான்கு வகையான புலிகள் உண்டு என்று கூறி, ஒவ்வொன்றையும் விவரிக்க ஆரம்பித்திருக்கிறார். இதைக் கேட்ட கிருஷ்ணன், அந்தக் குறிப்பேட்டில் பின்வருமாறு எழுதிவைத்தார்:

படிப்பில்லையானாலும் பார்த்தும் பல்லாண்டு பகுத்தறிவின்
அடிப்படியாக அறிந்தவை யெத்தனை - அத்தனையும்
படிப்படியாகப் பிறர்க்குப் பயனூட்டும் தங்கவேலு
கொடிப்புலி கண்ட குருவே நீ வாழி கொழுந்துவிட்டே.

அங்கிருந்து டாப்ஸ்லிப் என்னுமிடத்திற்குச் சென்றார். அங்கு பன்னீர் செல்வம் என்ற வனஅதிகாரி வரையாடு இருக்குமிடத்தைக் கண்டு, கிருஷ்ணனை மாலையில் அழைத்துப் போவதாகக் கூறினார்; ஆனால் வரவில்லை. அவருக்குக் கிருஷ்ணன் ஒரு வெண்பா எழுதி அனுப்பி வைத்தார்.

வரையாடு வருவதையும் வாராததையுமறிந்து சொல்ல
உரையாடிச் சென்றேன் உமதிடத்தில் - திரையாடும்
பேசும்படம் பார்க்கப் பேசாது சென்றுவிட்டீர்
ஏசும் படியா னேனே!

கிருஷ்ணன் தமிழில் இலக்கியக் கட்டுரைகளையும், கதைகளையும் எழுதியிருந்தாலும் இயற்கை வரலாறு சார்ந்த கட்டுரைகளே அதிகம்; முக்கியமும்கூட. இத்தகைய கட்டுரைகளுக்கு நல்ல எடுத்துக்காட்டு **1950**இல் எழுதிய *நாயக்கர்சேரி நாய்கள்*. ஆங்கில எழுத்தாளர்கள் ஜேம்ஸ் தர்பர், பி. ஜி. வோடோஸ் நாய்களை வர்ணிக்கும் நடையை இது ஞாபகப்படுத்துகிறது. கிருஷ்ணனுக்கு வோடோஸ்ஸின் எழுத்தில் மிக்க அபிமானம் உண்டு. எளிய நடையில் காட்டுயிர் சார்ந்த கருதுகோள்களைத் தெளிவாக விளக்குவது கிருஷ்ணனின் திறமை. ஊடே நகைச்சுவையும் சன்னமாக இழையோடும்.

1954-1961ஆண்டுகளில் வெளியிடப்பட்ட கலைக்களஞ்சியத்தில், கிருஷ்ணனின் காட்டுயிர் சார்ந்த கட்டுரைகள் பல இடம்பெற்றன. பாலூட்டிகளுக்கும் பறவைகளுக்கும் புழக்கத்திலிருக்கும் சரியான தமிழ்ப் பெயர்களை இவர் பயன்படுத்தியிருப்பது கவனிக்கத்தக்கது. அவருடைய களப்பணி அனுபவத்தைச் சார்ந்தே அவரின் கட்டுரைகள் அமைந்திருந்தன. மற்றொருவர் நோக்கையோ, கண்டுபிடிப்பையோ பற்றி அவர் எழுதவில்லை. காட்டுயிர்களின் வாழ்முறையைத் துல்லியமாக, எளிய தமிழில் விவரிக்கிறார். சுற்றுச்சூழல் பற்றிய பாரம்பரிய ஞானத்தின் வெளிப்பாடுகளைச் சுட்டிக்காட்டுகிறார். அறிவியல் சார்ந்த கருத்துகளை எளிதில் புரிந்துகொள்ளும்வண்ணம் விளக்குகிறார்.

தமிழில் நூற்றுக்கணக்கான பத்திரிகைகளும், ஆயிரக்கணக்கான புத்தகங்களும் வெளியிடப்பட்டாலும், காட்டுயிர் பற்றியும் இயற்கை பற்றியும் எழுதப்படுபவை மிகக் குறைவு. வெகு அரிதாகக் காட்டுயிர் பேணல் பற்றிய கட்டுரை இரண்டொன்றைக் காண முடிந்தாலும், இயற்கையியல் சார்ந்த நூல்களைக் காண முடிவதில்லை. பிரிட்டிஷ் அரசு காலத்தில் பிரபல வேட்டைக்காரராயிருந்த ஜிம் கார்பெட்டின் நூல்கள் சில மொழிபெயர்க்கப்பட்டிருக்கின்றன. இன்றைய அச்சு ஊடகங்களில் காட்டுயிர் பற்றிய சில செய்திக்குறிப்புகள் வந்தாலும், அவை பற்றிய பெயர்கள், கலைச்சொற்கள் ஆகியவற்றில் பெருங் குழப்பத்தையே காணமுடிகிறது. சாதாரணமாக மாலைவேளையில் காணக்கூடிய கூகை என்ற ஆந்தையை ஒரு நாளிதழ் 'விநோதப் பறவை பிடிபட்டது' என்று தலைப்பிட்டு எழுதுகிறது. அழுங்கு என்று கிராமப்புறத்தில் அழைக்கப்படும் சிறு விலங்கு ஒன்றின் படத்தை வெளியிட்டு 'எறும்புத்தின்னி' என்று அதன் ஆங்கிலப் பெயரான *ant-eater* என்பதன் மொழியாக்கத்தை வெளியிட்டது மற்றொரு நாளேடு.

அண்மையில் தமிழில் மொழிபெயர்க்கப்பட்ட ஒரு நூலிலும் இல்லாத பெயர்களைக் கற்பித்தெழுதி மேலும் குழப்பத்தை உண்டாக்கி விட்டார்கள். மலைமுகடுகளில் வாழும் வரையாடு என்ற விலங்கிற்கு, 'நீலகிரி காட்டாடு' என்று பெயர் சூட்டிவிட்டார் மொழிபெயர்ப்பாளர். பற்பல பறவை, விலங்குப் பெயர்களுக்கும் இதே கதிதான் - 'அருவி' என்பது 'நீர்வீழ்ச்சி' என்றாகிவிட்டது போல! நல்லவேளையாகத் தாவரங்களின் பெயர்கள் மறக்கப்படவில்லை. சித்த மருத்துவர்களால் அவை பாதுகாக்கப்படுகின்றன. ஆனால் உயிரினங்களின் தமிழ்ப் பெயர்கள் மெல்ல மறைந்து வருகின்றன.

காட்டுயிர்ப் பாதுகாப்பு, சுற்றுச்சூழல் பேணல் இவை பற்றிய கலைச் சொற்கள் தமிழில் வளராதது, இப்பொருள் பற்றி நம்மிடையே எந்தவொரு விழிப்புணர்வும் ஏற்படாததைக் காட்டுகிறது. இதன் விளைவாகத் தமிழ் வாசகர்களிடையே காட்டுயிர் பற்றியோ, அவற்றைப் பேணுவது பற்றியோ ஆர்வம் உருவாகவில்லை. நம் நாட்டில் பல் வேறு வகையான வாழிடங்கள் - மலைத்தொடர்கள், கடற்கரை, மழைக்காடுகள், நதிகள், பாலைவனம், புதர்க்காடு, ஏரிகள் என - இருந்தும் சூழலியல் சார்ந்த பிரச்சினைகளைப் பற்றிய சொல்லாடல்

19

இன்னும் உருவாகவில்லை. தற்காலத் தமிழ் இலக்கிய உலகம் ஒரு புதிய உத்வேகத்துடன் இயங்கினாலும் பசுமை இலக்கியம் தமிழில் உருவாவதற்கான அறிகுறிகள் தென்படவில்லை. வயற்புறம் மற்றும் காடுகளில் காணப்படும் உயிரினங்கள் பற்றிய நாட்டுப்புற மக்களின் பட்டறிவு, பதிவு செய்யப்படாமல் மறைந்து வருகிறது. இந்த அறிவும் அது சார்ந்த சொற்களும் மீட்கப்பட்டுப் புழக்கத்திற்கு வர வேண்டும். பறவைகள், விலங்கினம் இவற்றின் பாரம்பரியத் தமிழ்ப் பெயர்களை மறந்துவிட்டோம். இத்தகைய பின்புலத்தில் மா. கிருஷ்ணனின் கட்டுரைகளை நாம் காண வேண்டும். எழுத்தையே வாழ்க்கைக்குரிய ஊதியம் தரும் தொழிலாக மா. கிருஷ்ணன் மேற்கொள்ள முடிவு செய்தபோது தமிழில் இது சாத்தியம் இல்லையென்று ஆங்கிலத்தி லேயே எழுத முற்பட்டதைத் தமிழுக்கு ஏற்பட்ட இழப்பென்று சொல் லாமல் இருக்க முடியாது.

*1970*இல் ஏற்பட்ட எண்ணெய்ப் பற்றாக்குறை, சுற்றுச்சூழலைக் கூர்ந்து கவனிக்க வேண்டிய அவசியத்தை வலியுறுத்தியது. *1972*இல் ஸ்டாக்ஹோம் நகரில் நடந்த உச்சி மாநாடு, எல்லா நாடுகளின் கவனத்தையும் சுற்றுச்சூழல் மீதும், கானுயிர் மீதும் திருப்பியது. இதன் விளைவாகக் கானுயிர் பற்றிய அக்கறை நம் நாட்டில் ஒரு பேரலை யாக எழுந்தது. கானுயிர்ப் பாதுகாப்புச் சட்டம் *1972*இல் இயற்றப்பட் டது. *1976*இல் புலிகள் பாதுகாப்புத் திட்டம் செயலாக்கப்பட்டது. வேட்டையாடும் கொடிய பழக்கம் *1991*இல் தடை செய்யப்பட்டது. கானுயிரியல், சூழலியல் என்ற புதிய துறைகள் அறிவியல் உலகின் கவனத்தை ஈர்த்தன. உத்திராஞ்சல் மாநிலத்தில் டேராடூன் நகரில் இந்தியக் கானுயிர் நிறுவனம் இயங்கத் தொடங்கியது. பல புதிய சரணாலயங்களும், தேசியப் பூங்காக்களும் தோற்றுவிக்கப்பட்டன.

இந்தியாவின் மற்ற மாநிலங்களிலும் கானுயிர்ப் பாதுகாப்பு பற்றிய ஆர்வம் பல நடவடிக்கைகளில் பிரதிபலிக்கப்படுவதை நாம் காண லாம். இதைச் சார்ந்த சுற்றுச்சூழல் இயக்கமும் தன்னைப் பலவிதங் களில் வெளிப்படுத்திக்கொள்கிறது. எடுத்துக்காட்டாக, கர்நாடகத்தில் கானுயிர்ப் பாதுகாப்பிற்கு மட்டும் ஏறக்குறைய *40* தன்னார்வக் குழுக் கள் இயங்கி வருகின்றன. கேரளத்தில் சுற்றுச்சூழல் சமன்பாடு, கானு யிர்ப் பாதுகாப்பு ஆகிய துறைகளில் பல நூல்கள் வெளிவந்துள்ளன. இத்துறைக்கெனத் தனி பத்திரிகைகளும் உண்டு. வெகுசன பத்திரிகை களும் இயற்கை சார்ந்த கட்டுரைகளை வெளியிட்டுத் தங்களுக்கு இருக்கும் அக்கறையை வெளிப்படுத்திக்கொள்ளுகின்றன. புறஉல கைப் பற்றியும் சுற்றுச்சூழல் பற்றியும் ஒரு தீவிரச் சொல்லாடல் அங்கே இருப்பதை நாம் காணலாம். கன்னடத்திலும் மலையாளத் திலும் சுற்றுச்சூழல் பற்றிய கலைச்சொற்களும், கருதுகோள்களும் முன்பே புழக்கத்தில் இருந்தன. அதைப் பற்றிய சொல்லாடல் ஒன்று அங்கே உருவாக ஏற்ற சூழலை இது உருவாக்கியது.

தமிழ்நாட்டில் கானுயிர் பற்றிய நூல்களோ சொல்லாடலோ உரு வாகவில்லை. பத்திரிகைகளும் கானுயிருக்கு இடம் ஒதுக்குவதில்லை.

செய்திகளை வெளியிட்டாலும் அவை மிகவும் அந்நியப்படுத்தப்பட்ட தொனியிலேயே இருக்கின்றன. சூழலியல், கானுயிர்ப் பாதுகாப்பு, உயிரியல் ஆகிய துறைகளைச் சார்ந்த பிரச்சினைகளை விவாதிக்க உரிய கலைச்சொற்கள் இன்னும் உருவாகவில்லை. நாவல், சிறுகதை போன்ற படைப்பிலக்கியங்களிலும் விலங்குகள், பறவைகள் பற்றி வரும் குறிப்புகள் கானுயிர் பற்றி நமக்கிருக்கும் அறியாமையையும் உதாசீனத்தையும் காட்டுகின்றன.

இந்தப் பின்னணியில் கிருஷ்ணனின் கட்டுரைகளை நாம் அணுக வேண்டும். 1940களிலும், 50களிலும் எளிய தமிழில் கானுயிர் பற்றியும், இயற்கை பற்றியும் கட்டுரைகள் எழுதி, சூழலியல் சார்ந்த கருதுகோள்களை அவர் விளக்க முற்பட்டார். அவர் எழுதிய காலகட்டத்தில் சுற்றுச்சூழல் பற்றிய விழிப்புணர்வு நம் நாட்டிலோ அல்லது உலகள விலோகூடத் தோன்றியிருக்கவில்லை. வேட்டை இலக்கியங்களைப் படித்து மகிழ்ந்துகொண்டிருந்த காலமது. அவருடைய கட்டுரைகளின் சிறப்பை அறிவுலகம் அடையாளம் கண்டுகொள்ளாததற்கு இதுவும் ஒரு காரணம். மழைக்காடுகளைப் பாதுகாப்பது பற்றியும், புலி அழிவின் விளிம்பிலிருப்பது பற்றியும், இந்தியாவில் பல உயிரினங்கள் அற்றுப் போகும் ஆபத்து பற்றியும் ஒரு தீர்க்கதரிசி போல் எழுதினார்.

பறவைகளைப் பற்றிய ஆர்வம் என்னுள் துளிர்விட்டபோது (1962) நான் மா. கிருஷ்ணனைச் சந்தித்தேன். அன்று ஏற்பட்ட நட்பு அவர் மறையும்வரை தொடர்ந்தது. மா. கிருஷ்ணன் என் வாழ்வின் ஒரு முக்கியப் பாதிப்பு. அவருடைய பகுத்தறிவுக் கண்ணோட்டம் என்னைப் பெரிதும் ஈர்த்தது. வெளி மாநிலங்களில் பணியாற்றிக்கொண்டிருந்த போது சென்னைக்கு வரும்போதெல்லாம் அவருடன் செலவிட ஒரு மாலை நேரத்தை ஒதுக்குவதுண்டு. மொட்டை மாடியில், சாய்வு இருக்கையில் அமர்ந்தபடி மணிக்கணக்காகப் பேசுவார். 1996இல் ஜனவரி மாதம் அவரைக் காணச் சென்றேன். அன்று அவர் படுத்துக் கொண்டே பேசியது என் நெஞ்சை அழுத்தியது. நான் அஹமதாபாத் சென்ற சில வாரங்களில் அவர் இறந்த செய்தி கிடைத்தது.

சு. தியடோர் பாஸ்கரன்

இயற்கை

மழைக்காலம்

தினமும் விளக்கேற்றினதும் கணக்கற்ற சிறு பிராணிகள் என் வீட்டினுட் பிரவேசிக்கின்றன. பட்டுப் பூச்சிகளும் மெல்லிய தும்பி களும் மின்சார விளக்குகளைச் சுற்றி மொய்க்கின்றன; சுவர்களில் களைப்பற்ற எறும்புகளும், தத்துக்கிளிகளும் ஊருகின்றன; வண்டுகள் சுழன்று சுழன்று எங்கும் பறந்து பின் 'பிங்' என்று விளக்குக் குடை களில் மோதிக் கீழ் விழுகின்றன. இவையெல்லாம் மழைக்காலத் தின் அறிகுறிகள். சில வேளைகளில், புது மழையில் வீசும் மண் வாசனை படியுமுன், வீடெங்கும் ஈசற் படைகள் வந்து கூடிவிடும். அப்பொழுதுகளில் நாங்கள் எல்லா விளக்குகளையும் அணைத்து விட்டு இருட்டில் குடியிருப்போம். என் வீட்டைத் தேடிவரும் ஜந்துக்கள் அனைத்தும் சிறிதாகவும் ஸாதுவாகவுமிருப்பதில்லை. நேற்றிரவு சுமார் அரையடி நீளமுள்ள ஒரு தத்துக்கிளியை என் படுக்கையறையினின்றும் அப்புறப்படுத்தினேன்.

ஒரு காலத்தில் என் தோட்டமாகவிருந்த சேற்றுக் காட்டிலிருந் தும் சுற்றுமுள்ள அகழிகளிலிருந்தும் இரவெல்லாம் தவளைகள் சப்திக்கின்றன. பிறகு பகல் முழுதும் முன்முற்றத்தில் சிறு தேரைக்

குட்டிகள் குதித்து விளையாடும். என் புத்தக அலமாரியினடியில் வெகு நாட்களாக ஒரு பிரமாண்டமான தேரை குடியிருக்கிறது. அதை நான் வெளியே துரத்த முயல்வதில்லை. முயன்று பயனில்லை – மறுபடியும் எப்படியோ அங்கு வந்து சேர்ந்துவிடும். மேலும் எனக்குத் தெரிந்த ஒரு கனவானைப் போலவே அது இருப்பதனால் அதை எவ்விதத்திலும் வருத்த எனக்கு இஷ்ட மில்லை. அவரும் புத்தகப் பிரியர், அவரும் ஸ்தூல சரீரமுடையவர் – மற்ற விஷயங்களிலும் சில பொருத்தங்களுண்டு.

என் வீடு சதுப்பு நிலத்தில் அமைந்துள்ளது. ஆகையினாலேதான் மழைக்காலத்தில் எங்கும் இப்படித் தண்ணீர் தேங்கி நிற்கிறது. 'சதுப்பு நிலத்தில் வீடு கட்டினால் ஏன் தண்ணீர் தங்காது – கட்டாயமாகத் தங்கும்' என்று மேற்குறித்த நண்பர் விளக்கிக் கூறுவார். வழியிலுள்ள குட்டைகளையும் சகதியையும் கடந்து வந்து இதை அநேக முறை என்னிடம் சொல்லியிருக்கிறார். ஆனால் விதியை மதியால் வெல்லலாம். போன வருஷம் மட்டும் வென்றுமிருக்கிறேன். தோட்டச் சுவரின் அடிப்பாகத்தில் தண்ணீர் போகுமாறு நாலைந்து இடங்களில் இடித்து விடுவேன் – அண்டை வீட்டுத் தோட்டம் எங்கள் தோட்டத்திலும் கீழ்படிந்துள்ளது.

இந்த வருஷம் யாரோ ஒரு பணக்காரர் அடுத்துள்ள நிலத்தை விலைக்கு வாங்கிவிட்டார். ஏழடி ஆழமட்டும் அஸ்திவாரம் தோண்டி, மேலும் பூமியினின்றும் ஐந்தடி மட்டும் தரைமட்டத்தைத் தூக்கி, அவர் வீடு கட்டுகிறார். அஸ்திவாரத்திற்காகத் தோண்டிய களிமண்ணையெல்லாம் தோட்டச் சுவரின் பக்கமாகக் குவித் திருக்கின்றார். இந்தச் சுவர் அவரைச் சேர்ந்தது – அவர் இஷ்டம் போல் அதன்மீது களிமண்ணைச் சாத்திக்கொள்ளலாம். எவ்வ ளவோ சிரமப்பட்டு சுவரிலும் களிமண்ணிலும் இரகசியமாய் சுரங் கம் வைத்தும் பயனில்லாமல் போய்விட்டது. அவர் அதை உடனே எளிதாக அடைத்துவிடுகிறார். எங்கள் வீட்டுத் தண்ணீர் எங்களி டமே தங்கிவிடுகிறது.

'உங்கள் அண்டை வீட்டுக்காரர் வீடு கட்டுகிறாரே, எவ்வளவு நேர்த்தியாயிருக்கிறது! என்ன உயர்ந்த தரைமட்டம், என்ன ஸ்திரமான கட்டிடம்!' என்று நண்பர் அடிக்கடி வியந்து பேசுகிறார்.

ஒரு வித எறும்பும், கறையானும், மற்றும் சில அறிவற்ற பிராணி களும், ஸ்திரமாகவும் உயரமாகவும் அற்புதமாகவும் வீடு கட்டுமென் பது பலருமறிந்த விஷயம். என் நண்பருக்கு மட்டும் இது தெரியாது போலும்!

மண முறைகள்

ஆதியிலே மனிதர்கள் சுவாதீனமாகக் காட்டில் வாழுங் காலத்தில், மனை, மனைவி, குடும்பம் என்ற பந்தங்களின்றி அவர்கள் இருந்தன ரென்று மேல்நாட்டு விஞ்ஞானிகள் சொல்லுகிறார்கள். அக்காலத் தில் ஒரு கூட்டத்தைச் சேர்ந்த ஆடவரும், மடவாரும், அவர்கள் மக்கட்பேறும், தங்கள் குழாம் என்ற ஒன்றில் மட்டும் சொந்தம் பாராட்டி, பிரத்யேகப் பொருள், பிரத்யேக உறவு என்பன அறியாம லேயிருந்தார்களாம். ஒருவனும் ஒருத்தியும் மணம் புரிந்து தனியாகக் குடியிருந்து, தங்கள் வாழ்நாட்களை ஒன்றுகூடிக் கழிக்கும் முறை அப்பொழுதில்லையாம். 'என் இருப்பிடம்', 'என் தனிச் சொத்து' என்ற உணர்ச்சி மனிதனுக்கேற்பட்ட பின், அந்த உணர்ச்சியிலி ருந்தே இம்முறை உதித்ததென்று மேற்குறித்த விஞ்ஞானிகளில் சிலர் சாதிக்கின்றனர்.

ஆனால் இந்தச் சாதிப்புக்கு எதிராக இயற்கையில் அநேக உதாரணங்களுண்டு. சொத்து சம்பத்து அறியாத பல விலங்குகளும் பறவைகளும் தங்கள் உயிருள்ள மட்டும் ஆணும் பெண்ணும் இணை கூடித் தனித்து வாழும். மேலும் நெடுந்தூரம் கடக்க வேண்டிய வழியில் ஜோடித்துச் செல்லுவதில் ஆறுதலுண்டென்று வண்டிக் காளையுமறியும்.

புறாக்கள் ஜோடி கூடிய பின் ஒன்றைவிட்டொன்று அகலாது. கிறிஸ்தவருள் சில வகுப்பினர் கல்யாணம் செய்துகொள்ளும்போது 'சாவு நம்மைப் பிரிக்குமட்டும் உடன் வாழ்வோம்' என்றிடும் வாக் குறுதியைப் புறாக்களுமனுசரிக்கும். ஆண் புறா, தன் பேடைக்குச் சமமாக, கூடு கட்டுவது, அடைகாப்பது, குஞ்சுகளுக்கு உணவூட்டுவது போன்ற வீட்டுத் தொழில்களில் பங்குகொள்வதும், முட்டையிடு முன் பேடையை வருந்தியழைத்தும் வற்புறுத்தியும் கூட்டுக்குள் சேர்ப்பதும் ஜதையில் ஒன்று ஓட்டிப் பறக்கையில் அது கூட்டடையு மட்டும் மற்றொன்று அதன் வரவைப் பரபரப்புடன் எதிர்பார்த்து நிற்பதும், வியக்கும்படி மனித வாழ்க்கைச் சித்திரங்களை ஒத்திருக்கும்.

புறாக்களைப் போலவே பல வேறு விதப் பட்சிகளும் ஆணும் பேடையும் இணைபிரியாது வாழும். 'பார்ப்பன வாத்து' என்ற காட்டு வாத்து தன் ஜதை குண்டுபட்டு விழவே தப்பிப் பறந்து செல்லாது அதைத் தேடி அது விழுந்த இடத்தை வட்டமிட்டுத் தானும் துப்பாக்கிக்கிரையானதைச் சில வேடுவர் குறித்துள்ளனர்.

'ஸாரஸ்' என்ற கொக்கு மெய்க் காதல் பறவையுருக் கொண்ட தென்ன ஆணும் பேடையும் எப்பொழுதும் கூடியிருக்கும். விதி வசத்தால் அவைகளுள் ஒன்று மடிந்துவிட்டால், மற்றது பிரிவாற் றாமையினால் மிக வாடி, சில சமயம் தானும் உயிர் துறந்துவிடும்.

அதற்கெல்லாம் நேரெதிராக நடந்துகொள்ளும் பறவைகளு முண்டு. சேவல், மயில் முதலியன ஏகபத்னி விரதத்தை அனுசரிக் காது பல பேடைகளைக் கவரும்.

அநேக மிருகங்களுமிப்படியே. மான்களும், யானைகளும், காட்டு மாடுகளும், காட்டெருமைகளும், மந்தைகளில் வாழும். மிகவும் பராக்கிரமமுடைய கடா மற்ற கடாக்களை விரட்டிவிட்டு மந்தையி லுள்ள பெண் விலங்குகளைத் தன் வசப்படுத்திக்கொள்ளும். கலை மான் தன் மடவினத்தைக் காக்கும் ஆத்திரத்தில் சில வேளைகளில் மேய்ச்சலையும் மறந்துவிடும். விலங்குகளில் உயர்படியிலுள்ள குரங்குகளுக்குள் தலைவன் தன் மந்திகளைப் படுத்தும் பாட்டையும் அவைகளைத் தன்னிஷ்டப்படி ஆட்டியடக்கி ஆளுவதையும் கவனித் தால் நமக்கு வெறுப்பே ஏற்படும். ஒரு சிலருக்கு மட்டும் பொறாமை தோன்றலாம்!

நமக்குள் சில வீடுகளில் ஸ்திரீகள் ஆட்சி இல்லறத்தில் ஓங்கி விளங்குகிறதே, இதுபோல் இயற்கையிலுமுண்டு. ஒருவிதக் காடை வகையில் பேடையே அளவிலும் பலத்திலும் மேன்மையானது. அது தன் வகை ஆணைத் தேடிப் பிடித்து அதனுடன் காதலித்து, பூமியி லொரு சிறு பள்ளம் சுரண்டி முட்டையிடும். பிறகு அடைகாப்பது, குஞ்சுகளைக் காப்பதெல்லாம் ஆண் காடையின் பொறுப்பு. மற்று மொரு ஆணைத் தேடித் தன் வசப்படுத்துவதற்கு அந்தப் பேடை புறப்பட்டுவிடும்.

சிலந்தி வகுப்பில் ஆண்களின் பாடு இன்னும் கேவலமானதே. சில பிரிவுகளுள் சிலந்திகளில் பெண், ஆணைவிட மிகவும் பெரியது. மணக்கத் துணியும் ஆண் சிலந்தி மரணத்திற்கும் துணிய வேண்டும். தனக்கு இஷ்டப்படாத காதலனைப் பெண் சிலந்தி கொன்று தின்று விடும். மணம் புரிந்த பின்னும் சில வேளைகளில் தன் மணவா ளனை (அகப்பட்டால்) பிடித்துப் புசித்துவிடும். ஆண் சிலந்தி களுக்கு மனோதிடத்துடன் சமயோசித புத்தியும், வாயுவேகமாய் ஓடும் கால்களும் வாய்த்திருப்பது பொருத்தமே.

இயற்கையில் இன்னும் எத்தனையோ வித இல்லற வழக்கங்களும் மணமுறைகளுமுண்டு. அவைகள் ஆச்சரியகரமாக இருந்தபோதும்

நமக்குள்ளும் அம்முறைகளை அநேகமாகக் காணலாம். மேலும் நம்முள் வழங்கும் விசித்திர விவாகமுறைகளை சிருஷ்டியில் வேறெங்குமே பார்க்க முடியாது.

மானிட வகுப்பு ஒன்றிலேதான் மணமக்களன்றி, அவர்கள் தாய் தந்தையரும் இதர உறவினரும் சேர்ந்து விவாகத்தைத் தீர்மானம் செய்கிறார்கள். தவிரவும், வரதட்சணை என்பது மானிட சமூகம் மட்டுமே அறிந்த முறை.

புறாத் தபால்

பல தேசங்களிலும் பழம்பெருங் காலத்திலிருந்து புறாக்களை வளர்த்து வந்திருக்கிறார்கள். ரோமர்களுக்குப் புறாக்களின் மூலம் தகவலனுப்பத் தெரியுமென்றும், எகிப்திலும், ஸிரியாவிலும் சுமார் ஆயிரம் ஆண்டுகள் முன்னிருந்து சமீபகாலமட்டும் புறாக்களைக் கொண்டு தபால் நடத்தினரென்றும் மேல்நாட்டு நிபுணர்கள் ஆராய்ந்து கூறியிருக்கிறார்கள். நமது தேசத்திலும் எத்தனையோ நூற்றாண்டுகளாகப் புறா வளர்ப்பு செழித்துவந்தது. சில வகைக் கர்ணப் புறாக்களும் ஷிராஜி, லோடன் முதலிய ஜாதிகளும் இங்குதான் பிறந்தன. கர்ணப் புறாக்களை வானில் ஏற்றி எவர் புறா அதிகக் காலம் பறக்குமெனப் பந்தயங் கட்டும் போட்டி நெடுநாளாக நமக்குள் உண்டு என்று எண்ண இடமிருக்கிறது. ஆனால், 200 – 300 மைல்களுக்கப்பால் விடுவித்த புறாக்களில் எது முதலில் வீடு திரும்பும் என்ற போட்டியும், இந்தப் பந்தயப் புறாக்களைத் தபாலுக்கு உபயோகிப்பதும் சமீபத்தில் நாம் கற்ற வித்தைகளே. 'சமீபம்' என்றால் 200 வருஷங்கள் முன்னிருக்கலாம். அதற்குமுன் ஆங்கிலத்தில் 'ஹோமர்' எனப்படும் ஜாதி இந்தியாவி லிருந்ததாகத் தெரியவில்லை. 'பட்டிணம்', 'சாதா' போன்ற இரு ஜாதிப் புறாக்களும் சமீபத்தில் உற்பத்தியானவைகளே.

மா. கிருஷ்ணன்

பலவகைப் புறாக்களுக்கும் மற்றும் சில பறவைகளுக்கும் சில மிருகங்களுக்கும், நெடுந்தொலைவிலுள்ள முன்பின் தெரியாத இடத்திலிருந்து எப்படியோ திக்கறிந்து வீடு வந்துசேரும் பிறவிக் குணமுண்டு. விஞ்ஞான சாஸ்திரிகள் இவை எக்காரணத்தால் இப்படித் திசையறிந்துகொள்கின்றன என்பதைக் கண்டுபிடிக்க வில்லை; கண்திருஷ்டி ஒருவாறாக இதற்கு உதவியாகவிருக்கின்றது என்று மட்டும் தெரியும். திக்கறிந்து வீடு திரும்பும் பிராணிகளுள் ஹோமர் அல்லது பந்தயப் புறா என்ற புறாவகை மிகவும் சிறந்தது. நன்கு பழக்கிய உயர்குலப் பந்தயப் புறா 500 – 600 மைல் தூரத்தி லிருந்தும் வீடு வரும்.

இதுபோல் புதுவிடங்களிலிருந்து திசையறிந்து வீடு திரும்பும் பிராணிகள் தங்கள் இருப்பிடத்தின் திக்கையே தெரிந்துகொள்ளும். இதை இங்கு மேலும் விளக்கிச் சொல்லலாம். புறாக்கள் மனிதர்கள் இருப்பிடத்தைத் தேடிப் பிடித்து தங்கள் கால்களில் கட்டிய சீட்டுகளை அவர்களிடம் சேர்த்து, இருந்து, பதிலையும் திரும்பிக் கொண்டுதருமென்று ஒரு குழந்தைகளுக்கான பத்திரிகையில் படித்திருக்கிறேன். இதையும் நம்பும் மனிதர்களிருப்பதால், இப்படி ஒரு புறாவும் செய்யாதென்றும் தபாலைக் கொண்டுபோய்ச் சேர்க்க வேண்டுமென்ற கவலை புறாவுக்குக் கிடையாதென்றும் விடுவித்த இடத்திலிருந்து விரைந்து தன் கூண்டு வந்தடையும் இயல்பே அதற்குண்டென்றும் சொல்லிவிட விரும்புகிறேன். தங்கள் இருப்பிடத்தில் கொள்ளும் ஆசையே புறாக்களின் திசை காணும் சக்தியைத் தூண்டுகிறது. ஓரிடத்தில் அடைபட்டுப் பழக்கிய புறாக்கள் அவ்விடத்திற்கே திரும்பும். இதுவே புறாத் தபாலின் முக்கியத் தத்துவம்.

என் சிநேகிதர் ஒருவர் அடிக்கடி சொல்லும் கதையை இங்கு சுருக்கிச் சொல்லலாம். முன்காலத்தில் என் சிநேகிதரின் மாமாவிடம் மிகச் சிறந்த பந்தயப் புறாக்களிருந்தனவாம். புதுச்சேரியிலிருந்து கள்ளத்தனமாக வைரங்களை வெளியேற்ற எண்ணி ஒரு வியாபாரி இப்புறாக்களை வாங்கி, சென்னையில் தன் வீட்டில் வைத்துப் பல நாட்கள் பழக்கிப் பின் அவைகளைப் புதுச்சேரிக்குக் கொண்டு போனானாம். அங்கு, வைரங்களை அவைகளின் கால்களில் கட்டி இரவோடிரவாகப் புறாக்களை விடுவிக்கவே, பழைய நினைவுகளை மூன்று வருஷங்கள் கழிந்த பின்னும் மறக்காது மாமாவிடம் வைரங் களைக் கொண்டு சேர்த்தனவாம்! மாமா வைரங்களை மிகச் சாது ரியமாக விற்று வீடு கட்டி, அதில் அந்த அருமைப் புறாக்களுக்குப் பளிங்குக்கல் கூடும் அமைத்தார் என்று அந்தக் கதை முடியும். ஆனால் இந்தக் கதையை நான் நம்பவில்லை. ஏனெனில் புறாக்கள் இரவில் பறக்காது. மாமாவிடம் பந்தயப் புறாக்கள் இருந்ததையும், ஏன் மாமா இருந்ததையுமே நம்பவில்லை. ஆயினும் இக்கதை பந்தயப் புறாக்களின் இயல்பை எடுத்துக்காட்டுகிறது.

வீட்டின் மேல் அவைகளுக்குள்ள ஆசையே இதில் பிரதானமாத லால் தபாலுக்கு உபயோகிக்கும் பந்தயப் புறாக்களுக்கு எல்லா வசதிகளும் பொருந்திய கூண்டு, அவைகளை அன்புடன் கவனித்தல் ஆகியவை அவசியம். புறா வளர்ப்பைப் பற்றியோ, பந்தயப் புறாக் களைத் தபாலுக்குப் பழக்குவதைப் பற்றியோ விவரித்து எழுத இங்கு இடமில்லை. முக்கியமான சில அம்சங்களை மட்டும் கீழே குறிக்கின்றேன்.

பந்தயப் புறாக்களுக்கு ஏற்படுத்தப்பட்ட கூண்டு விசாலமாகவும் காற்றோட்டமாகவும் மழைக்குப் போதுமான மறைவுடனும் இருக்க வேண்டும். 6 ஜதை புறாக்களுக்கு வேண்டிய கூண்டு சுமார் 3 அடி அகலமும், 6 அடி நீளமும், 7 அடி உயரமும் இருக்கலாம். (உயரமில்லாவிட்டால் கூண்டினுள் மனிதர்கள் குனிந்து குறுகியே செல்ல வேண்டும்.) கூண்டை மாடிமேல் கட்டினால் புறாக்கள் கூரைமீது இறங்காது நேராகக் கூடு வந்தடைய அனுகூலமாகவிருக் கும். அடிக்கடிச் சுத்தம் செய்து கழுவத் தரையைச் சலவைக்கல் லிலோ சிமிட்டியினாலோ அமைக்க வேண்டும். புறாக்கள் போக வர ஒரே ஜன்னல் (வேண்டாதபோது மூடக்கூடிய கதவுகளுடன்) இருக்க வேண்டும். இதன் வெளிப்புறத்தில் புறாக்கள் வந்திறங்க ஒரு பலகை ஜன்னல் பொருத்த வேண்டும். கூண்டுக்குள், புறாக்கள் கால் மாற்றித் தங்க, தங்குகோல்களும் அடைவதற்கு அறைகளும் வேண்டும்.

நல்ல தானியங்களையே பந்தயப் புறாக்களுக்கு அளிக்க வேண் டும். பயிறு, கடலை இவற்றை ஊறவைத்துக் கொடுப்பது நலம். நமக்கே உணவுப் பொருள்கள் அகப்படாத இந்நாளில் நாம் உண வாக உபயோகிக்காத 'குஸஂபி' போன்ற விதைகளைப் புறாத் தீனியில் சேர்க்கலாம்.

தினமும் வேளை தவறாது கூண்டினுள் புறாக்களுக்குத் தீனி கொடுப்பது அவசியம். காலையிலும் மாலையிலும் ஜன்னலைத் திறந்து தீனி போடுமுன் புறாக்களை வெளியோட்டி, கூண்டைச் சுத்தம்செய்து, பின் கூண்டுக்குள் தீனி வைத்தால் ஜன்னல் வழி நேராக, உள் வந்தடையும் பழக்கம் உறுதியாக ஏற்படும்.

ஒரு மண் கலத்தில் சுத்தமான நீரும் மற்றொன்றில் உப்பு, சிப்பித் தூள் மிளகளவுள்ள சிறு கற்கள் கலந்தும் எப்போதும் கூண்டிலிருக்க வேண்டும்.

மூன்று நான்கு மாத வயதானபின் இளம் புறாக்கள் வீட்டைச் சுற்றிப் பலத்துப் பறக்கவாரம்பித்த பின், அவைகளைப் பழக்கத் தொடங்கலாம். முதலில், ஒரு கூடையிலடைத்து 2 மைல் தூரத்திற கப்பால் கொண்டுபோய் விடுவிக்க வேண்டும். அங்கிருந்து நேராகக் கூட்டிற்கு வரப் பழகியபின் அதே திசையில் முறையே 3, 4, 6, 8, 10, 20, 25, 30, 40, 60, 80 மைல்கள்வரை வேளைக்கு வேளை தள்ளி விடுவிக்க வேண்டும். மலைப் பிரதேசங்களில் மேற்குறித்த

அளவில் மேலும் தூரத்தை அதிகரிப்பதை விடச் சற்று குறைத்தே செல்லுவது நலம். எப்போதும் விடுவிக்க எடுத்துச் செல்லும் புறாவைக் காலையில் வெறும் வயிற்றுடன் கொண்டு போக வேண்டும். கூண்டடைந்ததும் நல்ல உணவு இட்டு உதவ வேண்டும். முதல் வருஷம் ஒரு திசையில் 80 மைல்கள் தூரத்திலிருந்து திரும்பப் பழக்கினால் போதும், மறு வருஷம் மற்ற திசைகளிலும் இன்னும் தூரத்திலிருந்து திரும்பப் பழக்கலாம். இப்படிப் பழக்கு வதில் திசையறியும் உணர்ச்சி குறைவாயிருப்பதாலோ, வல்லூறுக் கிரையாகியோ, சில இளம் புறாக்கள் போய்விடும். அப்படிப் போனவை போனவையே.

மேற்குறித்தபடி பழக்கிய புறாக்கள் தபாலுக்கு உதவும். ஒரு மெல்லிய காகிதத்தில் சிறிய அக்ஷரங்கள் கொண்டு அனுப்ப வேண்டிய தகவலை எழுதி, அதை ஒரு சிறு அலுமினியக் குழாயுள் வைத்துக் குழாயைப் புறாவின் வால் சிறகுகளிலோ, கால்களிலோ கட்டிப் புறாவை விடுவித்தால் அது தன் கூண்டுள்ள இடத்திற்குச் செல்லும். கூண்டிலடைந்ததும் அங்குள்ளோர் குழாயினின்றும் காகி தத்தை எடுத்துப் படித்துத் தகவலையறிந்துகொள்வார்கள். எவ்விடத் திற்குத் தகவலனுப்ப வேண்டுமோ அவ்விடம் கூண்டுள்ள புறாக் களை அனுப்புவோர் எடுத்துச் செல்வர். மோட்டார் வண்டிகள் ஓடக்கூடிய பாதைகளில்லாத நாட்டுப்புறங்களில் புறாத் தபால் அனு கூலமாக இருக்கும். யுத்த காலத்தில் எதிரியறிந்துகொள்ள முடியாத படி செய்திகளைத் தெரிவிக்கப் புறாத் தபாலே முக்கிய முறை.

புறாக்கள் இருட்டினால் பறக்காது – இடைவழியுள்ள மரத்திலோ பாறையிலோ இறங்கி இரவு கழித்துப் பின் விடிந்ததும் மீண்டும் வீட்டைத் தேடும். புயலிலும் பெருமழையிலும் இப்படியே இறங்கி விடும். தூவானத்திற்கோ, குளிருக்கோ, வெயிலுக்கோ அஞ்சாது. காற்றில் ஈரந்தேங்கி மஞ்சு போர்த்திருந்தால் அவை சரியாகப் பறப்பதில்லை.

மிருகங்களின் தோல்

பற்பல மிருகங்களின் சர்மம் பற்பல விதங்களில் விசித்திரமாய் அமைந்திருக்கிறதென்பது அறிந்துகொள்வதற்குரிய சாரமான விஷயம். பொதுவில் குட்டிபோட்டுப் பால் கொடுக்கும் மிருகங்களின் தோல் மயிர் செறிந்திருக்கும். இவைகளில் திமிங்கிலம் போன்ற கடலில் வாழும் மிருகங்களின் தோலில் சில மயிர்களே காணப் படும். சீதோஷ்ண நிலைமைகளின் கடுமைகளிலிருந்து மிருகங்களின் தோலே அவைகளைக் காப்பாற்றுகின்றன.

தோலின் தடிப்பு மிருகத்தைப் பொறுத்தது. ஆப்பிரிக்கா தேசத்து நீர்க்குதிரை(ஹிப்போ)யின் தோல் சில இடங்களில் ஒரு அங்குலத்துக்கு மேற்பட்ட கனமுள்ளது. இத்தோலைச் சிறு பாளங்களாகக் கிழித்து உலர்த்தியபின் கைப்பிரம்புகளாக உபயோகிக்கலாமாம். இந்தியக் காண்டாமிருகத்தின் தோல் கனத்த கேடயங்களாக அதன் உடலை மூடியிருக்கிறது. மற்றெல்லா மிருகங்களைவிட மனிதன் மெல்லிய தோலையுடையவன். ஆடுமாடுகளின் தோல் பதனிட்ட பின் சுலபமாய் மடிபடுவதனாலும், வெகு நாள் தேய்வு தாங்கும் வலிவுள்ளதனாலும் ஒரு முக்கிய வியாபாரப் பொருளாயிருக்கிறது.

சீதளப் பிரதேசங்களில் வாழும் மிருகங்களின் தோலில் மயிர் அடர்த்தியாய் வளர்ந்திருக்கும். இம்மயிர்க் கம்பளமே அவைகளுக்குக் குளிர்காலப் போர்வை. கரடி, ஆர்க்டிக் நரி, விலைமதிக்கப் பெற்ற அடர்ந்த சர்மங்களையுடைய ஆட்டர் முதலிய சிறு மிருகங்கள் இவையெல்லாம் இதற்கு உதாரணங்கள்.

குளிர் தேச ஜந்துக்களின் சடைமயிர்ப் பாங்குக்கு நேர் எதிராக, உஷ்ண தேசங்களிலுள்ள மிருகங்களுக்குப் பளபளப்பான குட்டை மயிர் அடர்ந்திருக்கும். பலவகை மான்கள், குதிரை, வரிக்குதிரை முதலிய இதற்குத் திருஷ்டாந்தங்கள்.

உரோமத்தின் தடிப்பிலும் பல வித்தியாசங்களுண்டு. கீரிப் பிள்ளை, பெருச்சாளி முதலியவைக்கு மயிர் இடைவிட்டுக் கரடு முரடாக விருக்கும். வேறு சில மிருகங்களுக்கு மயிர் மிக நெருங்கிப் பட்டுப் போன்ற மென்மையுடையதாய் முளைத்திருக்கும். இப்

பேர்ப்பட்ட மிருகங்களின் தோல்களை மேல்நாட்டு மாதர்கள் ஆபரணங்களாய் அணிவதால் அவை விலையுயர்ந்த பொருள் களாய் வழங்குகின்றன. இம்மிருகங்கள் முக்கியமாய் வட அமெரிக்காவிலுள்ளவை.

சின்சிலர் என்ற வட அமெரிக்கா அணில், கானடா தேசத்து லிங்க்ஸ் என்ற பெருங்காட்டுப் பூனை, கானடா தேசத்து பீவர், ஆட்டர் முதலியன, சில கரடிகள், சில முயல்கள், ஸீல்கள், இவை யெல்லாம் விலைபெற்ற சர்மங்களைத் தருகின்றன. கடல் ஆட்டரின் தோல் இவைகளெல்லாவற்றிலும் விலையுயர்ந்தது. ஒரு தோல் 100 பவுன்வரை விலைபெறும். இம்மிருகத்தின் அழகிய விலை பெற்ற தோலை நாடி இவற்றை அதிகமாய் வேட்டையாடுவதனால், இவை அபூர்வமான ஜந்துக்களாய்விட்டன.

நீரில் வாழும் மிருகங்களின் சர்மம் அவற்றின் வசிப்பிடத்திற்கு ஏற்றதாயிருக்கிறது. ஆட்டர், மீன்க், பீவர் முதலிய நீர்ப் பிராணி களின் உரோமம் அடர்ந்து வளர்ந்து தோலைத் தண்ணீரில் நனைய வொட்டாமல் தடுக்கிறது.

சில மிருகங்களின் மயிர் ஒன்று சேர்ந்து திரிந்து கேடயங்களாக வும் முட்கவசங்களாகவும் மாறுகிறது. முள்ளம்பன்றி, முள்ளெலி முதலிய ஜந்துக்களின் அதி கூர்மையான முட்கள், மயிர்க் கற்றை களால் வாய்ந்தனவே. பங்கோலின், ஆர்மடில்லோ முதலியவை களில், மயிர் சிறு கேடயங்களாய் மாறி, தட்டுக் கவசம்போல் உடலை மூடியுள்ளது. காண்டாமிருகத்தின் வலி மிகுந்த கொம்பு உண்மையில் பல மயிர்கள் சேர்ந்து வாய்ந்ததே.

மிருகங்களின் நிறங்களும் பல வகைப்பட்டன. சில மிருகங்களின் தோலின் நிறம் அவைகளின் வசிப்பிடத்தின் பொது நிறத்துடன் இசைந்திருக்கும். வரிக்குதிரையும், ஒட்டகைச் சிவிங்கியும் காட்சிச் சாலையில்தான் கண்ணைப் பறிக்கும் தோற்றமுடையன. அவை களின் இயற்கை வசிப்பிடமான ஆப்பிரிக்கா தேசத்துக் காட்டு வெளியிடங்களில் வரிக்குதிரையின் கீற்றுக்களும் ஒட்டகைச் சிவிங்கி யின் தடங்களும் புதர் நிழலோடு கலப்பதால் அம்மிருகங்கள் கண் ணுக்குப் புலப்படுவது அரிது. அதுபோல, இலேசான தவிட்டு நிற முள்ள வெள்ளைக் கரடி, தான் வாழுமிடத்திலுள்ள பனிக்கட்டி களை ஒத்திருப்பதால், ஆர்க்டிக் பிரதேசத்து அந்தி வெளிச்சத்தால் கண்ணுக்குப் படுவது அசாத்தியமென்னலாம். பனிக்கட்டிகளுடனே ஒட்டியொட்டிப் பதுங்கி வேட்டையாடி, தன் இரையான ஸீல் களுக்கு வெகு சமீபத்தில் வந்தபின்பே அவை மேல் வெள்ளைக் கரடி பாய்வது வழக்கம்.

சில மிருகங்கள் பருவத்துக்கேற்றபடி நிறம் மாறுகின்றன. ஸ்டோட் என்ற கீரிப்பிள்ளை போன்ற மிருகம் கோடைக்காலத்தில் தவிட்டு நிறமாயிருக்கும்; மாரிக்காலத்தில் நிறம் மாறி வெள்ளை

யாய் விடும். பனிக்காலத்தில் வெள்ளையாவதால், அது தன்னைச் சூழ்ந்திருக்கும் பனியை யொத்து எதிரிகளுக்கு இலேசாய்ப் புலப்படாது. இம்மிருகத்தின் மாரிக்காலச் சர்மத்திற்கு 'எர்மின்' என்று பெயர். இஃது அதிக விலைபெற்ற சர்மம். இத்தோலை மேல்நாட்டு அரசர்களணிவது வழக்கம்.

மழை

வெளியில் மழை கொட்டுகிறது. எதிரிலே, தெருவில், ஓர் எருமை மாடு அதை ஆனந்தமாக அநுபவித்துக்கொண்டிருக்கிறது. அயல் வீட்டு வேலைக்காரக் குட்டி, பிரமாண்டமான குடை யொன்றை ஒரு கையிலும், சேலையைத் தூக்கியொரு கையிலும் பிடித்துக் கொண்டு எங்கேயோ போகிறது. பப்படம் விற்கும் மலையாளிகளிரு வர், மழையிலிருந்து ஒதுங்கி, எங்கள் வீட்டின் முன்முற்றத்தில் 'தாமதிக்கின்றனர்'. நான் வீட்டினுள் ஒரு சாய்வு நாற்காலியில் படுத்துக்கொண்டு, ஒரு மணி நேரமாய் இப்படிப் பிடிவாதமாய்ப் பெய்யும் மழையையும், கூரையிலிருந்து விடாமல் கசியும் மழை ஜலத்தையும், மழைத்துளிகளினால் மங்கி ஏதோ ஒரு நிழல் போல் தோன்றும் எருமை மாட்டையும், மலையாளிகளையும் பார்த்துக்கொண்டிருக்கிறேன். பப்படம் விற்கும் மலையாளி ஒருவன், மற்றவனை நோக்கி, "ஒ சேஷா! மழபெஞ்சா எங்கப் பார்த்தாலும் வெள்ளம்" என்கிற அபூர்வ சத்தியத்தை உதவுகிறான்.

மயிலுக்கும், எருமை மாட்டிற்கும், குழந்தைகளுக்கும் மழைமீது அதி மோஹமாம். ஆனால், சாதாரணமாக மனிதர்களுக்கு மழை பிடிக்காது. நான் அசாதாரணமான மனிதன். இவ்விஷயத்தில் மயிலையும் எருமை மாட்டையும் ஒத்தவன். எனக்கு மழை ஆசை கொண்ட சிநேகிதன் ஒருவன் இருக்கிறான். கொட்டுகிற மழையில், சில வேளைகளில், நாங்களிருவரும் புறப்படுவோம்.

இஷ்டம் போல் திரிவோம். போகுமிடமெல்லாம் நாங்கள் இருவர்தாம். மழைக்குப் பயந்து யாரும் வெளியில் வரமாட்டார்கள்; அவரவர் வீடுகளினுள் பதுங்கியிருப்பார்கள். அப்படி யெங்கேயா வது போய்த்தான் தீரவேண்டுமென்றால், ஒரு குடையின் கீழ்க் கூனிக்கொண்டு அவசரமாய்ப் போவார்கள். உல்லாசமாய் மழை யில் உலாவும் நாங்கள், இவர்களைக் கண்டால், "பயங்காளி ஓடு கிறான் பார்! என்னடாப்பா, சர்க்கரையா, கரைந்துவிடுவானா?" என்று எங்கள் தைரியத்தை நாங்களே வியந்து மகிழ்வோம். வண்டி, கார், இவைகளில்கூட மழையில் யதேச்சையாக எவரும் போகமாட்டார்கள். இப்படித் தெருத்தெருவாக மழையில் திக்விஜயம் செய்து வருகையில், ஒரு தரமாவது, உற்சாகத்துடன்

தோகை விரித்தாடும் மயிலொன்றை நாங்கள் பார்த்ததில்லை. ஆனால் என்றும் நாங்கள் மயிலைத் தெருவில் கண்டதில்லை. தூவானத்தில் தலையைத் தூக்கிச் சிலை போல் நின்றுகொண்டு நனைந்து ஆனந்திக்கும் எருமைகளை அநேகமுறை கண்டிருக்கிறோம். மழையில் விளையாடும் குழந்தைகளை எங்கும் பார்த்ததில்லை. மழை பெய்யும்பொழுதெல்லாம் குழந்தைகள் வீட்டை விட்டு அசையக் கூடாது என்று பெரியவர்கள் கட்டுப்படுத்துவது இதற்குக் காரணமாயிருக்கலாம்; அல்லது குழந்தைகள் மழைப் பிரியர் என்பது நமக்குள் சகஜமாய் வழங்கும் பொய்களில் ஒன்றாயிருக்கலாம்.

சில வேளைகளில் மழை கொட்டும்பொழுது வீட்டினுள் அடக்கமாயிருப்பதே சுகம். ஓயாமல் சொட்டும் மழையை – சத்தமற்று, அலர்ந்து கடமைக்கென்று பெய்யும் மழையை நான் இங்கு குறிப்பிடவில்லை; இதில் எவருக்கும் உற்சாகம் இருக்காது. கார்காலத்தில், இரவில் மின்னலும் இடியும் காற்றும் மழையும் கலந்து சீறியடிக்க வேண்டும். ஊர் கொள்ளாது மழை வர வேண்டும். கட்டிலில் சாய்ந்துகொண்டு சுகமாய் ஒரு புத்தகத்தைப் படித்துக் கொண்டேயிருக்க வேண்டும்; அல்லது கம்பளியை இழுத்துப் போர்த்தி இருட்டில் படுத்துக்கொண்டு, சுவர்மேல் சாரல் மெது வாகத் தட்டுவதையும், கூரை மேல் மழை கொட்டுவதையும், தூரத்தில் வீசும் காற்றின் ஓசையையும், மழையின் அநேகக் குரல்களையும் கேட்டுக்கொண்டேயிருக்க வேண்டும். அப்பொழுதெல்லாம் இந்த அடிகள் எனக்கு நினைவு வரும்.

காற்றடிக்குது, கடல் குமுறுது
கண்ணை விழிப்பாய் நாயகனே
தூற்றல் கதவு சாளரமெல்லாம் துளைத்தடிக்குது
மழை துளைத்தடிக்குது பள்ளியிலே.

மழை நின்றுவிட்டது. எருமை மாடு எங்கேயோ போய்விட்டது. இதையெல்லாம் எழுதுவதில் நான் அதைக் கவனிக்கவில்லை. அயல் வீட்டுக் குட்டி மடித்த குடையை ஒரு கையிலும், மஞ்சள் நிறச் சுருட்டு டப்பியொன்றை ஒரு கையிலும் கொண்டு திரும்பி வருகிறது.

முன்முற்றத்தில் சாரல் வீசியதால் சற்று நனைந்த பப்படக் கட்டுகளை, மலையாளிகள் துடைத்து, கூடையில் வைத்துக்கொண்டிருக்கிறார்கள். எதிரே தெருவிலே சாக்கடையில் சிவந்த அழுக்கு நீர் காவிரி போல் ஓடுகிறது.

பப்படம் விற்கும் மலையாளி ஒருவன், மற்றவனிடம், "ஓ சேஷா! பூவாம் வா" என்று சொல்லுகிறான்.

கழுதை கனைப்பதேன்?

சில வருஷங்களுக்கு முன் மாண்டுபோன பிரபல ஆங்கிலக்கவி யொருவர் கழுதை கனைப்பதைப் பற்றிப் பின்வருமாறு எழுதி யிருக்கிறார்:

'ஏ கழுதையே! நீ ஏனிப்படிக் கனைக்கிறாய்? நீ என்ன காரணத் தினால் இப்படித் துக்கமும் ஏக்கமும் கர்ணகடூரமும் கலந்த குரலில் சப்திக்கின்றாய்? ஆஹா, எனக்கு உன் ஏக்கத்தின் காரணம் தெரி யும்! உன் கர்ணகடூரத்தின் அர்த்தம் முழுதுமெனக்கு விளங்கி விட்டது.

அரபி தேசத்தில் கழுதையின் கனைப்பைக் கீழ்க்கண்டபடி மொழிபெயர்க்கிறார்கள் "ஹை ஹோ, ஹூ ஹூ ஹூ பெண் கழுதைகளே இல்லையே! ஹி ஹி எல்லாப் பெண் கழுதைகளும் இறந்துபோய்விட்டனவே! ஐயோ, ஒருத்தி பாக்கியில்லாமல் மாண்டனரே! ஹை, ஹி ஹி ஹி ஹி."

இதுதான் கழுதையின் சப்தத்திற்கு சம்பூர்ண அரபி அர்த்தம்.

அரபி தேசத்தவர்களுக்குக் கழுதையை அந்நியோன்யமாகத் தெரிந்தவாறு வேறு எவருக்குத் தெரியும்?'. இப்படியெல்லாம் இந்தக் கவி எழுதியிருக்கிறார்.

ஆனால் கழுதை கனைப்பதற்கு இது தகுந்த காரணமாகுமா? யோசிக்கும் வேளையில் இது போதுமான காரணமாகத் தோன்றவில்லையே. நிர்தாட்சண்யத்துடனும், உண்மையையே தேடும் நோக்கத்துடனும், சுற்றுமட்டும் பார்த்துவிட்டு, பெண் கழுதைகள் இல்லவே இல்லையென்று எவராலும் சொல்ல முடியுமா? பின் கழுதை கனைப்பதேன்?

மற்றுமொரு கவிவாணர் சொல்லுவதைக் கவனிப்போம். இன்னும் உயிருடனிருக்கும் ஓர் ஆங்கிலப் புலவி, "விளக்கு கழுதை போல் கனைக்கிறது" என்று எழுதுகிறார். இதற்குப் பொருள் – கழுதையின் குரல் எப்படிக் காதைத் துளைத்து நமக்கு வெறுப்பு மூட்டுகிறதோ, அதுபோல் இந்த விளக்கு கண்ணை உறுத்தும் பிரகாசத்துடன் எரிகிறது என்பதாம். இதை இன்னும் விரித்துப் பொருட்படுத்தி, மேலும் தலைகீழாகத் திருப்பினால், விளக்கு எப்படி எண்ணெய், திரி இவை அளவுக்கு மிஞ்சினமையால் கண்ணை உறுத்தும் பிரகாசத்துடன் எரிகிறதோ, அதுபோல் கழுதை தன் ஜீவசக்தியின் முதிர்ச்சியினால் கனைக்கிறது என்று தெரியவருகிறது. அதாவது கொழுத்துப்போய்க் கனைக்கிறது.

இது நிற்க. புலவர்களின் (ஆங்கிலப் புலவர்களின்) வாக்கைச் சற்று மறந்துவிட்டு, கழுதை கனைப்பதன் காரணத்தை மேல்நாட்டு இயற்கை சாஸ்திர விதிகளை அனுசரித்து ஆராய்ந்து பார்ப்போம். இந்த ஆராய்ச்சியின் தொடர்ச்சியிலேயே, மற்ற கனைக்கும் பிராணிகளுடன் (அதாவது கழுதையைப் போல் நாலுகாலமைந்த சாக பக்ஷிணிகளுடன்) கழுதையை உவமானப்படுத்திப் பார்ப்பது நலம். மற்ற விஷயங்களில் பொருத்தமிருந்தால் கனைப்பின் காரணத்திலும் பொருத்தமிருக்கலாம். இப்பேர்பட்ட மிருகங்கள் குதிரை, கோவேறு கழுதை, ஆப்பிரிக்கா தேசத்தில் வசிக்கும் ஸீப்ரா, ஆசியா மாகாணத்தின் பாலைவனங்களிலுள்ள ஒனேகர் – இவைகளாம். மேலும் தென்அமெரிக்காவிலுள்ள காடுகளில் ஸ்வாதீனமாகத் திரியும் ஒரு வகைப் பன்றி சிற்சில வேளைகளில் ஒரு வித மிருதுவான குரலில் கனைக்குமாம். இவைகளையெல்லாம் உற்று நோக்குங்கால்...

இது மட்டும் எழுதியதற்கெல்லாம் நான் பொறுப்பாளியல்ல. தற்காலத்தில் சாதாரணமாய்த் தமிழில் வழங்கும் ஒரு முறையையே நான் அனுசரித்திருக்கிறேன். இப்படி எழுதுவதுதான் 'இயற்கை ஆராய்ச்சி' என்று வழங்குகிறது. ஆங்கிலத்திலோ வேறு பாஷையிலோ உள்ளதை ஆதாரமாகக் கொண்டு, பயனற்ற, ருசியற்ற ஓர் அல்ப விஷயத்தைப் பற்றி, தன் வசனத்தின் மேதைமையையும் உணர்ந்து நகையாது, நீண்டு விரித்து எழுதுவதே 'இயற்கை ஆராய்ச்சி.' இதை சகஜமாய் எங்கும் காணலாம். இதைத் தமிழில் நூதனத் துறையென்றே சொல்லலாம். என்றுதான் இந்தத் 'துறை' ஒழியுமோ! என்னைப் பொறுத்தமட்டும், இதை எழுதினதின் பயனாக, ஒரு தீர்மானம் –

இனிமேல் ஒரு நாளும் நான் 'இயற்கை ஆராய்ச்சி' எழுதவும் மாட்டேன், படிக்கவும் மாட்டேன், "படிக்கபக்க நின்று கேட்கவும் மாட்டேன்!"

பாபநாசம்

தஞ்சாவூர் ஜில்லாவில் பாபநாசமென்று ஒரு சிறு ஊர் இருக்கிறது. இவ்விடத்தில்தான் திருநாவுக்கரசர் மற்ற ஸ்தலங்களிலுள்ள சுவாமி களைப் பாடியது என்று நினைக்கிறேன். ஆனால் இந்த ஊரைக் குறித்து நான் எழுதவில்லை. இதைப் பற்றி எனக்கு ஒன்றுமே தெரி யாது. இதை நான் தூரத்திலிருந்துகூட எட்டிப் பார்த்ததில்லை. மேலும் தஞ்சாவூர் ஜில்லாவிலிருக்கும் பாபநாசத்தைக் குறித்து நான் எழுதுவானேன்? நான் பிறந்தது திருநெல்வேலியில்.

திருநெல்வேலி ஜில்லாவில் பாபநாசமென்று ஒரு சிறு ஊர் இருக் கிறது. இதை 'பாவநாசம்' என்றும் 'பாபவிநாசம்' என்றும் சொல்வ துண்டு. பார்வைக்கும் அளவிலும் சிறியதாயிருந்தபோதும் இது ஒரு பெயர்பெற்ற புண்ணிய க்ஷேத்திரம். இந்த ஊர்க்கோவிலில்தான் உலகநாயகி அம்மன் இருக்கிறாள். கோவிற்குளத்தில் நூற்றுக்கணக் கான மீன்கள் போவோர் வருவோர் விசிறி எறியும் தானியங்களைத் தின்றுகொண்டு கவலையற்று வாழும். இவைகளை எவரும் பிடிக் கவோ துன்புறுத்தவோ முயலாமையினால், மனிதர்களை இவை நட்புடன் பாராட்டும். குளத்தினருகில் போய் நின்றால், சாண் நீளமும் முழ நீளமுமாக வெள்ளி மீன்கள் துள்ளி விளையாடிக் கரையோரமாக நீந்தி வரும். இவ்வூரில், மணல் மீதும் கற்களின் மீதும் புரண்டோடும் சிற்றாறுகளையும், பாறை நடுக்குட்டைகளை யும், சிறு நீர்வீழ்ச்சிகளையும் எங்கும் காணலாம். குட்டைகளில் தேங்கி நிற்கும் நீர் கண்ணாடி போல் தெளிவாகவிருக்கும் – பத்துப் பதினைந்து அடி ஆழமுள்ள இடங்களிலும் அடியிலுள்ள கூழாங்கற்களை எண்ணலாம். கரைகளில் மரங்களும் செடிகளும் அடர்ந்து வளர்ந்திருக்கும். எங்கு பார்த்தாலும் குளிர்ச்சியும் பசுமை யும் வனப்புமே தென்படும். ஆனால் வானரங்களும் தென்படும்.

தனித்தும், ஜதைகளாகவும், கூட்டங்களாகவும் குரங்குகள் எங்கும் திரியும். கோவிற்சுவர்களிலும், கிளைகளிலும், மரத்தடியிலும் பாறை களின் சிகரங்களிலும் குரங்குகள் உட்கார்ந்திருக்கும். மலையடிவார க்ஷேத்திரங்களிலேயே வானரங்களை விசேஷமாகக் காணலாம். திருச்சானூரிலும், அம்மைநாயகனூரிலும் "மலையார் சாரன் மகு

டன் வந்த மடமந்தி, குலையார் வாழைத்தீங்கனி மாந்துங் குற்றால"த் திலும் எண்ணற்ற வானரங்களுள்ளன. எனிலும், இந்தப் பாபநாசத் தில் குரங்குகள் செழித்துள்ளவாறு வேறெங்குமே நான் கண்ட தில்லை. வாலியின் வம்சத்தினர் இலங்கையிலிருந்து போர்க்களைப் புடன் திரும்பும்பொழுது, "கிஷ்கிந்தை வெகு தூரத்திலிருக்கிறதே – இங்கு குளிர்ந்த நீரும் சோலைகளும் மரநிழலும் உள்ளன" என் றெண்ணி, இவ்விடத்தில் தங்கிவிட்டனர் போலும்.

இக்குரங்குக் கூட்டம் ஒவ்வொன்றிற்கும் ஒரு தலைவனுண்டு. கூட்டத்தினுள் எந்த ஆண் குரங்கு வலிமையுடையதாகவும், பராக்ர மசாலியாகவும், மற்றவைகளை அடக்கும் திறனுடையதாகவும் இருக் கிறதோ அதுவே தலைவன். நமக்குள், இளவயதில் கீர்த்தி பெற்று சமூகத்தின் பிரதானிகளாய் விளங்குபவர், முதுமையில், தங்கள் புலன்களின் சூட்சுமத்தையும் புத்திக்கூர்மையையும் இழந்தபின், முன் னிலும் உயர்ந்த பதவிகளை வகித்து சமூகத்தின் தலைவர்களாகவே விளங்குவது சகஜம். இந்தக் குரங்குகளுக்குள் அப்படியில்லை. வயதி னால் புத்தி மழுங்கித் தோள்வலி குன்றிய வானரத் தலைவன், தன் னிலும் பராக்ரமம் மிகுந்த ஒரு புதுத் தலைவனுக்கு இடங்கொடுத்து, அதற்குக் கீழ்ப்படிந்து வாழும். அல்லது, கூட்டத்தை விட்டு தனி யாகவோ மற்றக் கிழக்குரங்குகளுடன் சேர்ந்தோ வசிக்கும். யௌ வனம் வாய்ந்த மந்திகளின் நட்பையும், மற்ற வானரங்களின் மதிப் பையும் ஆட்சியின் பொறுப்பையும் கவலைகளையும் இழந்துவிடவே, இவை வேறு வேலையற்று, சண்டையிலும் சச்சரவிலும் கையிலகப் பட்டவற்றை வீணாய் அழிப்பதிலும் காலங்கழிக்கும்.

கடைசியாகப் பாபநாசத்திற்கு நான் போனபொழுது, தீபாவளிக் கென்று வாங்கிய என் பட்டு அங்கவஸ்திரத்தை ஒரு கிழக்குரங்கு எப்படியோ திருடி, தாறுமாறாகக் கிழித்துவிட்டது. நமக்குள் வழங் கும் முறைகளை இக்குரங்குகள் அனுசரித்திருந்தால், அது தன் இனத் தினரை ஆளுவதிலேயே கண்ணுங் கருத்துமாக இருந்திருக்கும். என் அங்கவஸ்திரம் இன்னும் என்னிடம் இருந்திருக்கும்.

பறவைகள்

குக்குறுவான்

பங்குனி மாதம் பிறக்க இன்னும் சில நாட்களிருக்கும்போதே இதை நான் எழுதுகிறேன். மாசியின் இராப்பனி ஒருவாறு படிந்து, இருள் காலையும் குளிரற்றிருக்கிறது. நாளுக்கு நாள் வளரும் சூட்டுடன் பகலெல்லாம் வெயில் காய்கிறது. வேனிற்காலம் இங்கு வந்து விட்டது. இது நிஜமே. இனி இளவேனில் முதிர்ந்து முடியுமட்டும் குளிர்ந்த காற்றும் மப்பும் மந்தாரமுமான வானங்களும் திரும்ப மாட்டா என்பதை எல்லோரும் அறிய தினமும் மத்தியான வெயிலில் குக்குறுவான் விடாது கூவுகிறது.

இந்தப் பறவையைத் தெரியாதவர் யாருமில்லை. ஒருகால் அதன் பெயர் தெரியாமலிருக்கலாம். அதைப் பார்த்தறியாமலுமிருக்கலாம். ஆனால் பிறவிச் செவிடர்களைத் தவிர எல்லோரும் அதன் குரலைக் கேட்டிருப்பார்கள். கோடைக் காலத்து இடை மத்தியான வெயில் தீயாக விழுகையில் எல்லாப் பிராணிகளும் வெப்பம் தாங்காது நிழலிலொளிந்து நிசப்தமாகவிருக்கும்போது, 'குக் . . . குக் . . . குக்!' என்று ஒரே குரலில் மாறாத லயத்துடன் ஓயாமல் ஒரு பறவை சப்திப்பதைக் கேட்கலாம். தூரத்தில் செம்பு கொட்டித் தகடு தட்டும் ஓசையை இதற்கு உவமை கூறுவதுண்டு. இதுதான் குக்குறுவானின் குரல். இது போல் 'குக் . . . குக் . . .' என்று கூவுவதால்தான் அதற்கு இந்தப் பெயர் வந்தது.

கோடையில் தமிழ்நாட்டில் எங்கும் குக்குறுவானைக் கேட்கலாம். அதுமட்டும் அது மௌனமாகவிருக்கும். உறுதியாக வெயில் காய ஆரம்பித்ததும் கூவத் தொடங்கும் – பிறகு முதிர்வேனில் ஓயுமட்டும் அதுவும் ஓயாது. சென்னையில் இப்பறவையை சகஜமாகக் கேட்கலாம். பல வருஷங்களாக உழைத்து நமக்குத் தமிழ்ப் பேரகராதி *(lexicon)* உதவிய சென்னை சர்வகலாசாலைப் பண்டிதர்கள் கோடையில் தினமும் வெப்பத்தோடும் வார்த்தைகளோடும் போராடிப் பேரகராதி இயற்றுகையில், குக்குறுவானின் குரலைக் கேட்காதிருந்திருக்க முடியாது. அப்படியும் 'குக்குறுவான்' என்ற சொல்லுக்குக் கீழ்க்கண்டபடி அவர்களகராதியில் பொருள் தந்திருக்கிறது.

"*A green screeching barbet;* கீச்சென்று ஒலிக்கின்ற பசு நிறமுள்ள பறவை விசேடம்." இதில் விசேடம் பறவையைப் பொறுத்ததில்லை – பொருள் விளக்கத்தைச் சேர்ந்ததே. குக்குறுவான் வம்சத்தைச் சார்ந்த மற்றொரு பறவையின் குரலையும் தமிழ்நாட்டில் கேட்கலாம். இது 'குக்' என்று சொல்லாது. 'குட்டுர்... குட்டுர்... குட்டுர்...' என்று சப்திக்கும். (இதற்குத் தமிழில் தனிப்பெயர் இருப்பதாகத் தெரிய வில்லை. இதைக் 'குட்டுறுவான்' எனலாம்!) ஆனால் குக்குறு வானோ அதன் தாயாதிகளோ கீச்சென்று ஒலித்து எவரும் கேட்டதில்லை.

மேற்கண்டபடி குக்குறுவான், "பசுநிறமுள்ள பறவை" என்பது உண்மையே. ஆனால் மற்ற வர்ணங்களும் பல கொண்டது. குக்குறு வான் பருத்துத் தடித்தவோர் ஊர்க்குருவியளவில், மேல்பாகம் பச்சையாகவும் அடிப்பக்கம் மஞ்சள் நிறமாகவும் நெற்றி, மார்பு, கால்கள் மூன்றும் குருதிச் சிவப்பாகவும், தடித்த அலகும், மீசை கறுத்துமிருக்கும். இத்தனை வர்ணங்களால் அலங்கரிக்கப்பட்டும், விடாமல் கூவும் சுபாவம் வாய்ந்தும், அப்பறவையைத் தேடியே காணலாம். கூவும்போது தலையை உதறியசைப்பதால் இது எந்த மரத்திலிருந்து கூவுகிறதென்று தெளிவாகத் தெரியாது; சமீபத்தி லிருந்தும் சற்றுத் தள்ளியுள்ள மரத்திலிருந்து அதன் குரல் வருவது போல் தோன்றும். ஆல், கல்லால், அரசு முதலிய அத்திவகை மரங் களின் இலையடர்ந்த கொப்புகளிலும் அவற்றின் கனிகளிலும் குக்குறுவான் மிகப் பிரியமுள்ளது. தலைக்கு மேலுள்ள ஆலங்கிளை யிலுள்ள குக்குறுவானும் இலேசில் தென்படாது. அதன் உருண்ட பச்சை நிறவுடல் இலைகளையும், நெற்றி மார்புச் சிவப்புப் பழங் களையும் ஒத்திருக்கும். ஆயினும் உற்றுக் கேட்டு உற்றுப் பார்த்தால் குக்குறுவானை நேரில் கண்டு தெரிந்துகொள்ளலாம்.

இது ஏனிப்படி இடைமத்தியான வெயில் பாழ்போகாது வீணாக விடாமல் கூவுகிறது? காரணம் எனக்குத் தெரியாது. குக்குறு வானைக் கேட்டே அறிந்துகொள்ள வேண்டும். அதை விசாரித்தால் 'இதிலென்ன ஆச்சரியம், உங்களுக்குள் சொன்னதையே சொல்லிச் சளைக்காது பேசிப் பொழுதை வீண் போக்குபவர் இல்லையா?' என்று அது மறுமொழி கூறலாம்.

வல்லூறு

எல்லா வகைகளிலும் செழித்து விளங்கும் நம் தமிழ் மொழியில் பல பறவைகளுக்குப் பெயர் கிடையாது. சில பறவைகளுக்கு மட்டும் குறிப்பாகத் தனிப்பெயருண்டு. இன்னும் சில பறவைகளுக்கு வேறு பட்சிகளுடன் கூடிய இனப்பெயர்கள் வழங்குகின்றன. இம்மாதிரியான இனப்பெயர்களும் ஒரே வகைப் பட்சிகளைக் குறிக்காது பல வகைகளைத் தழுவுவதும் அடிக்கடி நம் கண்களில் தென்படும் பறவைகளுக்குக்கூடப் பெயரில்லாமலிருப்பதும் நமது மொழிக்கு ஒரு பெரிய குறைதான். ஆனால், அது தமிழுக்கு மட்டும் ஏற்பட்ட குறையில்லை. நமது தேசத்தில் வழங்கும் இதர பாஷைகளான தெலுங்கு, கன்னடம், மராத்தி, ஹிந்தி முதலிய மொழிகளிலும் இதே குறைகளைக் காணலாம். இதனால் இந்தப் பறவைகளைப் பற்றித் தெளிவாகச் சொல்ல ஆங்கிலத்தின் உதவியைத் தேட வேண்டியிருக்கிறது.

வல்லூறு என்ற பறவை இனம் ஆங்கிலத்தில் “பெரிக்ரின்”, “ஷாஹின்” எனப்படும் ஒரே குலத்தைச் சேர்ந்த பறவைகளைக் குறிக்கும். சென்னைப் பொருட்காட்சிச் சாலையில் இந்தப் பற

வைக்கு ராசாளி என்று பெயரிடப்பட்டிருக்கிறது. ஆனால் ராசாளி என்பது வேறு இனங்களைச் சார்ந்த புட்கொள்ளும் பறவை களுக்கும் வழங்கும். பெயர் எப்படி இருந்தால் என்ன? பந்தயப் புறாக்களை வளர்த்தவர்களுக்கு இந்தப் பட்சியைப் பற்றித் தெரியாமலிருக்க முடியாது. அவர்கள் வல்லூறை 'பைரி' என்ற வடஇந்தியச் சொல்லாலேயே அழைத்து வருகின்றனர்!

வல்லூறுவின் மேல்பாகம் சலவைக்கல் நிறமாகவும், அடிப்பக்கம் கரும்புள்ளி தெளித்த வெள்ளையாகவும் இருக்கும்; இருண்ட கண்களின் கீழ் கன்னம் கருத்திருக்கும். அளவில் பெரிதான பட்சி யில்லை; ஏறக்குறைய ஒரு காகத்தின் அளவுதான் இருக்கும். ஆயி னும் பராக்கிரமத்திலும், பறக்கும் வேகத்திலும், கொல்லுந்திறனிலும் அதற்கு ஈடோ எதிரோ கிடையாது. வானத்தின் உச்சியிலே, ஒரு சாம்பல் நிறப் பொட்டு போல் தென்படும் உயரத்திலே வல்லூறு மிதந்து வட்டமிடும். கீழே பறக்கும் புள் மீது, தன் இறக்கையை மடித்து இடிபோல் விழும். காற்றைக் கிழித்துக்கொண்டு தலை கீழாய்த் தன் இரை மீது பாய்ந்து, தன் பொல்லாத தசையறுக்கும் பின்னங்கால் நகத்தினால் அதைக் கீறிக் கொன்றுவிடும். சில சமயம் அடிபட்ட வேகத்தில் இரையின் தலை வேறு உடல் வேறாக இரு துண்டுபடும். அப்படி, இரண்டுபட்டு செத்த புள் பூமியில் விழுவதற்குள் வல்லூறு மீண்டும் வேகமாகக் கீழ்நோக்கிப் பாய்ந்து அதைக் கவர்ந்து செல்லும். இதர வேளைகளில் மேலிருந்து பாய்ந்து விழாமல், தன் இரையைப் பின்பற்றி வெகுதூரம் போய்க் கூடப் பிடித்துவிடும். தன்னிலும் பெரிய பட்சிகளை அடித்துக் கொல்லுவதற்கும் வல்லூறு அஞ்சாது. புறாக்களையும், கிளிகளையும், நீர்ப்பக்கம் வாழும் கொக்கு, வாத்து முதலிய பறவைகளையும் சூறையாடிப் பிழைக்கும். 'விண்பட்ட கொக்கு வல்லூறு கண் டென்ன விலவிலத்து' என்ற தனிப்பாடல் அடியும், 'வல்லூறடித்த மடையான் விழுவது போல் நீ விழுவாய்' என்ற முதுமொழி வாழ்த்தும் வல்லூறுவின் இனத்தைப் படம்பிடித்துக் காட்டுகின்றன.

கார்த்திகை மாதம் பிறந்ததும் அனுபவமுள்ளவர்கள் சாதாரண மாகப் புறா ஓட்ட மாட்டார்கள். அந்தக் காலத்தில் வட தேசங்களி லிருந்து தெற்கு நோக்கி வரும் வாத்துப் படைகளைப் பின்தொடரும் வல்லூறுகளில் சில இங்கு வரும். எல்லாவித வாத்துகளுமே (வீடு களில் வளரும் இறக்கை சுவாதீனமற்ற வாத்துக்களைத் தவிர) வெகு வேகமாக நெடுந்தூரம் பறப்பன. அதிலும் "டீல்" என்ற குள்ள வாத்து மணிக்கு சுமார் 65 மைல் வேகத்தில் பறப்பதுடன் பறக்கும் பொழுது வேகம் குன்றாது காற்றில் புரண்டு திரும்பித் திசைமாறும் சாமர்த்தியமுள்ளது. இந்த வாத்தை வல்லூறு வேட்டையாடும். அப்போது "டீல்" வாத்துக்கள் என்னதான் சிறகடித்து வேகமாகப் பறந்தாலும் வல்லூறுவிடமிருந்து தப்ப முடியாது. ஆகையால் வாத்துக்கள் தண்ணீரின் பாதுகாப்பை நாடும்.

ஒரு நாள் ஓர் ஏரிக்கரையில் நின்றுகொண்டிருந்தேன். பத்துப் பனிரெண்டு "டீல்" வாத்துக்கள் அடித்துப் புரண்டு வந்து விட்டெறிந்த கற்களைப் போல் ஏரிக்குள் பாய்ந்து தண்ணீரில் மூழ்கின. அவைகளைப் பின்தொடர்ந்து துரத்திவந்த வல்லூறு நீரினுள் தானும் விழாது இறக்கையைப் பரப்பி, வால் விரித்து, தன் வேகத்தையடக்கி, நீர்மட்டத்துக்கு ஒரு சாண் உயரத்தில் ஒரு கணம் காற்றில் தங்கி, பின் ஏரியை வட்டமிட்டுச் சிகரங்கட்டி விண்ணில் பறந்து மறைந்துவிட்டது. வல்லூறு, ராசாளி வகைகளுள் பேடையே வலுவிலும் அளவிலும் சிறந்தது. ஆண் பறவை சற்றுச் சிறியதாக இருப்பதுடன், பேடைக்குள்ள பராக்கிரமம் அதற்குக் கிடையாது. இது, சில பறவை, ஊர்வன வகுப்புகளில் இயற்கையில் அபூர்வமாகவுள்ள அமைப்பு. சிருஷ்டியின் மேல்படிகளில்தான் ஆண்பால் வலுவில் சிறந்து விளங்கி வருகிறது.

வால் நீண்ட கருங்குருவி

நமது வீடுகளைச் சுற்றி சகஜமாய் வசிக்கும் பிராணிகளைக்கூட அநேகருக்குத் தெரியாது. தமிழ் அகராதிகளைப் போல் 'ஒரு விதச் செடி', 'ஒரு விதக் கொடி', 'ஒரு விலங்கு', 'பறவை வகை' என்று நம்முடன் இந்த வாழ்வைச் சுமக்கும் சகவாசிகளை அறிவார்கள். இப்படித் தம் போக்கையே கவனித்து, வாழ்க்கைச் சுவையின் செம்பாதியையல்லவா அவர்கள் இழந்துவிட்டார்கள்! 'பெரியானைப் பெரும்பற்றப் புலியூரானைப் பேசாத நாளெல்லாம்' மட்டுந்தானா பிறவாநாள்? பசு நிலத்தையும், இருண்ட வானத்தையும், வெயிலையும், புதுமழையில் வீசும் மண் வாசனையையும், பசியையும், பசி தீர்ந்த திருப்தியையும், பிறவியையும், சாவையும் நம்முடன் கூடிப் பங்கிட்டு வாழும் பிராணிகளைப் பேசாத நாளும் பிறவா நாளே என்று நான் சொல்லுவேன். இருந்தாலும், என்னதான் தன் நினைவிழந்து கண் மூடி ஜீவித்தாலும் இயற்கையின் அறிமுகமில்லாதிருப்பது சாத்தியமில்லை. நாம் பாராமுகமாயிருந்தபோதும் தமது நடத்தையால் சில பிராணிகள் நம் கவனத்தைக் கவரும். இங்கே சித்தரித்துள்ள வால் நீண்ட கருங்குருவியை உதாரணமாகக் கொள்ளலாம். இதைத் தெரியாதவர் கிடையாது.

வேலிகளிலும், வயல் நடுக் கம்பங்கள் மீதும், தபால் இலாகா தந்திகள் மேலும் இந்தக் குருவி கம்பீரமாக அமர்ந்திருக்கும். அதன் இருப்பிலும் தோற்றத்திலும் அதற்குள்ள பயமற்ற சுபாவம் விளங்கும். எல்லோரும் கண்ட பறவையாதலால் அதை வர்ணிக்க வேண்டிய தில்லை. மிகப் பொருத்தமாகத் தமிழில் அதற்குப் பெயர்கள் அமைந்திருப்பதை மட்டும் குறிப்பிடுகிறேன். ஆங்கிலத்தில், பெயரி லேயே வர்ணனையடங்கிய பல பறவை நாமங்களுண்டு. 'சாம்பல் தலை', 'அகப்பையலகு', 'வெண் மார்பு' முதலிய அடைமொழிகளைக் கூட்டி இனப்பெயர்களைப் தனிப் பெயர்களாக மாற்றி பறவை களைக் குறிப்பிட்டிருக்கிறார்கள். தமிழிலும் இதுபோல் பெயர் களுண்டு என்பதற்கு 'வால் நீண்ட கருங்குருவி' போதுமான அத் தாட்சி. வால் நீண்டிருப்பதுடன் மீன் போல் இரு பிளவுபட்டிருப்ப தால் அதைக் 'கருவாட்டுவால்' என்றும் அழைக்கிறார்கள்.

இப்படி நுனியில் வால் பிளவுபட்டிருப்பது வெகு சாமர்த்திய மாகப் பறக்கும் பட்சிகளின் அறிகுறி. வால் நீண்ட கருங்குருவி ஆகாசத்தில் வட்டமிட்டு நெடுந்தொலைவு பறக்காது ஒரு கம்பத்தின் உச்சியிலோ, உயர்மரக் கொப்பிலோ உட்கார்ந்து சுற்றுமுற்றும் பார்த்துக்கொண்டிருக்கும். எங்கேயாவது ஒரு பூச்சியைக் கண்டால் தன்னிருப்பிடத்தை விட்டு அதைத் துரத்திப் பறக்கும். அப்போது குருவி வாலை விசிறியும் மடித்தும் சூறாவளி போல் சுழன்றாடி இரை பிடிப்பதைக் கண்டால் அதன் வால் பிளவுபட்டிருப்பதன் காரணம் புலப்படும். சில வேளைகளில் இப்படி இரை வருமட்டும் காத்திராமல் மேயப் போகும் மாடுகளின் மீது சவாரி செய்து வேட்டைக்குச் செல்லும். அப்பொழுது மாடுகளின் குளம்படிகளில் மிதிபடாது தப்பத் துள்ளும் தத்துக்கிளிகளைப் பிடித்துப் பசி யாற்றிக்கொள்ளும்.

கோடை முடிவில் வால் நீண்ட கருங்குருவிகள் ஓங்கி வளர்ந்த ஒரு மரத்தின் மேல் கிளைகளில் கூடுகட்டிக் குஞ்சு பொரிக்கும். கூடு இருக்கும் மரத்தின் அருகில் காகம், பருந்து முதலிய சிசுத் திருடர்கள் அணுகாது குருவிகள் சதா பாரா இடும். அறியாமை யினால் ஒரு பருந்து அந்தப் பக்கமாக வட்டமிட்டு வந்தால், குருவிகள் உடனே மேலே பறந்து குத்தித் துளைக்கும் அம்புகளைப் போல் அதன் முதுகின் மீது பாயும். சுழல் வேகத்துடன் காற்றில் புரண்டு திரும்பும் சாதுரியமற்ற பெரும் பருந்து இந்தக் குருவி களுக்குப் பயந்து இறக்கையடித்து ஓடுவது பார்ப்போருக்குச் சிரிப்பூட்டும் காட்சியே. தங்கள் முட்டைகளையும் குஞ்சுகளையும் சூறையாடும் எதிரிகளை விரட்ட இயலாத மணிப்புறாவும் 'ஓரி யோல்' என்ற பட்சியும் வால் நீண்ட கருங்குருவி கூடு கட்டின மரத்தின் கீழ்க் கிளைகளில் தாங்களும் கூடு கட்டி, பராக்கிரம சாலியின் நிழலில் தங்களுடைய சந்ததியைப் பெருக்கும்.

வால் நீண்ட கருங்குருவியின் குரல் சற்றுக் கரட்டுத்தனமாகவே யிருக்கும். நாள் முழுதும் இந்தக் குரல் அபூர்வமாகவே கேட்கப்படும்.

அதிகாலையில் இன்னுமிருள் சூழ்ந்து குளிரும், சீக்கிரம் பொழுது விடிந்துவிடுமென்ற ஒரு உணர்ச்சியும் கொண்ட வாடை வீசுகை யிலே, வால் நீண்ட கருங்குருவிகள் பாடும். அந்த வேளைக்கு அவை களின் குரல் இசைந்திருக்கும். வருநாளைப் போற்றி வரவேற்கும் மங்கலமாக அப்போது அவ்வொலி முழங்கும்.

சில சந்தர்ப்பங்களில் இந்தக் குருவியைக் கண்டால் மிக அதிருஷ்டமான சகுனம் என்று ஒரு நம்பிக்கையுண்டு. அதாவது, காணுபவர் ஏதாவது காரியமாகப் புறப்படும்பொழுது குருவி அப்பிரதட்சணமாக அவர்களைக் கடந்து, வலதுபக்கத்திலிருந்து இடது பக்கத்தை நோக்கிப் பறந்து செல்ல வேண்டும். இந்தச் சகுனம் வாய்த்தால் கொண்ட காரியம் கைகூடுமென்பதில் சந்தேக மில்லையாம். இதைக் குறிக்கும் ஒரு பழமொழியை (நவநாகரிகத் திற்குத் தகுந்தபடி சற்றுத் திருத்தியே) இங்கு தருகிறேன்:

வால் நீண்ட கருங்குருவி
வலமிருந்து இடஞ்சென்றால்
கால் நடையாய்ச் சென்றவரும்
காரில் திரும்புவாரே!

இது போன்ற பழமொழிகளிலும் சகுனம் குறி முதலியவைகளி லும் நம்பிக்கை கொள்ளுவது தற்கால நாகரிகத்திற்குப் பொருத்த மில்லை. இருந்தாலும், இந்த ஒரு சகுனத்தில் மட்டும் எனக்குச் சம்பூர்ண நம்பிக்கையுண்டு.

கௌதாரி

நான் சிறுவனாயிருந்தபோது எனக்கு ஒரு மகமதிய சிநேகிதனுண்டு. அவனிடம் பச்சை வர்ணப் பூச்சுடைய மூங்கில் கூண்டில் ஒரு சேவல் கௌதாரி இருந்தது. அநேகமாய் அது கூண்டினுள் அடைந்திராது. என் நண்பனைப் பின்தொடர்ந்து அவன் போகுமிடமெல்லாம் அதுவும் செல்லும். அவனும் அதன் சுகத்தை உத்தேசித்துக் கரையான் புற்று இருக்குமிடங்களைத் தேடிச் சென்று, ஒரு கோலால் புற்றுக்களைத் தகர்த்து, வெளியே பெருகிவரும் சிதலைத் தன் கௌதாரிக்கு இரையாக்க உதவுவான். இறக்கை வெட்டாதிருந்தும் அந்தச் சேவல் அவனை விட்டு எங்கும் பறந்து போகாது. அவன் அதை மெல்லச் சீட்டியடித்துக் கூப்பிடுவான். உடனே அது ஆவலுடன் அவனருகில் ஓடி வரும். கூடி நடந்து செல்லுகையிலும் அவ்வப்பொழுது அதைச் சீட்டியடித்து அழைப்பான்; அது தன் முழங்கும் குரலில் பதிலளித்துத் தான் பின்தொடர்ந்து வருவதற்கு உறுதி கூறும். எனக்கும் அந்த மகமதியப் பையனுக்குமுள்ள சிநேகத்திற்கு அவனுடைய கௌதாரிதான் முக்கியக் காரணமென்று இப்போது எனக்குப் புலப்படுகிறது. நான் அடிக்கடி அவன் வீட்டுக்குப் போய் அவனுடன் பேசி அதைக் கண்டு வருவேன். அதன் சிவந்த கால்களில் பட்டு நூலில் நுட்பமான பசுமணி கோத்த காப்புகள் போட்டிருப்பான். தனக்கு அந்தப் பறவையின் பாஷை தெரியும் என்றும் அதனுடன் தனக்கு அந்நியோன்ய நட்பு உண்டென்றும் அவன் என்னிடம் எத்தனையோ தடவை சொல்லியிருக்கிறான். இது நிஜந்தானென்று அவ்வயதில் நான் நம்பினேன். பிறகு, பல வருஷங்களாகப் பிராணிகளின் இயல்பைப் பற்றிப் படித்தும், அவைகளைக் கவனித்தும், இயல்பூக்கம் என்பது நாம் அறிவு என்று சொல்லும் புத்தியில்லையென்றும், பறவைகள் போன்ற பிராணிகளுள் இந்த சுபாவ ஊக்கமே மிகுந்து அறிவின் தூண்டுதல் அபூர்வமாகவிருப்பதும் உண்மைதானென்றும் தெரிந்துகொண்டேன். பறவைகளைப் பழக்குவோர் அவற்றின் சுபாவத்தை உணர்ந்து அதற்கு இணைந்து பழக்கியே, அறிவாதார நட்பிருப்பதுபோல் தம் வசம் அவைகள் நடந்துகொள்ளும்படி செய்கின்றனர் என்றும் அறிந்தேன். ஆனால் இன்னமும் நான்

ஒரு மனிதனுக்கும் ஒரு அற்பப் பிராணிக்கும் நிஜ நட்பிருக்க முடியாதென்று ஒப்புக்கொள்ளமாட்டேன்.

கௌதாரி வளர்ப்பவர் சேவலையே வளர்ப்பார்கள். ஏனென்றால் சண்டையிடுவதற்காகவே அதை அவர்கள் வைத்திருப்பார்கள். பேடைக் கௌதாரி சண்டைக்குதவாது. அதன் குதிக்கால்களின் மேல் வெட்டும் நகங்கள் கிடையாது. தவிரவும் தன் பெண் தன்மைக்கேற்பச் சத்ருவை நேரில் எதிர்த்துச் சண்டையிடாது. ஆண் கௌதாரி தன் அருகாமையில் மற்றொரு சேவலிருக்கப் பொறுக்காது. இறக்கைகளால் தாக்கியும், ஆணி போன்ற குதிக்கால் நகங்களால் குத்தி வெட்டியும் போரிடும்.

கிராமாந்தரங்களிலும் புதர்க்காடுகளிலும் கௌதாரிகளைச் சாதாரணமாகக் காணலாம். சேவலும் பேடையும் ஜதையாகவே இருக்கும். சில வேளைகளில் ஜதைகளுடன் குஞ்சுகளும் சேர்ந்திருக்கும். கௌதாரி மற்ற பட்சிகளைப் போல் அதிகமாகப் பறக்காது. வேண்டுமென்றால் நெடுந்தூரம் பறக்கும் சக்தியிருந்தும், அபாயம் வந்தபொழுது தன் கால்களையும், புதர்க் காட்டுடனும் உழு நிலத்துடனும் ஒத்து மறையும் வர்ணத்தையும் நம்பி ஓடி ஒளியும். காலையிலும் மாலையிலும் மேகங்கள் சூரியனை மறைத்து மந்தாரமாகவுள்ள வேளைகளிலும் கௌதாரிகள் இரை தேடி மேயும். பூமியைக் குத்திக் கிளறித் தானியங்களையும், தத்துக்கிளி, சிதல் முதலியவைகளையும் தேடிப் புசிக்கும். கம்பு, சோளம் பயிரிட்ட பூமியில் அறுப்புக் காலத்துக்கப்பால் நித்தியமாய்க் கௌதாரிகளைப் பார்க்கலாம். நான் எட்டு வருஷ காலமாகக் குடியிருந்த ஓர் ஊரில் என் வீட்டைச் சுற்றி, சுமார் நூறு கஜ தூரத்துள் சோள வயல்கள் இருந்தன. சங்கராந்தியின் பின், தினமும் கௌதாரிகளின் களி முழங்கும் குரல் சூரியனை வரவேற்று விடையளிக்கும். புதர்க்காட்டையும் புல்வெளிகளையும் வயற்காடுகளையும் குறிக்கும் அந்தச் சப்தம் என் செவிகளுக்கு இனிமையாகவும் ஒருவிதக் கிளர்ச்சி கொண்டது போலும் படும்.

குயிலோசை

குயிலோசை யில்லாது வஸந்த காலமேது? தமிழில் மட்டுமல்ல, வடமொழியிலும் ஹிந்தியிலும், இதர இந்திய பாஷைகளிலும், ஆங்கிலத்திலும்கூட, குயிலோசையே வஸந்த காலத்தின் அறிகுறியாகும். (ஆங்கிலத்தில் பெயர் பெற்றது நமது குயிலில்லை, வேறு குயில்.) அநேக நூற்றாண்டுகளாக நமது புலவர்கள் குயிலின் குரலினிமையைக் கொண்டாடி, அருமையான தீந்தமிழ்ப் பாக்களில் அதை இளமாதர் மொழிக்கு உவமை கூறியுள்ளனர். உண்மையிலேயே குயிலின் குரல் அத்தனை இன்சுவை கொண்டதில்லை. காமத்தைப் போலவே அதுவும் வஸந்த காலத்தில் புத்துயிர் பெறுவதால்தான் இந்த உவமானம் பொருத்தமுடையது.

குயிலினும் இனிய குரலுள்ள பல பறவைகளைச் சாதாரணமாகக் கேட்கலாம். வானம்பாடிக்கும், 'ஷாமா' என்ற காட்டில் வாழும் குருவிக்கும், கருங்குருவியினத்தைச் சேர்ந்த சிலவற்றுக்கும், இன்னும் சில பட்சிகளுக்குமுள்ள மதுர கண்டம் குயிலுக்குக் கிடையாது. ஆனாலுமென்ன, வஸந்த காலத்திற்கும் தெளிந்த இனிய கீதத்திற்கும் என்ன சம்பந்தம்? அக்காலத்துக்கு ஒரு வித மனக்கலக்கமும், கிளர்ச்சியும், ரத்தத்திலோடும் அதிருப்தியுமே அடையாளம்: இவையெல்லாம் தொனிக்கும் குயிலின் குரலே அந்தக் காலத்தின் குரல்.

சித்திரை பிறந்ததும் சோலைகளிலும், தோப்புகளிலும், செடியடர்ந்த இடங்களிலும் குயிலோசை முழங்கும். பிறகு ஆவணி மாதம் வரையில் எப்பொழுதும் அதைக் கேட்கலாம். இளவேனிற்காலமே வஸந்த ருது என்று நமக்குள் ஒரு கொள்கை. வேனிற்காலம் முதிர்ந்து ஓயுமட்டும் சமநில இடங்களில் வஸந்த வாடை வீசும், குயிலின் குரலுமொலிக்கும்.

அதிகாலையிலும், மற்றெல்லாப் பிராணிகளும் வெயில் தாங்காது நிசப்தமாக இருக்கும் இடை மத்தியான வேளையிலும், பொழுது சாயும்போதும், குயில்கள் படிப்படியாய் உயரும் தங்கள் பாட்டைப் பாடும். மற்ற வேளைகளிலும் கலகவொலி கொண்ட குரலில் பரபரப்புடன் பலவிதமாகச் சப்திக்கும். நிலாக்காலங்களில் இரவெல்லாம் குயில்கள் கூக்குரலிடும்.

சோமன் புறப்படத் தென்றலும் வீசத்
துயிலொழிய
யாமங்கள் தோறுங் குயில் வந்து கூவும்
அந்நேரத்திலே

என்று காளமேகப் புலவர் பாடியது வஸந்த கால அமைதியின் மையை எப்படி எடுத்துக்காட்டுகிறது!

குயிலின் குரலை நுட்பமாக ஆராய்ந்த நம் புலவர்கள், அதன் தோற்றத்தைக் கவனித்ததாகத் தெரியவில்லை. குயில் கறுப்பாக இருக்குமென்றே அவர்கள் சொல்லுகிறார்கள். கறுப்பிலும் ஏழுவகைகளுண்டு. ஆண் குயில் இதில் இரண்டாந்தரமானது என்று சொல்லலாம். மையிருட்டின் சம்பூர்ணக் கருமையில்லை, காகத்தினும் அடர்ந்த கறுப்பு, அதன் சிவந்த கண்களையும் ஈயநிற அலகையும் எடுத்துக்காட்டும் பளபளப்பான கறுப்பு. மேலும், பெண் குயிலை இந்தப் புலவர்கள் கண்டதில்லை போலும். குயிலின் பேடை ராஜாளி போல் வெண்புள்ளி கரும்புள்ளி படர்ந்திருக்கும். ஆணும் பேடையும் பார்வைக்கு வெவ்வேறு வகைப் பட்சிகளைப் போல் தென்படும் – அவ்வளவு வர்ண மாறுபாடு அவைகளுக்குண்டு.

எல்லாவிதப் பிராணிகளிடத்தும் மக்கட்பேற்றைப் பாதுகாத்து வளர்க்கும் பொறுப்பை சகஜமாய்க் காணலாம். குயில்களுக்கு இந்தக் கவலை கிடையாது. பெண் குயில் திருட்டுத்தனமாகக் காகத்தின் கூட்டில் தன் முட்டைகளையிட்டுவிடும். பிறகு அடை காத்துக் குஞ்சு பொரித்து இளங்குயிலுக்கு இரை தேடிக் கொடுத்து வளர்ப்பதெல்லாம் மாற்றாந்தாய் தந்தை பொறுப்பு. காகங்கள் வயதுவந்த குயில்களைக் கண்ட சமயமெல்லாம் விரட்டும்: ஆனால் குயிலின் முட்டையையோ குஞ்சையோ தம்முடையதாகவே பாராட்டி வளர்க்கும். காதல் எதையும் எதிர்பாராதது. தன் வாழ்க்கையில் இல்லற பாரத்தையறியாத குயிலின் குரல் வஸந்தத்தின் குரலாக ஒலிப்பது பொருத்தமே.

மடையான்

ஆற்றங்கரையிலும் குளத்தோரமாகவும் கால்வாய்களிலும் சிறு குட்டைகளிலும் மடையானைச் சாதாரணமாகக் காணலாம். மேலெல்லாம் சேறு படிந்து கழுத்துக் குறுகிய வெண் கொக்கைப் போலிருக்கும். இந்தப் பறவையைத் தண்ணீர் தேங்கி நிற்கும் எல்லாவிடங்களிலும் பார்க்கலாம். கொக்கின் குலத்தைச் சேர்ந்த பறவைகள் தங்கள் இனத்தை நாடி மந்தையாகக் கூடியிருப்பது சகஜம் – இந்த சகவாசப் பிரியம் நாள் முழுதும் மடையானுக்குக் கிடையாது. ஒரே கரையில் ஏழெட்டு மடையான்களிருந்தபோதிலும் அவைகள் தனித்தே இரை தேடும். ஆனால் இருட்டியதும் அவை களுக்குத் தனிமையில் ஆசை குன்றி, பல நீர்த்துறைகளிலிருந்தும் சிறு கூட்டங்களாகக் கூடி ஓர் ஏரிக்கரையிலோ மற்ற நீர்நிலையடுத்த இடத்திலோ உள்ள பெருமரங்களை நோக்கிச் செல்லும். ஓரிடத்தி லுள்ள மடையான்களனைத்தும் தினமும் பொழுது சாய்ந்தவுடன் இப்படிக் கூடித் தங்கள் அடைமரங்களில் நூற்றுக்கணக்காக வந்து தங்கும். இரவெல்லாம் ஒன்று சேர்ந்திருந்து தூங்கி, பிறகு பொழுது விடிந்ததும் சிறு கூட்டங்களாகப் பிரிந்து வெவ்வேறு துறைகளுக்குச் செல்லும்.

வேட்டையாடும் மடையான் கரையோரமாகத் தண்ணீரிலோ, குட்டை நடுக்கல்லிலோ நின்று தன் நீண்ட கழுத்தை உள்மடக்கி, ஸ்தம்பித்துவிட்டாற் போல் அசையாதிருக்கும். தியானித்து நிஷ்டை யிலாழ்ந்த யோகிகளும் அதைப் போல் செயலற்று, ஜீவனற்று இருக்கமாட்டார்கள்.

ஓடுமீன்ஓட உறுமீன் வருமளவும்
வாடியிருக்குமாம் கொக்கு!

ஒரு மீனோ, தவளையோ மற்ற நீர் வாழும் பிராணியோ சிந்திக்கும் தபஸ்வியைப் போலிருக்கும் மடையானின் அருகில் வந்தால், ஒளி வேகத்தில் அது தன் கழுத்தை நீட்டி, கத்தி போன்ற கூரிய அலகினால் அதைக் குத்திப் பிடித்துவிடும். இயற்கையில், தன் இருப்பைப் பிறர் கவனிக்காதிருப்பதற்கு அசைவற்றிருப்பதே அவசியம். அழுக்குப் படிந்த நிறமுள்ள முதுகுடைய மடையான்

இரை வரவை எதிர்பார்த்து நிற்கையில், சுற்றுமுள்ள சேற்றையும் கற்களையும் ஒத்து ஸ்வரூபம் மங்கியிருக்கும். சற்று தூரம் இடம் விட்டு இடம் நடந்து செல்லவேண்டியிருந்தாலும் தன் போக்கு விளங்காதபடி தண்ணீரில் அமிழ்ந்த கால் நீர் மட்டத்தைக் கலக்காது, மெல்லக் கூனி நகர்ந்து செல்லும்.

சும்மாவிருக்கையில் தன் சூழ்நிலையில் மறைந்து, உருவம் குன்றி, மங்கியிருக்கும் மடையான் இறக்கை விரித்ததும் மாயமாக வடிவு மாறிவிடும். அப்போது அதன் வெள்ளை நிறமுள்ள விரித்த இறக்கைகளும், மார்பும், அதன் மேல்புறத்தின் மண்ணிறத்தை ஒளிக்கவே, ஒரு க்ஷணம் அழுக்குப் படிந்து கூனிக் குறுகியிருந்த பறவை மறு க்ஷணம் கண்ணைப் பறிக்கும் வெள்ளை இறக்கைகள் பரப்பி, வடிவும் வனப்பும் கொண்டு பறந்து செல்லும்.

மடையான் சில கொக்கு வகைப் பட்சிகளைப் போல் வானத்தில் மிதந்து திக்கு நிலைக்காது வட்டமிட்டு, மெல்லப் பறந்து செல்லாது. போகுமிடத்திற்கு நேராக, திடமாக இறக்கையடித்து, வேகமாகப் போகும். கரையில் நின்றுகொண்டிருக்கையில் அதன் நிலையைக் கலக்க ஏதாவது நேர்ந்தால், 'க்றாக்' என்று கடினமான குரலில் சப்தித்துப் பறந்து போய்விடும். மாலையில் அடைமரங்களைப் பார்த்து மடையான்கள் ஒன்றுகூடிப் பறந்து செல்லுகையிலும் இந்த சப்தத்தை அடிக்கடி கேட்கலாம். மடையான் இனத்தைச் சேர்ந்து, அதைப் போல், அதிலும் சற்றுப் பெரிதாகவுள்ள ஒரு நெய்தல் நிலப்பறவையும் சாயங்காலம் வீடு நோக்கிச் செல்லும் போது இப்படி சப்திக்கும். ஆனால், பறக்கும்பொழுதும் அந்தப் பறவையின் தலையும், மேல்பாகங்களும் இருண்டிருக்கும். மடையான் பறக்கையில் கொக்கைப் போல் வெண்ணிறமாக இருக்கும்.

மைனாக் குருவி

சமீபத்தில் நான் மைசூருக்குப் போயிருந்தேன். அங்கே, அரண் மனையை அடுத்த முக்கியக் கடைத்தெருவுக்கு ஏதோ வாங்குவதற் காகச் சென்றேன். அப்போது சாயங்காலம். சூரியன் கடைக் கட்டடங்களின் பின் ஒளிந்து மறையும் வேளை. வீதியின் இரு பக்கங் களிலும் ஜனத்திரள் நெருங்கி வண்டிகளின் போக்குவரவு மிகுந் திருந்தது. அந்த நெருக்கடியில் வழிவேண்டி வண்டிகள் எச்சரிக்கும் சத்தமும், விலை விசாரித்துப் பொருள் கொள்வோரின் சத்தமும், கடை வீதிக் கூட்டத்தில் தமக்குத் தெரிந்தவரைக் கண்டு குதூகல மாகப் பேசுவோரின் சத்தமும், தினப் படிப்பையும் ஆட்டத்தையும் முடித்துக்கொண்டு அவ்வழியாக வீடு செல்லும் மாணாக்கரின் அவசர சம்பாஷணையும் ஒரு குழந்தையின் அழுகுரலும் கலந்து, கன்னடமும் ஆங்கிலமும் பாஷையற்ற ஓசையுமாக எங்கும் ஒலித்தது. ஆனால் இவைகளைக் கடந்து விடாது தணியாது கடலோசை போலொரு முழக்கம் எல்லாவற்றிற்கும் மேலாக தொனித்தது. நூற்றுக்கணக்கான மைனாக் குருவிகள் அக்கம்பக்கங்களிலிருந்து அங்கு வந்து கட்டடங்கள் மீதும் தெரு நடு மரங்களிலும் கூடி, அடையுமுன் அன்று நடந்ததையெல்லாம் ஒன்றுக்கொன்று ஆத்திரத் துடன் இரைந்து சொல்லிக்கொண்டிருந்தன. இருட்டினதும் அவை களின் ஆரவாரம் அடங்கிவிட்டது.

முட்டையிட்டுக் குஞ்சு பொரிக்கும் காலத்தைத் தவிர, மற்ற வேளைகளில், ஓரிடத்து மைனாக்கள் சகஜமாக ஒன்றுகூடியே இராக் கழிக்கும். நாளெல்லாம் ஜதைகளாகவும், சிறு மந்தைகளாக வும் இரைதேடி மேய்ந்து, பொழுது சாய்ந்ததும் அடைமரங்களில் கூடி, சுற்றுமுற்றுமுள்ள சீமை முழங்க இரைச்சலிட்டுப் பின் தூங்கும். இந்தப் பறவைகளுக்கு மிருதுவான இனிய சாரீரம் கிடை யாது. ஒரு மைனா கூவுவதை வெகு தூரத்திலிருந்தே கேட்கலாம் – அடையும்போது நூற்றுக்கணக்காக அவை சேர்ந்து இடும் பேரிரைச் சலை ஒரு மைலுக்கப்பாலிருந்து கேட்கலாம். ஆனால், சாதாரண மாக மனித சமூகத்தின் அருகில் மைனாக்கள் அடைவதில்லை. மைசூரில் நான் கண்டதும் கேட்டதும் சற்று அசாதாரணமானதே. பம்பாயிலும் கடைத்தெருவில் மைனாக் குருவிகளைப் பார்க்கலாம்.

புல்லாந்தரையில் தத்துக்கிளிகளையும் புழுக்களையும் தேடி மைனாக்கள் நீண்டு நடமாடுவதை எல்லாரும் பார்த்திருப்பார்கள். மேயும் மாடுகளைத் தொடர்ந்து அவைகளின் குளம்புகள் கிளப்பும் பூச்சிகளைப் பிடிக்க மைனாக்கள் செல்லும் – உழவுக்காலத்தில் ஏரைப் பின்பற்றியும் செல்லும். புது மழையில் வெளிவரும் ஈசல் படைகளைப் பிடித்துப் புசிக்கும் பல பிராணிகளுடன் மைனாக்களும் சேர்ந்துகொள்ளும். பூச்சிகள் மட்டுமின்றிச் சில பழங்களையும் தின்னும் – ஆலமரம் பழுக்கும்போது தினமும் மைனாக்களை அதன் கிளைகளில் பார்க்கலாம். மனிதர்கள் பிரியமாகக் கூட்டில் அடைத்து வளர்க்கும் மைனாக்கள் நீர் கலந்த கடலைமாப் பசையையும் தின்னும். எனக்குத் தெரிந்தவொரு கூட்டு மைனா பலவித பக்ஷணங்களையும் ஆவலுடன் புசிக்கும்.

மைனாக்களில் பல வகைகளுண்டு. இங்கு குறித்தது கபில நிற உடலும், கருந்தலையும், மஞ்சள் வர்ண அலகும் கால்களும், வெள்ளை நிற வால்பட்டை இறக்கைப் பட்டைகளும் கொண்ட ‘சாதாரண’ மைனா. கோடைக் காலத்தில் மரப் பொந்துகளிலும், கட்டடங்களிலுள்ள சந்து இடுக்குகளிலும் மைனாக்கள் கூடு கட்டும். அவைகளின் முட்டைகள் சுத்த பளபளப்பான நீல நிறமாகப் பார்ப்பதற்கு அழகாக இருக்கும்.

இந்தப் பறவையின் பேசும் திறமை எல்லாரும் அறிந்ததே. சில மைனாக்கள் ஸ்பஷ்டமாக, வார்த்தைகள் புரியும்படி பேசும். இத்தகைய பட்சியை நமது புலவர்கள் எவரும் தூதுக்குத் தகுந்த தென்று கருதவில்லை. ‘வண்டுவிடு தூது’, ‘கிள்ளைவிடு தூது’, ‘நாரைவிடு தூது’, ‘செருப்புவிடு தூது’ முதலிய அநேக முறைகளும் கொண்ட தமிழ் எதற்காகத்தானோ ‘மைனாவிடு தூது’ என்ற முறையை மட்டும் மறந்துவிட்டது? மைனாக்களின் குரல் பலத்தையும் பேசுந்திறனையும் எண்ணினால் சில சந்தர்ப்பங்களுக்கு அவை மற்ற தூதர்களையும் விட மிகப் பொருத்தமுடையவை என்று தோன்றுகிறது. பிற விவகாரங்களில் ஆழ்ந்து சிறிது அசிரத்தையாக விருக்கும் தலைவனுக்கோ, அவன் மனதில் நன்கு படும்படியாக, அழுத்தமாக, தூது சென்று சொல்ல மைனாவைவிட ஏற்றது எது?

காகம்

உத்திர கங்கையிலிருந்து கன்யாகுமரி மட்டும் மனித சமூகமுள்ள இடங்களிலெல்லாம் காகங்களுமுண்டு. நம்முடன் ஒட்டி வாழும் சகஜமான பிராணிகளில் மிகவும் சகஜமானது இப்பறவையே. குழந்தைப் பருவத்திலிருந்து காகங்களின் அறிமுகமாகவே நாம் வளர்கிறோம். இருந்தும், காகங்களைப் பற்றி நாமறிந்தது அதிக மில்லை. ஏன், நமக்குள் அநேகர் முழுக் கருப்பாகவுள்ள அண்டங் காக்கை ஆணென்றும் சாம்பல் நிறக் கழுத்துள்ள சாதாரணக் காக்கை பெண்ணென்றும்கூட நம்புகிறார்கள்!

காகங்கள் நமது தேசத்தில் மிகவும் சாதாரணமாக இருப்பதால் தான் நாம் அவைகளைக் கவனிப்பதில்லை என்று சொல்ல முடியாது – சற்று அசாதாரணமாகவுள்ள பறவைகளையும் நாம் கவனிப்பதில்லை. ஆனால் நம்மூர்க் காகங்களின் வாழ்க்கையை ஆராய்ந்து 'சாதாரணக் காக்கை: அதன் சரித்திரம்' என்ற ஒரு புத்தகத்தையே எழுதியுள்ளது ஓர் அயல்நாட்டு இயற்கை நிபுணரே. இந்தப் புத்தகத்தை நான் படித்ததில்லை. டாம்ஸன் ஸிடன் என்ற வட அமெரிக்க இயற்கை ஆராய்ச்சி நிபுணர் தமது தேசத்துக் காகங் களைப் பற்றி வெகு சுவாரஸ்யமான விதத்தில் எழுதியிருக்கிறார். அவரைப் போல் இயற்கை ஞானமுள்ளவர் அநேகர் இருந்ததில்லை. காகங்களிடும் பல சத்தங்களையும் கூர்ந்து அவைகளின் பாஷை யையே ஒருவாறாக அறிந்து அதை மேல்நாட்டு சங்கீத முறைப்படி ஸ்வரப்படுத்தியும் தந்திருக்கிறார். நான் இது போல் அதி சிரத்தை யுடன் காகங்களின் வாழ்க்கையை ஆராய்ந்து அறிந்துகொள்ள வில்லை. அவைகளின் இருப்பும் போக்கும் அரைகுறையாகவே எனக்குத் தெரியும்.

அண்டங்காக்கைகள் நகரங்களிலும் கிராமங்களிலும் மிகுந்திருந் தும் சாம்பற் கழுத்துக் காகங்களைப் போல் ஒன்றுகூடியிருப்ப தில்லை. மேலும், மனித சஞ்சாரமற்ற காடுகளிலும் மலைச் சாரல்களிலும்கூட அண்டங்காக்கைகள் குடியிருக்கும். அவை களைக் குறிக்காது சாம்பற் கழுத்து 'சாதாரண'க் காகங்களைப் பற்றியே இதை எழுதுகிறேன்.

நகரங்களில் குடியிருப்போர் இந்தக் காகங்களின் திருட்டுத் தனத்தையும் துணிச்சலையும் விநாச புத்தியையுமே அநேகமாய் அறிவார்கள். நீண்ட வாழ்வுள்ள இப்பறவைகள் அனுபவத்தாலும் புத்திக்கூர்மையினாலும் எவ்வளவு தூரந்தான் கேடு வராமல் மனித சமூகத்தையொட்டி ஜீவிக்கலாம் என்று நன்குணர்ந்து தந்திரமாய் நடந்துகொள்ளும். நான் சிறுவனாகவிருந்தபோது என் கர்ணப் புறாக்களைச் சிதறியடித்து விரட்டும் காகங்களை வெல்வதற்கு எத்தனையோ விதங்களில் பாடுபட்டிருக்கிறேன். என் பொல்லாத யுக்தியையும் சூழ்ச்சிகளையும் எளிதில் உணர்ந்து காகங்கள் தப்பித்துவிடும். கையில் எப்போது கல்லிருக்கிறது எப்போது இல்லை, காவலில்லாது வெயிலில் உலர்த்தியது போல் பரப்பிய பண்டங்களில் விஷங்கலந்தது கலக்காதது, மூங்கில் கம்புகளில் பிசின் தடவியது எவை என்றெல்லாம் அவைகளுக்கு எப்படியோ தெரியும். எழுதுந் தமிழில் காகங்களின் சூக்ஷ்ம புத்தி யையும் அளவில்லாத தந்திரத்தையும் எடுத்துரைப்பது கஷ்டம் – ஆனாலும் பேச்சில் இதைக் குறிக்கலாம். 'அது குண்டுவெச்சு சுட்டாலும் விளாதுங்கறேன் – அம்மாஞ் சுறுசுறுப்பு காக்கைக்கு!' என்று சிவகெங்கையில் எனக்கொருவர் சொன்னது உண்மையே!

நாட்டுப்புறங்களில்தான் தங்கள் இயல்புக்கேற்ப காகங்கள் வாழும். அங்கே, நகரங்களிலுள்ளது போல் மனித வாழ்க்கையைக் காகங்கள் அனுசரித்து நடந்துகொள்ளாது. நாட்டுப்புறக் காகங்கள் ஒரு பெரு மந்தையாகக் கூடி வாழும். பொழுது விடியுமுன் கிழக்கு வெளிரும்போதே, காகங்கள் தங்கள் அடைமரங்களை விட்டுச் சிறு பிரிவுகளாகக் கலைந்து, இரை தேடச் செல்லும். அவை செல்லுமிடம் முப்பது மைல் தூரத்துக்கப்பாலுமிருக்கலாம். வயல் களிலும் காடுகளிலும் தானியங்களையும் பழங்களையும் பூச்சிகளை யும் இதர பட்சிகளின் முட்டை குஞ்சுகளையும் தங்கள் வல்லமைக் குட்பட்ட மற்ற சிறு பிராணிகளையும் நாளெல்லாம் தேடியலையும். கணைக்காலளவு நீருள்ள ஒரு குட்டையில் காகங்கள் மீன் பிடிப் பதையும் நான் கண்டிருக்கிறேன். அவைகள் தின்பன பலவாயிருந் தும் நீளப் பறந்து வேட்டையாடியே அவைகளுக்கிரை கிடைக்கும்.

பொழுது சாய்ந்ததும் பல இடங்களுக்கு மேயச் சென்ற பிரிவு களும் சேர்ந்து திரண்டு அடைமரங்களைப் பார்த்துச் செல்லும். அவ்வேளைகளிலும், கூடியிருக்கும் மற்ற வேளைகளிலும், காக சமூகங்களில் தலைவர்கள் இருப்பதைக் கவனிக்கலாம். அனுபவ முதிர்ச்சியுள்ள தலைவர்களின் போக்கையே மற்ற காகங்கள் பின்பற்றும். தனித்து இரை தேடும்போது நல்ல விருந்தை ஒரு காகம் கண்டுவிட்டால் நீண்ட குரலில் கரவி தன் தோழர்களையழைக்கும். கூடிப் பறக்கையில் ஏதாவது விபத்து எதிர்த்தால் முன்செல்லும் காகம் 'கரக்' என்று எச்சரிக்கை செய்ய, கூட்டம் சிதறி மறையும். காகங்கள் ஒன்றுகூடி விரோதியை எதிர்ப்பதும், கூட்டத்தில் இரு

காகங்கள் ஒன்றோடொன்று சண்டையிடும்போதும் மற்றவை கட்சி கொள்ளாமல் ஒதுங்கியிருந்து சண்டையைக் கவனிப்பதும் சகஜமான நிகழ்ச்சிகளே.

மற்றப் பகல் வாழும் பக்ஷிகளைப் போல் காகங்கள் இருட்டினதும் கண் தெரியாமலிருப்பதில்லை. அஸ்தமித்த பின்னும் அவைகள் பறப்பதைத் தினமும் பார்க்கலாம். நிலாக்காலங்களில் காகங்கள் அங்குமிங்கும் திரிந்தலைவதை அநேகமுறை கண்டிருக்கிறேன். அப்போது அவை இரை தேடுவதாகத் தெரியவில்லை. தூக்கத்தை யிழந்து, நாளெல்லாம் இரை தேடிய களைப்பை ஆற்றாது எதற்காக இந்தக் காகங்கள் இப்படி வெண்ணிலாவில் சஞ்சரிக்கின்றனவோ என்று யோசித்தும் அவைகளைக் கவனித்தும் காரணமெனக்குப் புலப்படவில்லை. சந்திர வெளிச்சத்தில் அவை கொள்ளும் களிப்பே அவைகளின் நோக்கமற்ற அலைச்சலுக்குக் காரணமென்று தோன்று கிறது. இயற்கை தரும் எழிலையும் சுகத்தையும் அனுபவிக்கப் பகுத் தறிவும் வியாக்கியானத் திறனும் வேண்டாம் – நம்மைப் போலும், இதர வழிகளிலும் உயிருள்ளவைகளனைத்தும் இயற்கையில் மகிழ்ச்சி கொள்ளலாம்.

பச்சைக்கிளி

சுமார் பதினைந்து வருஷங்களுக்கு முன் நான் அடிக்கடி சங்கீதக் கச்சேரிகளுக்குப் போவதுண்டு. அப்பொழுது சுப்பிரமணிய பாரதி யாரின் தமிழ்ப் பாடல்களைப் புதிதாகச் சில வித்வான்கள் பாடிக் கொண்டிருந்தார்கள். அவர்களுள் பெயர் பெற்ற ஒருவர் பாரதியா ரின் 'முருகக் கடவுள் மீது கிளி தூது' பாடுவார். ஆனால் அவரு டைய உச்சரிப்பு மிகவும் கொச்சையாக இருந்ததால் பாட்டின் சுவை மனசுக்குப் படாது; சிரிப்பே எனக்கு ஏற்படும்.

வல் – ல் – ல வேல் முறுகன் தனையிங்கு
வந் – ந் – துக லந் – ந் – தும கிழ்ந் – ந் – துகு லாவென்று
சொல் – ல் – ல நி வல் – ல் – ல் – லாயோ

என்று பாடுகையில் தனது ஏவுதலுக்கேற்ற திறன் கிளிக்கு உளதோ என்ற சந்தேகமும் அவர் குரலில் தொனிக்கும்.

ஆனால் விடாது பிரயாசைப்பட்டு வார்த்தைகளைக் கற்பித்துக் கொண்டே வந்தால் சொன்னதைச் சொல்லாதா கிளிப்பிள்ளை? ஆச்சரியகரமாக நீண்ட மொழிகளை ஸ்பஷ்டமாகக் கிளிகள் பேசி நான் கேட்டிருக்கிறேன். ஆனாலும் இத்தனை மெல்லிசைச் சொற்களடங்கிய தொடரைக் கிளிகள் சரியாக உச்சரிக்குமென்று நான் நினைக்கவில்லை. பேசும் கிளிகளும் மேற்குறித்த வித்வானைப் போல் சற்று வல்லின அழுத்தம் தோற்றுமாறே பேசும். மேலும், சொன்னதைச் சொல்லும்போதும் நாம் நினைத்ததைத்தான் அவை கள் சொல்லுமென்று எண்ண இடமில்லை. ஒரு காலத்தில் என் மனைவி ஒரு கிளி வளர்த்து வந்தாள். தமிழ் தேசத்தில் வாங்கிய இந்தக் கிளி 'ரங்க ரங்கறங்கா!' என்று தெளிவாகச் சொல்லும். தன் தாய் பாஷையாகிய மராத்தியில் அதற்கு ஏதேனும் சில நல்ல வார்த்தைகள் கற்றுக்கொடுக்க வேண்டுமென்று என் மனைவி மிகவும் முயற்சி செய்தாள். ஒருவாறாக ஏதோ கற்றும் கொடுத்தாள். பிறகு கற்ற வித்தையை என் முன் செய்துகாட்டுமாறு ஒரு நாள் அதைப் பேசத் தூண்டினாள். அன்று கிளிக்கு எதற்காகவோ கோபம். கிளிகள் சினப்பட்டால் அவைகளின் கண்கள் சொருகி வெளிரும்.

இத்தனை நாட்களாகக் கற்ற மராத்தி மொழிகளை ஒப்பிக்காது என் விரலைக் கடித்தது. பின், 'யார் – ர் – றா அவன்! நீ யாற் – ற் – ற் – றா?' என்று நாங்கள் அதிசயிக்கும்படி அதுவரை கேட்காத கேள்வியை விடாது கேட்டு மிரட்டியது. இதை எந்தக் காலத்தில் யார் அதற்குச் சொல்லிக்கொடுத்தார்களோ தெரியாது. இதெல்லாம் நடந்தது உண்மையே. பிறகு எங்களுடன் இருந்த நாட்களெல்லாம் பழைய ரங்கனையும் மறந்து 'யார் – ர் – ர் – றா அவன்? நீ யாற் – ற் – றா?' என்று வந்தவர்களை அந்தக் கிளி அதட்டினதும் நிஜம். கிளிகளுக்கு நம்மைப் போல் பெரிய இடங்களில் மரியாதை, பயபக்தி கிடையாது. வல்வேல் முருகனிடம் சென்றும் 'நீ யார்?' என்று கேட்கலாம்.

சோலைகளிலும் நாட்டுப்புறங்களிலும் வாழும் பச்சைக் கிளிகளைக் குறித்து எழுத நினைத்துக் கூண்டுக்கிளியையும் அதன் பேச்சையும் பற்றி நீண்டு எழுதிவிட்டேன். நாட்டுப்புறங்களில் மட்டும் ஏன், நகரங்களிலும் கிளிகள் சுயேச்சையாக வாழும். வானத்தில் அம்புபோல் பாய்ந்து புரண்டு செல்லும் கிளிகளைச் சென்னையில் அநேகவிடங்களில் காணலாம். இவைகள் பழைய கட்டடங்களில், சந்துகளில் குடியிருக்கும். பெல்லாரி கலெக்டரின் கச்சேரியில் பல வருஷங்களாகப் பச்சைக்கிளிகள் குடியிருந்துவருகின்றன. மற்ற நகரக் கட்டடங்களிலும் அவைகள் இருப்புக் கொள்ளும். நாட்டுப்புறங்களில், இருண்டதும் ஒன்றுகூடி அடைமரங்களில் தங்கும். சோலைக் கிளிகள் மரப் பொந்துகளில் முட்டையிட்டுக் குஞ்சு பொரிக்கும்.

கிளிகள் பழங்களையும் தானியங்களையும் புசிக்கும். அவைகளைப் புசிப்பதைவிடக் கடித்து இறைத்துவிடுவதே அதிகம். பழச் சோலைகளுக்கும் பயிர்களுக்கும் அவை மிகவும் சேதம் செய்வதால் விவசாயிகளுக்கு விரோதிகளே.

கிளிகளின் மேல் அலகு, மற்ற பறவைகளின் மேல் அலகைப் போல் அசைவற்றுக் கபாலத்துடன் சேராமல் சிறிது மேலும் கீழும் ஆடும்படி அமைந்திருக்கும். தன்னுடைய சாமர்த்தியம் வாய்ந்த அலகுகளைக் கிளி பல காரியங்களுக்கும் உபயோகிக்கும். வேர்க் கடலைச் சிப்பியை மெல்லப் பிளந்து உள்ளிருக்கும் பருப்பை நாக்கால் புரட்டித் தின்னும். தொற்றி ஏறுவதற்கும் அலகை மாட்டிப் பிடிக்கும் கருவியாக உபயோகிக்கும் – கடினமான கொட்டைகளை வெட்டிப் பிளக்கவும் இந்த அலகு உதவும். கிளிகள் நம்மையும்விட நீண்ட ஆயுள் உள்ளவை. பல வருஷங்களின் அனுபவத்திலும் பழக்கத்திலும் முன்ஜாக்கிரதையுடனும் தந்திரமாகவும் நடந்துகொள்ள அந்தக் கிளிகளுக்குத் தெரியும். வார்த்தைகளின் கருத்தையறியாது திரும்பவும் திரும்பவும் எந்தச் சந்தர்ப்பத்திலும் அதையே சொல்லுவதால்தான் கிளிப்பிள்ளையின் கற்ற பேச்சு நம் காதுக்குச் சுவையற்று அர்த்தமற்று வெறுப்பூட்டுகிறது. சொல்லின் பொருள

றிந்தே நாம் பேசுகிறோம். ஆகையினால் நாம் சொன்னதையே சொல்லும்போது அது சுவையற்ற வெறும் பேச்சாகாது. அப்படி நாம் பேசுவது ஸ்திரபுத்தியின் அறிகுறி.

மாடப்புறா

கூட்டில் வைத்துத் தீனி போட்டுப் பந்தயத்துக்காகவும் பார்வைக் காகவும் நாம் வளர்க்கும் அநேக வகைப் புறாக்கள் சுயேச்சையாக வாழும் மாடப்புறாவினின்றும் உதித்தனவே. இப்போதுகூடப் பந்தயப் புறாக்களுக்கும் மாடப்புறாக்களுக்கும் மேற்போக்காகப் பார்த்தால் பளிச்சென்று வித்தியாசம் தெரியாது. பறக்கும் போக்கி லும் உடல் அமைப்பிலும் வேறுபாடுகளிருந்தும் சற்று உற்று நோக்கினால்தான் அவை தென்படும்.

ஆங்கிலத்தில் *Blue Rock-pigeon* எனும் புறாவைக் குறித்தே இங்கு எழுதுகிறேன். காடு அடராத மலைச்சாரல்களிலும், செங்குத் தான பாறைகளிடையும், பெருங்குகைகளிலும், மோதி விழும் அருவிகளின் ஓசை நிழலிலும் மாடப்புறாக்கள் கூடித் திரண்டு வசிக்கும். தொல்காலமாய் மானிட சமூகத்தையடுத்துக் கோபுரங ்களிலும் மசூதிகளிலும் மாடங்களிலும்கூட இவை குடியிருந்து வருகின்றன. முன்காலத்தில் மாளிகைகளிலும் வீடுகளிலும் இப்புறாக் கள் தங்க இடம் அமைத்துக் கட்டுவது வழக்கம். 'நெடுநல்வாடை' யில், குளிர்ந்த வடகாற்று வீசப் புறாக்கள் தீனி தேடாது கால்மாறி அடங்குவதைக் கீழ்க்கண்டவாறு வர்ணித்திருக்கிறது:

மனையுறை புறவின் செங்காற் சேவல்
இன்புறு பெடையொடு மன்று தேர்ந்துண்ணாது
இரவும் பகலும் மயங்கிக் கையற்று
மதலைப் பள்ளி மாறுவன விருப்ப.

நக்கீரனார் பாடிய இந்த 'மனையுறை' புறாக்கள் மாடப் புறாக்களே. வீட்டில் பிரியமாக வளர்க்கும் ஜாதிப் புறாக்கள் 'மன்று தேர்ந்து' (அதாவது, வெளியிடங்களில் தேடிப் பொறுக்கி) உண்ணாது. என் கையிலுள்ள பத்துப்பாட்டு உரையில் 'மதலைப் பள்ளி' என்ற பதத்திற்கு 'கபோதத்தலை – வீட்டின் ஓர் உறுப்பு' என்று பொருள் விளக்கியுள்ளது. இதிலிருந்து அக்காலத்திலும் புறாக்கள் தங்க இடம் அமைத்த கட்டடங்கள் இருந்ததாகத் தெரிகிறது. நக்கீரனார் காலம் எதுவாகவிருந்தாலும், பல நூற்றாண்டு களுக்கு முன் கட்டிய மசூதிகளில் புறாக்களுக்காக மேல்தளத்துப் பிடிச்சுவரின் கீழ் வரிசையாகப் பொந்துகள் போன்ற புரைகள் ஏற்படுத்தியிருப்பதையும் அவைகளில் மாடப்புறாக்கள் குடியேறி யிருப்பதையும் இன்றும் காணலாம். ஆதியில் இப்புறாக்கள் வசித்து வந்த இடங்களை ஆராய்ந்து அதனின்று இவைகளுக்கு 'மாடப்புறா' என்ற பெயர் பொருந்துமா என்று வாதிப்பதில் அர்த்தமில்லை. ஆதியில் நாமுந்தான் காடுகளில் சஞ்சரித்து வந்தோம்.

மனிதர் பழக்கி வளர்க்கும் ஜாதிப் புறாக்கள் அபூர்வமாயுள்ள மலைகள் சூழ்ந்த சமஸ்தானமொன்றில் நான் எட்டு வருஷங்கள் குடியிருந்தேன். அங்கு பல இடங்களில் மலைகளைப் பிளந்து செல்லும் ஒரு நதிக் கரையிலிருக்கும் பெரும் பாறைகளில் அநேக மாடப்புறாக் கூட்டங்கள் பல தலைமுறைகளாக வாழ்ந்து வரு கின்றன. எல்லாக் காலங்களிலும் இவைகளை நான் கவனித்திருக் கிறேன். இவைகளின் குஞ்சுகளை என் பந்தயப் புறாக்களுடன் சேர்த்து வளர்த்துமிருக்கிறேன். மேலும் பல நகரங்களிலுள்ள மாடப்புறாக்களை – முக்கியமாக வட இந்திய பெரிய மசூதிகளின் புறாக்களை – கூர்ந்து பார்த்திருக்கிறேன். இந்த அனுபவத்தைக் கொண்டே இதை எழுதுகிறேன்.

இப்படி மலைச்சாரல்களில் வாழும் மாடப்புறாக்களுக்கும், ஊர்க் கட்டடங்களில் குடியிருக்கும் புறாக்களுக்கும் வித்தியாசம் கிடையாது. ஆனால் நகரங்களில் பிற ஜாதிப் புறாக்களும் இவைகளு டன் கூடி வசிப்பதால், பல ஜாதி கலந்து இனம் கெட்டுவிடுவது சகஜம். மாடப்புறாக்கள் நகரங்களின் பேரிரைச்சலுக்கும் ஜன நெருக்கடிக்கும் பயப்படுவதில்லை. பம்பாயின் கடை வீதிகளிலும் அவைகளைக் காணலாம்.

மாடப்புறாக்கள் நீடித்து அதிவேகமாகத் தொலைதூரம் பறக்கும் சக்தியுள்ளவை. மனித சமூகத்தையொட்டிக் குடியிருப்பதால் சுற்றுமுற்றுமுள்ள வீதிகளிலும் முற்றங்களிலும் தானியங்களைத் தேடிப் பொறுக்கித் தங்கள் இருப்பிடங்களின் சமீபத்திலேயே

மேய்ந்து வரும். நாட்டுப்புறங்களிலும், வயல் காடுகள் சூழ்ந்த நகரங்களிலும் காலையில் இரை தேடச் சென்ற புறாக்கள் சாயங் காலம்தான் திரும்பும்; தினமும் வெகு தூரம் சென்று வரும். மேயச் செல்லும் புறாக்கள் ஒன்றுகூடித் திரள் திரளாகப் பறக்கும். மேலும் திசை மாறாது தினமும் ஒரே பாதையில் போய்வரும். பந்தயப் புறாக்களைப் போல் வானத்தில் உயர்ந்து பறக்காது. புறாக்களுக்குக் குடிநீர் அவசியம்; அதிலும் நீண்டு பறந்தபின் அவை களுக்குத் தாகம் மிக அதிகமாக இருக்கும். தங்கள் இருப்பிடங்களை நோக்கி மாலையில் விரைந்து பறக்கும் மாடப்புறாக்கள் வழி யிலுள்ள ஏரியிலோ குளத்திலோ தண்ணீர் பருக இறங்கி, மறுபடியும் இறகடித்துச் செல்வதைப் பார்க்கக் கண்கொள்ளாக் காட்சியாக விருக்கும். அவை சிறிதும் அநாவசியமாகத் தாமதிக்காது. ஏரிக்கரை யைக் கண்டதுமே கீழ்நோக்கிச் சரிந்து இறங்கி, வரிசை வரிசையாக நீருக்குள் தங்கள் கால்கள் மறையுமட்டும் நடந்து சென்று, அவசர மாகத் தாகசாந்தி செய்துகொண்டு உடனே கிளம்பிவிடும்.

வருஷத்தில் பலமுறை இப்புறாக்கள் கூடுகட்டிக் குஞ்சுகள் பொரிக்கும். இதிலும் வேளைக்கு இரண்டு முட்டையிடுவதிலும், சேவலும் பேடையும் முறை மாற்றி அடைகாப்பதிலும், குஞ்சு களுக்குத் தங்கள் இரைப்பையிலுள்ள சம ஜீரணமான உணவை ஊட்டுதலிலும், மற்றப் புறாக்களைப் போலவே இவைகளும் நடந்துகொள்ளும். குஞ்சுகள் வளர்ச்சியில் மட்டும், பந்தயப் புறாக் குஞ்சுகள் போல் நாலைந்து மாதத்தில் வளர்வு முற்றாது. சற்று நிதானமாகவே வளரும்.

வல்லூறுகளும், ராஜாளிகளும், பூனைகளும், கீரிகளும், பாம்பு களும், இன்னும் எப்போதும் தங்களைத் தேடும் பகைவர்களும் எங்குமிருக்க, மாடப்புறாக்கள் வெகு ஜாக்கிரதையாகவே வாழ்ந்து வருகின்றன. பறக்கும்போது தாழ்ந்து, மர மட்டத்திற்குச் சிறிது மேலாகவே, நேராகச் செல்லுமிடத்திற்கு விரைந்து பறப்பதால் ஆகாயத்தில் சஞ்சரிக்கும் பகைவரிடமிருந்து தப்பித்துக்கொள்கின் றன. தங்களை வேட்டையாடும் மிருகங்களுக்கு எட்டாத விடங்களி லேயே மாடப்புறாக்கள் தங்கிக் கூடுகட்டுகின்றன.

தற்காப்பு புத்தியும் தந்திரமும் பொருந்திய மாடப்புறாக்கள் பந்தயப் புறாக்களுடன் சேராதென்றும் இரண்டும் ஜதை கூடினாலும் குஞ்சு பொரித்தல் அரிதென்றும், இப்படி அரிதாகப் பிறந்த இரு ஜாதிப் புறாக்களே திசையறிவிலும், சளைக்காது பறப்பதிலும், சுற்றாது நேராக வீடு வருவதிலும், வேகத்திலும் எல்லாவிதப் பந்தயப் புறாக்களுக்கும் மேல் என்றும் பந்தயப் புறா வளர்ப்பவர் சொல்லிக் கேட்டிருக்கிறேன். இவர்கள் மாடப்புறாவை நன்கறியாத தால் இப்படிச் சொல்லுகிறார்கள். இக்கொள்கைகள் ஒவ்வொன்றும் ஆதாரமற்றது.

மணிப்புறா

என்னிடம் இரண்டு பழைய தமிழ் அகராதிகள் இருக்கின்றன. பல முறை செப்பனிட்டு அட்டை போடப்பட்ட இப்புத்தகங்களை எனது முன்னோர்கள் அதிகமாக உபயோகித்ததாகத் தெரியவில்லை. நான் இவைகளை அடிக்கடி பார்ப்பதுண்டு. சமீபத்தில், 'மணிப் புறா' என்ற பதத்தின் அர்த்தத்தைத் தேடி அகராதிகளைப் புரட்டிப் பார்த்தேன். சிவப்புத் துணி அட்டையும் செல்லரித்த கறையும் கொண்ட முழுத் தமிழகராதியில் "ஒருவிதப் பறவை" என்று சுருக்க மாகப் பொருள் விளக்கியிருந்தது. நீலக் காகித அட்டை தரித்த தமிழ் – ஆங்கில அகராதியில் *'Ring-necked Turtle Dove'* என்று மட்டும் கொடுத்திருந்தது. அநேக வருஷங்களாக அநேக வித்வான் கள் ஆராய்ந்து இயற்றிய தற்காலப் பேரகராதிகளிலும் 'மணிப் புறா' என்ற பதத்திற்குச் சரியான பொருள் கிடைக்காது. ஏனென் றால் எல்லா அகராதிகளும் மணிப்புறா என்பது ஒரு விதப் புறாவின் தனிப் பெயராக எண்ணி அர்த்தம் விளக்குகின்றன. இது ஒரு இனப்பெயர் – ஒரு பறவையைச் சுட்டிக் குறிக்கும் பெயரல்ல. மாடப்புறா போன்ற பெரும் புறா இனத்தைச் சேராத சிறுவகைப் புறாக்களைக் குறிக்கும்.

ஆனால் இவ்விஷயத்தில் நமது அகராதிகளைக் குறை சொல்வதற் கில்லை. ஆங்கில அகராதிகளிலும் 'பிஜன்ஸ்' *(Pigeons)* என்ற புறா வகைக்கும் 'டவ்ஸ்' *(Doves)* என்ற மணிப்புறா வகைக்கும் என்ன வித்தியாசம் என்று விளக்கப்படவில்லை.

அகராதி மொழியில் இவ்விரு இனங்களையும் பொதுவாகவே அநேகமாய்ப் பாராட்டியிருக்கிறது. ஆனால் இயற்கை சாஸ்திர ஞானிகளுக்கு இவையிரண்டும் வேறாக இருப்பது தெரியும். இந்த வித்தியாசம் மேற்பார்வைக்கு எப்படி விளங்கும் என்று எடுத்துரைப் பது சுலபமில்லை. இருந்தாலும் பறவைகளை நுட்பமாகக் கவனிப் பவர்களுக்கு இது புலப்படாமல் போகாது – பார்வையிலும் நடவடிக்கையிலும் தென்படும் இவ்வித்தியாசத்தைச் சொற்களில் அடக்குவது கஷ்டம். எனக்குத் தெரிந்தவரை புறாக்களுக்கும் மணிப்புறாக்களுக்கும் மேற்படையாகத் தோன்றும் வித்தியாசங் களைக் கீழே குறிப்பிடுகிறேன்.

புறாக்கள் தினமும் வெகுதூரம் பறக்கும் சுபாவமுள்ளவை. மணிப்புறாக்களும் நன்கு பறக்கும் சக்தியுள்ளவை. ஆனாலும் புறாக்களைப் போல் ஆகாயத்தில் உயர்ந்து நடு வழியிறங்காது நீண்டு பறப்பதில்லை. நமது தமிழ்நாட்டுப் புறாக்கள் சற்றுப் பெரிதாகவும், கழுத்திலோ முதுகிலோ நீலமும் பச்சையுமாக ஜ்வலிக்கும் வர்ணமும், உடலில் ஈரச் சாம்பல் நிறமும், வால் இறக்கை நுனிகளில் கருப்பு நிறமும் கொண்டிருக்கும். இங்குள்ள மணிப்புறாக்கள் சிறியவை. அவைகளுள் மிகப் பெரியனகூட மாடப்புறாவின் அளவிராது. மேலும், அவைகளின் சிறகுப் போர்வையில் ஒருவிதப் பஞ்சடைந்த மிருதுவான தோற்றமும் வெண்சாம்பலும் வாடின ரோஜா புஷ்பவர்ணமும் கலந்த நிறமும், வால் நுனியில் வெள்ளையும் தென்படும். கழுத்திலோ, கழுத்தடியிலோ, கருத்த வளையோ, சிறிய சொக்கட்டான் பலகை போன்ற ஒரு குறியோ மணிப்புறாக்களுக்குண்டு. குரலிலிருந்தே புறாக்களுக்கும் மணிப்புறாக்களுக்கும் வித்தியாசம் சொல்லலாம். புறாக்கள் ஆழ்ந்த குரலில் பலத்துக் கூவும் – சில காட்டுப்புறாக்களின் குரல் புல்லாங்குழலின் ஓசை போலிருக்கும். மணிப்புறாக்கள் நீடித்து முனங்குவது போல் சப்திக்கும்.

காடுகளிலும், தோப்புகளிலும், மனித சமூகத்தை அடுத்துள்ள வெளிகளிலும் மணிப்புறாக்களை சகஜமாகக் காணலாம். சென்னையின் நெருக்கடியிலும் இப்பறவைகள் உண்டு. இங்கே, மரங்கள் கொண்ட தோட்டங்களில் 'புள்ளி மணிப்புறா' *(Spotted Dove)*வின் குரலைக் கேட்கலாம். இது 'க்ருக் – க்ருக் – க்ருக் – க்ரூ – க்ரூ – க்ரூ – க்ரூ' என்று கூவும். இதன் குரலைக் 'கப் – பல் – செட் – டி, கொடு, கொடு, கொடு, கொடு' என்று அக்ஷரப் படுத்திச் சொல்லுவதுண்டு. இதை ஆதாரமாகக் கொண்டு கப்பல் செட்டி ஏன் 'கொடு, கொடு, கொடு' என்று சொன்னான் என்பதை விளக்குமொரு கதையையும் நான் படித்திருக்கிறேன். கதையெழுதினவர் இந்த மணிப்புறாவைக் கண்டதில்லை!

இடைமத்தியான வேளையில் படுக்க அவகாசம் கிடைத்து நித்திரை பற்றும்போது, சகஜமான சப்தங்கள் மங்கி, அதுகாறும் செவிகள் கேட்டிராத பல சிறு குரல்கள் நமக்குக் கேட்கும். தொலைவில் காக்கை கரவுவதும் சுற்றுமுற்றும் குருவிகளும் மற்றப் பறவைகளும் கூவுவதும் எல்லாம் தெளிவாகவும் அரைத் தூக்கத்திலிருக்கும் நமக்குக் கடின சப்தமற்றுச் செவிகளுக்கு ஒரு வித சுக பாவம் நிறைந்தும் கேட்கும். என்றேனும் இப்படிக் கொடுத்து வைத்துக் கோடைக் காலத்தில் மத்தியானம் தூங்கியிருந்தால் மணிப்புறாக்களின் மிருதுவான குரலை நீங்கள் கேட்டிருக்கலாம்.

சில பறவைகளைச் சில இடங்களில்தான் பார்க்க முடியும். ஆற்றங்கரையோரத்திலுள்ள பட்சிகள் காடுகளில் சஞ்சரிக்காது; மலைச்சிகரங்களில் வசிக்கும் பட்சிகளைக் கடலையடுத்த சம

நிலங்களில் காண்பதரிது. ஆனால் மணிப்புறாக்கள் எங்கும் வாழும். சிறு வகை ராஜாளிகளும் வல்லூறுகளும் மணிப்புறாக்களை வேட்டையாடும். பல விதப் பட்சிகளும், கீரிப்பிள்ளைகளும், பாம்புகளும் அதிக உயரத்திலின்றிப் பகிரங்கமாகக் கட்டியுள்ள மணிப்புறாக் கூடுகளிலுள்ள முட்டைகளையும் குஞ்சுகளையும் சூறையாடும். இதுபோல் பல வாய்களுக்கு இரையாகியும் மணிப் புறாக்கள் செழித்திருப்பது விசித்திரமாகத் தோன்றலாம். வருஷம் முழுதும் இப்பறவைகள் சந்ததியைப் பெருக்க முயலுவதே இதற்குக் காரணம். வஸந்த காலத்தில் மணிப்புறாக்கள் ஜதைகூடி, கூடுகட்டி, முட்டை அடைகாப்பதைக் கவனிக்கலாம். பிறகு, பின் கோடைக் காலத்திலும், காற்றடிக்கும் காலத்திலும், கார்காலத்திலும், இள வேனிற் காலத்திலும் இவை ஜதை பிரியாது. மேலும் கூடுகட்டிக் குஞ்சு பொறிக்க யத்தனிப்பதைக் கவனிக்கலாம். சளைக்காத காதலைப் பகையும் கொலையும் என்னதான் செய்ய முடியும்? கூடுகட்ட ஒரு சிறு மரமோ, செடியோ உள்ளவளவும், குச்சிகளுள்ள வளவும், மணிப்புறாக்கள் செழித்திருக்கும் என்பதில் சந்தேக மில்லை.

ஆந்தைகள்

இரவில் சஞ்சரிக்கும் பறவைகளுள் ஆந்தைகளே முக்கியமானவை. இருட்டிலும் மங்கின அந்தி வெளிச்சத்திலும் வேட்டையாடி வாழ ஆந்தைகள் பல பொருத்தங்கள் கொண்டிருக்கின்றன. அவைகளின் பரந்த கண்மணிகள் கொண்ட பெரு விழிகள் இருளைத் துளைத்து நெடுந்தூரம் பார்க்கும். பகல் வெளிச்சத்தில் ஆந்தைகளுக்குக் கண் கூசும். அரவம் செய்யாமல் பறந்து வந்து இரைகளின் மேற் பாய்வதற்கு ஏற்றவாறு ஆந்தைகளின் அகன்ற சிறகுகளில் மிக மிருதுவான இறகுகள் இருக்கின்றன. ஆந்தை பறக்கும்போது ஒலியே கேட்பதில்லை. மேலும் இரையைப் பிடிக்கக் கூரிய பெரு நகங்கள் வாய்ந்த இறுகப் பற்றும் கால்களும், தசை கிழிக்கும் வளைந்த அலகும் இதற்கு உண்டு. வண்டு முதலிய பூச்சிகளும், பல்லி, எலி போன்ற சிறு பிராணிகளும், பறவைகளும் ஆந்தைகளின் முக்கிய உணவு. எலிகளைக் கொன்று ஒழிப்பதில் இப்பறவைகள் நமக்கு அனுகூலமாகவே இருக்கின்றன. ஆனால், இரவில் இவற்றில் குரல் அச்சமும் வெறுப்பும் தருகின்றதென எண்ணுவதாலும் அறியாமையாலும் நாம் ஆந்தைகளை அபசகுனச் சின்னங்களாகக் கருதுகின்றோம்.

நாளெல்லாம் ஆந்தைகள் இலை மறைவிலோ, மரப் பொந்துகளிலோ, குகைகளிலோ ஒளிந்துறங்கும். இருட்டினதும் வேட்டையாடப் புறப்படும் ஆந்தைகளின் பெருங்கண்கள் வட்டமான தட்டை முகங்களில் பொருந்தியிருப்பதால் நம்மைப் போல் அவைகளுக்கும் நேர் எதிர்ப் பார்வையே உண்டு. ஒரு பக்கமாகப் பார்க்க வேண்டுமென்றால், மற்றப் பறவைகளுக்கு இயல்வது போல் அப்பக்கமுள்ள கண்ணைக் கொண்டு மட்டுமே பார்க்க இயலாது; முகத்தை அந்தப் பக்கம் திருப்பியே பார்க்க வேண்டும். ஆனால் உடலைச் சற்றும் அசைக்காது தலையைச் சுற்றித் திருப்பிப் பின்பக்கம் பார்க்கும் சக்தி ஆந்தைகளுக்குண்டு.

உருண்ட உடலும், உருண்ட மொட்டை மண்டையும் கொண்டு ஒரு மைனாவின் அளவில் இருக்கும் சிறு வகை ஆந்தையைப் பலரும் பார்த்திருப்பார்கள் (Spotted Owlet). இது தோட்டங்களிலும் மனிதர்களின் இருப்பிடங்களை அடுத்தும் சாதாரணமாகக்

குடிகொள்ளும். மற்ற ஆந்தைகள் இரவில் மட்டும் வெளிவரும். இது சில வேளை பகற்போதிலும் கம்பங்கள் மீதும் மரங்களிலும் உட்கார்ந்திருக்கும்; இருட்டினதும் கூக்குரலிடும்.

இதிலும் பெரிதாய் ஒரு காகத்தின் அளவில், வெளுப்பான முகமும் மார்பும் வயிறும் உடையதும் கரும்புள்ளிகள் தெளித்த இளங்கபில முதுகும் உடையதுமான கோட்டான் (Barn or Screech Owl) எனப்படும் மற்றொரு ஆந்தையும் மசூதிகளிலும் கோட்டைகளிலும் பழங்கட்டடங்களிலும் பார்க்கலாம். இரவில் கேட்கும் இதன் குரல் மிகவும் அருவருப்பாக இருக்கும். ஆனால் இது குடியிருக்குமிடங்களில் எலிகளையும் சுண்டெலிகளையும் வேட்டையாடி நமக்கு உதவி புரிகிறது.

குகைகளில் வாழும் பெருங்கூகை (Great Horned Owl) ஒரு பருந்தின் அளவில், அதிலும் தடித்துச் சிறு கோடுகளும் புள்ளிகளும் தெளித்த அடர்ந்த கபில நிறமாக இருக்கும் இதற்குத் தலையின் இரு பக்கமும் செங்குத்தாக நிற்கும் கொம்புகள் போன்ற சிறகு முடிகள் உண்டு. இதை நாட்டுப்புறங்களில், பாறைகள் செறிந்த இடங்களில் பார்க்கலாம். இது சிறு மிருகங்களையும் பறவைகளையும் இருளில் கொன்று வாழும். இதன் ஆழ்ந்த குரல் அந்திப் பொழுதில் நீண்டு தொனிக்கும்.

கூகையைப் போலவேயுள்ள ஊமன் (Brown Fish Owl) என்ற பேராந்தையின் கொம்புகள் குத்தாய் நிற்காது சிறிது படிந்திருக்கும். தவிரவும் இதன் கால்கள் கூகையின் கால்கள் போலில்லாது சிறகுப் போர்வை அற்றிருக்கும். இது தண்ணீரும் பாறைகளுமுள்ள இடங்களில் குடியிருக்கும். நீர்மட்டத்தின் மேல் பறந்து மீன் வேட்டையாடும். மீன்களையும் நண்டுகளையும் எலிகளையும் பறவைகளையும் இரையாகக் கொள்ளும் இதன் குரலில் ஓர் உறுமும் தொனி கேட்கும்.

ஆலா

கடற்கரையில் வாழும் கழுகு வகை (White-bellied sea eagle). இது பருந்தளவாயிருக்கும்; தலையும் மார்பும் வயிறும் வாலும் வெளுத்து, மற்றெங்கும் கருஞ்சிவப்பு நிறமாக இருக்கும். கடல் மீது நாளெல்லாம் சளைக்காது இறக்கையடித்தும் வட்டமிட்டும் பறந்து உரத்த குரலில் கத்தும். இணைசேரும் காலத்தில் மற்றக் காலங்களைவிட அதிகமாகப் பறந்து அலைந்து கூக்குரலிடும். இது நண்டு, மீன் வகைகளைப் பிடித்துத் தின்னும். ஆற்றுக் குருவியையும் ஆலா என்பதுண்டு.

உழவாரக் குருவி

(தலையில்லாக் குருவி)

இக்குருவி பெரும்பாலும் காற்றிலேயே வாழும். தரையிலோ, மரக் கிளைகளிலோ, தந்திக் கம்பிகளிலோ இறங்கிக்கூட இளைப்பாறுவ தில்லை. நாளெல்லாம் சலியாது காற்றில் பறக்கும்; இரவில் அடை விடத்தில் வந்தடையும். இக்குருவி (House Swift)களுள் சாதாரணமாக இரு வகைகளுண்டு. ஒன்று மற்றொன்றிலும் சற்றுப் பெரியது. நீண்ட இறக்கைகளுள்ள ஓர் ஊர்க் குருவியின் அளவிருக்கும். இது கறுப்பாகவும் பிளவற்ற மொட்டை வாலுடனுமிருக்கும். வாலின் அடியைச் சுற்றி வெள்ளையாக இருக்கும்.

இந்தப் பெரிய உழவாரக் குருவியை நாட்டுப்புறங்களிலும் நகரங்களிலும் பார்க்கலாம். நாளெல்லாம் அனாயாசமாகவும் வேகத்துடனும் வானத்தில் சுற்றித் திரிந்து பூச்சியிரை தேடும். இருட்டினதும், பல சேர்ந்து ஒரு பழைய சுவர்மீது வரிசையாகக் கட்டிய தம் கூடுகளிலும் பழைய கட்டடச் சந்துகளிலும் வந்தடை யும். இப்படி அடையுமுன் கும்பலாகக் கூடி வானத்தில் விரைந்து சுழன்று பறந்து கீச்சிட்டு விளையாடும்.

இதிலும் சிறியதோர் உழவாரக் குருவி (Palm Swift) பனை மரங்களுள்ள இடங்களில் சஞ்சரிக்கும். இது இருட்டினதும் பனை ஓலைகளில் வந்தடையும். இதன் வால் பிளந்திருக்கும்.

செம்போத்து

(செம்புகம், செங்காகம், குக்கில்)

இதை 'செண்பகப்பட்சி' என்றும் சொல்வதுண்டு. இது குயிலினத்திற்கு உறவான போதிலும் பல விதங்களில் இது குயில் போல் இராது. இது புதரில் கூடுகட்டி, அடைகாத்துச் சந்ததியைப் பெருக்கும் கடமையைத் தானே மேற்கொள்ளும். மேலும் குயிலைப் போல் மர உச்சிகளில் சஞ்சரிக்காது. மூங்கிற்புதர்களிலும் தரையிலும் செடிகளிலும் வசிக்கும். ஆழ்ந்த குரலில் இது 'ஹுஹு' என்று சப்திக்கும். இதன் சதை கைகண்ட மருந்தென்ற நம்பிக்கை ஒன்றுண்டு. எங்கேனும் செல்லுகையில் செம்போத்து எதிர்ப்பட்டால் அது நல்ல சகுனம் என வட இந்தியாவில் கருதப்படும்.

விலங்குகள்

கீரிப்பிள்ளை

கீரிப்பிள்ளையைத் தெரியாதவர் யாரும் இருக்கமாட்டார்கள். பழைய காலத்திலிருந்து நம் நாட்டில் வழங்கும் சிறுவர் கதைகளிலும் பாமர வாக்கியங்களிலும் இச்சிறு பிராணியைச் சாதாரணமாகக் குறிப்பிடுவதுண்டு. கீரிப்பிள்ளை விஷப் பாம்பை எதிர்த்துக் கொல்லும் என்றும், அது அஞ்சாத நெஞ்சமும் சளைக்காத சுறுசுறுப்பும் உடையது என்றும் எல்லாருக்கும் தெரியும். ஆனால் இத்தனை சகஜமான கீரியைப் பற்றி நன்றாகத் தெரிந்தவர் மிகச் சிலரே.

விஷப்பாம்புகளையோ மற்றப் பாம்புகளையோ மட்டும் கொன்று புசித்துக் கீரிகள் ஜீவிப்பதில்லை. தங்கள் கொல்லும் திறனுக்கு அடங் கிய எல்லாப் பிராணிகளையும் வேட்டையாடிப் பிழைக்கும்; மர மேறிப் பறவைகளின் முட்டைகளைத் திருடித் தின்னும்; சில வகை வண்டுகளையும் பூச்சிகளையும் பிடித்துப் புசிக்கும். 'புலபுலவெனக் கலகலெனப் பூப்பிளக்க எழுகின்ற புற்றீசல்'களைக் களிப்புடன் உண்ணும். தங்களிலும் பெரிய பிராணிகளையும் கீரிகள் வேட்டை யாடும். போராடுவதிலும் கொல்லுவதிலும் ஆசையும் பராக்கிரமும் கொண்ட விலங்குகளுள் கீரிகளை முக்கியமாகச் சொல்லலாம்.

ஆனால் இவை சில வகைப் பழங்களையும் உண்ணும் என்று எண்ண இடம் இருக்கிறது.

பல வருஷங்களுக்கு முன், மைசூர்ப் பிராணிக் காட்சிச்சாலையில், சிவந்த வாலும் கருங்கோடு தீட்டிய கழுத்துமுடைய ஒரு பெருங் கீரி இருந்தது. இதற்கு வேர்க்கடலை அளித்தால் முன்னங்கால்களில் கப்பிப் பிடித்துத் தோலை மெல்லக் கடித்து ஒதுக்கிக் கடலையைத் தின்னும். இது ஒரு வாழைப்பழத்தைச் சுவைத்துத் தின்றதை நான் பார்த்திருக்கிறேன்.

கீரிகள் இரவில்தான் வேட்டையாடும் என்பதில்லை. காலையிலும் மாலையிலும், சற்று வானம் மூடியிருந்தால் மத்தியான வேளையிலும் வயல்களிலும் தோட்டங்களிலும் புதர்க்காட்டிலும் கீரிகளைப் பார்க்கலாம். மனிதர்களின் இருப்பிடத்தை ஒட்டிக் குடிகொள்ள இவை பயப்படுவதில்லை. கீரிகள் குடிகொண்ட தோட்டத்தில் பாம்புப் பயமில்லை என்றாலும் இவற்றின் ஒட்டுக் குடியை நாம் விரும்புவதில்லை. ஏனென்றால் கோழிப் பண்ணைக்குள்ளோ புறாக்கூண்டுக்குள்ளோ இரவில் நுழைந்து, ரத்தவெறி கொண்டு ஒன்று பாக்கியில்லாமல் இவை பறவைகளைச் சூறையாடிவிடும்.

சிறு வயதில் பிடித்துப் பழக்கிய கீரிப்பிள்ளை நம்மிடம் பயமில்லாமல் வெகு சுதந்திரமாக நடந்துகொள்ளும். வீட்டில் எலிகளை வேரோடழிக்க வேறு எந்த மிருகமும் கீரிக்கு ஈடானதில்லை. நம்மிடத்தில் பிரியமாகவும் பயமற்றும் இருக்கும் கீரிப்பிள்ளையை வீட்டில் வைத்து வளர்ப்பதில் பல நன்மைகளும் ஆழ்ந்த திருப்தியும் இருக்கின்றன. ஆனால் இதில் மனஸ்தாபத்திற்கும் இடம் உண்டு. கீரிக்கு முன்கோபம் அதிகம். அது பரபரப்புடன் உணவருந்தும் போது அதைத் தொட்டால், நம்மேல் சீறி விழுந்து தன் கூரிய பற்களால் வெடுக்கென்று கடித்துவிடும். பக்கத்து வீட்டுப் புறாக்கள் நோய்கண்டு செத்தாலும் நமது கீரியை அதற்குக் காரணமாகச் சொல்லாதிருக்கமாட்டார்கள். மேலும், நாம் ஆசையுடன் வளர்க்கும் கீரிப்பிள்ளை எப்போதும் வீட்டில் தங்காது. வயது வந்ததும் தன் இனத்தைத் தேடிப் புதர்க் காட்டுக்குள் மறைந்துவிடும்.

கீரிகளின் இல்லற வாழ்க்கையைப் பற்றி நமக்குத் தெரிந்தது அதிகமில்லை. தன் குட்டிகளின் பிடரித்தோலைக் கவ்வியே தாய்க்கீரி அவைகளைத் தூக்கிச் செல்லும். பூனைகளிடத்தும் மற்றும் சில மிருகங்களிடத்திலும் இதே வழக்கத்தைக் காணலாம். மறைவிடமாக ஒரு பொந்திலோ வளையிலோ தாய் குட்டிகளைப் பெற்று வளர்க்கும். அவை சற்று வளர்ந்தபின் தமது பெற்றோருடன் கூடி வேட்டைக்குச் செல்லும். முழு வளர்ச்சி அடைந்த பின்னும் சில வேளைகளில் இப்படியே கீரிகள் கூடியிருக்கும் எனத் தோன்றுகிறது. ஏறக்குறையச் சமவளர்ச்சியுள்ள நான்கு கீரிகள்

புதர்க் காட்டில் கூடித் திரிவதை நான் கண்டிருக்கிறேன். இவை ஒரு குடும்பத்தைச் சேர்ந்தவை என்று நினைத்தேன்.

சாதாரணமாகக் காணப்படும் கீரி, வால் உட்பட 3 அடி நீளம் இருக்கும். பெண் கீரி இதிலும் அளவில் சிறியது. இதன் உடல் முழுவதும் மிகச் சிறிய வெண்புள்ளி கரும்புள்ளி பொறித்த முரட்டு மயிர் அடர்ந்திருக்கும். இவ்வகைக் கீரியே தோட்டங்களிலும் நாட்டுப்புறங்களிலும் காணப்படுகிறது. மலைத்தோட்டங்களிலும் காட்டுப் பக்கங்களிலும் இன்னும் சிறிது நீண்டு மிகக் கனத்த ஒரு பெருங் கீரியைப் பார்க்கலாம். இதன் வால்மயிர் சிவந்திருக்கும். கழுத்தின் இரு பக்கத்திலும் கருங்கோடு தீட்டியிருக்கும். இந்தக் கீரி சிறு மான்களையும் கொன்றுவிடுமாம். அஸ்ஸாம் தேசத்தில் மீன்பிடிக்கும் கீரியும் இருக்கிறது.

விஷப்பாம்பை எதிர்க்கும் கீரி கடிபட்டால் உடனே ஒருவிதப் பச்சிலையைத் தேடித் தின்று விஷத்தை நீக்கும் என்று சொல்வது வெறுங் கட்டுக்கதையே. பன்றி, முள்ளெலி, கீரி முதலிய சில மிருகங்களுக்குப் பாம்பின் விஷத்தைத் தாங்கும் இயற்கைச் சக்தி உண்டென்பது நிஜமே. இருந்தாலும் விஷம் அனைத்தும் உள்ளேறும் படியாகக் கடிபட்டால் கீரியும் செத்துவிடும். அது நல்ல பாம்பைக் கொல்வது அதன் கடியின் வேகத்தினாலும், தப்பிப் பாயும் உடலின் சுறுசுறுப்பினாலுமே. தவிரவும், போரிடும்போது அது தன் நீண்ட மயிர்ப் போர்வையைச் சிலிர்த்துப் பெரிய உடல் உள்ளது போல் காட்டுவதால், கடிக்கும் பாம்பு குறி தவறித் தசையுள் பல் படாமல் சிலிர்த்த மயிரைக் கடித்துவிடுவதும் உண்டு.

அணிற்பிள்ளை

பல வருஷங்களாக எங்களுடன் ஓர் அணிற்பிள்ளைத் திரள் ஒட்டுக் குடி இருந்துவருகிறது. நாளெல்லாம் அணில்கள் என் வீட்டைச் சூழ்ந்த சிறுதோட்டம் முழுதும் சுற்றி அலைந்து, பொழுது சாய்ந்ததும் கூரையின் ஒட்டிடைகளிலும் விட்டங்கள் மீதும் வந்து அடையும். தோட்டத்தில் உள்ள தென்னை மரங்களிலும், வீட்டின் பழஞ்சுவர்களின் பிளவுகளிலும், மெத்தை போல் நாரும் பஞ்சும் அடைந்த தங்கள் கூடுகளைக் கட்டிக் குஞ்சுகளை வளர்க்கும். நெடுநாளாக இந்த அணில்களோடு என் இருப்பிடத்தைப் பங்கிட்டுவந்த அநுபவத்தைக் கொண்டே இதை எழுதுகிறேன். ஆனாலும் என்னுடன் குடியிருப்போரின் வாழ்க்கையில் நான் அநாவசியமாகத் தலையிடுவதில்லை.

ஆரம்பவாசகப் புத்தகங்களில் முதல் எழுத்தை விளக்கும் 'அணில்' பின்காலைப் பரப்பி நிமிர்ந்து உட்கார்ந்து தன் கையில் பற்றிய பழத்தைக் கொறித்துத் தின்னும். பல சிக்ஷைகளிலும் அணில், பழம் கொட்டை முதலியவைகளை உண்டு வாழும் பிராணி என்று இருக்கும். சிறு வயதில் கற்றது மாறாமல் மனத்தில் பதியும். அநேகர் அணிற்பிள்ளை பாவம், ஏதோ பழங்களைப் புசிக்கும்

சாதுவான சிறிய பிராணி என்றே நினைக்கிறார்கள். அதன் விநாச புத்தியையும் பொல்லாப்பையும் தெரிந்துகொள்ள அருமையான பூஞ்செடிகளையும் பழ மரங்களையும் வளர்க்கும் தோட்டப் பிரியர்களை விசாரிக்க வேண்டும். இவர்களைக் கேட்டால் அணில் கள் அரிய செடிகளையும் கொடிகளையும் செழிக்கவிடாமல் வளர் முனைகளைக் கடித்து, நாளைக்குப் பறிக்கலாம் என்றிருந்த கனிகளை இன்றே கொறித்துத் துளைக்கும் குட்டிப் பிசாசுகள் என்று தெரிய வரும். எங்கள் வீட்டில் ஒரு சிறிய தோட்டம் உண்டு என்று முதலிலே சொன்னேன். இருந்தாலும் நாங்கள் அணிற்பிள்ளைகளை வெறுக்கவில்லை. கடிபட்டும், நீரற்று வறண்டும், மழைக்காலத்தில் தேங்கும் நீர் வேர்களை மூழ்கடித்தும், என்னதான் பட்டும் வளரும் முரட்டுச் சுபாவமுள்ள செடிகளும் மரங்களுமே எங்கள் தோட்டத் தின் களிமண் பூமியில் வளர்வன.

அணிலின் ஆங்கிலப் பெயர் 'நிழல் வால்' என்ற கிரீக் பதங்களிலி ருந்து வந்தது என்று என் அகராதி சொல்லுகிறது. நிழல் போல் உருத் தெளிவில்லாத இந்த வால், அணிலின் வாழ்க்கைக்கு மிக அவசியமானது. எலி வம்சத்தைச் சேர்ந்த மெல்லிய எலி வாலுடன் இருந்தால், கிளைகள் மேல் தாவிப் பாய்ந்து வாயுவேகத்துடன் செல்ல முடியாது. அப்படிச் செல்லுகையில் மயிர்செறிந்த வால் அதன் உடல் கனத்திற்கு ஒருவாறு எதிர்ப்பாரமாக இருப்பதால் அணில் இலக்குப் பிசகிக் கீழே விழுவதில்லை. குழை மீதும், கிளைகள் வழியாகவும் காற்றுப் போல் சுழன்று செல்வதிலும், செங்குத்தான இடங்களில் விரைந்து தொத்தி ஏறுவதிலும் அணிற்பிள்ளைக்குள்ள திறமை மற்ற பிராணிகளுக்குக் கிடையாது. சிறிய அணிற்குஞ்சுகூட ஆபத்து நெருங்கினால் மரத்தையோ சுவரையோதான் நாடும்.

இதுபோல் கிளைகளில் தாவிக் குதித்துச் செல்லாது, அணில்கள் மெல்ல இலையசைக்காது ஊர்ந்தும் செல்லும். அப்போது அவை களின் போக்கு, சற்று மறைவாகவே இருக்கும். மத்தியான வெயிலில், சில வேளைகளில், அணில்கள் கிளை மீது வயிறுபடிய நீண்டு படுத்து, கொப்பின் இருபுறமும் கால்கள் தொங்க அசைவற்றுக் களைப்பாறும். அப்படி இருக்கையில் முதுகு வளைவின்றி நீண்டிருப் பதாலும், கால்கள் திடமற்றுத் தொங்குவதாலும், அணில் தோற்றம் இழந்து மயிர் போர்த்த ஓணான் போல் இருக்கும்.

வருஷத்திற்குப் பல முறை அணில்கள் கூடுகட்டிக் குஞ்சுகளைப் பெறும். பஞ்சு, மெல்லிய தும்புகள், தென்னஞ் சவுரி, உலர்ந்த புல், பழைய கந்தைகள் முதலிய மிருதுவான பொருள்களைச் சேகரித்து அடைத்துக் கூட்டிற்கு மெத்தையிடும். பழைய கூட்டைச் செப்ப னிட்டுத் திரும்பவும் அதில் தன் சந்ததிகளை வளர்க்கும். தாயணில் தன் குஞ்சுகளை மிகவும் ஜாக்கிரதையுடன் பாதுகாக்கும். அப்படி யும் அவைகளுள் சிலவே பிழைத்து வயது வரும். அணிற்பிள்ளை

களுக்கு அநேக சத்துருக்கள் உண்டு; அதிலும் குஞ்சுப் பருவத்தில் அவைகளைக் கொல்வன மிக உண்டு.

கல்லால் அடித்தும், தடி கொண்டு ஓட்டியும், என்னதான் விரட்டியும் பூனைகள் அடிக்கடி எங்கள் வீட்டுக்கு வரும். இந்தப் பூனைகளில் ஒவ்வொன்றையும் எனக்குத் தெரியும். தற்பொழுது ஏழு பூனைகள் இதுபோல் தினமும் இங்கே வருகின்றன. பகலெல் லாம் செடிமறைவாகப் பதுங்கி இவை அணில் வேட்டையாடும். இரவில் கூரைமீது அணில்களைத் தேடிச் செல்லும்; எலி வேட்டை யும் ஆடும். பூனையைக் கண்ட அணில் தன் எதிரிக்கு எட்டாத தூரத்தில் மரமேறி ஆத்திரத்துடன் கீச்சுக்குரலில் கூச்சலிடும். அக்கம்பக்கமுள்ள அணில்களெல்லாம் உடனே தங்கள் சத்துருவின் வரவை அறிந்துகொள்ளும். பூனை மட்டுமல்ல, மற்ற எந்தப் பகைவனைக் கண்டாலும் அணில்கள் இப்படிக் கத்திக் கிறீச்சிட்டு எச்சரிக்கை செய்யும். பாம்புகளும், சிலவகை ராஜாளிகளும், கீரிப்பிள்ளைகளும் அவற்றை வேட்டையாடும். குஞ்சுப் பருவத் தில் அவை காக்கைக்கு இரையாவது சகஜம்.

சமீபத்தில் ஒரு தாயணில் தன் குஞ்சைக் கவர்ந்த காக்கையை விரட்டி, சிற்றணிலைக் காப்பாற்றியதை நான் கண்டேன். என் வீட்டெதிரில் குடை விரித்த ஒரு கிளை செறிந்த மரத்தில் குஞ்சு மெல்ல நகர்ந்துகொண்டிருந்தது. உடனே சுமார் பன்னிரண்டடி தூரத்தில் அதே மரத்தில் இருந்த தாயணில் ஒரே பாய்ச்சலில் தாவிக் காக்கை இருந்த கிளைக்குக் குதித்தது. காகம் மற்றொரு கிளைக்குப் பறந்தது. மறுபடியும் அந்த ஆவேசம் கொண்ட தாயணில் சிறகின்றிக் காற்றில் பறந்து தன் எதிரி இருந்த கொப்புக்குத் தாவவே, காகம் இறகு விரித்து ஓடிச் சென்றுவிட்டது. இதுமட்டும் ஓர் அணில் இப் படிப் பாய்ந்து தாவி நான் பார்த்ததில்லை. தன் குஞ்சைக் காப்பாற்ற வேண்டிய பேரவா அந்தத் தாயணிலுக்கு இயற்கை கொடுத்தது போலும்!

முயல்

கொறிக்கும் பற்களை உடைய பிராணிகளில் முயல் ஒன்று. எலி வம்சத்தைச் சார்ந்தது அது. சற்று வெளிப்பாங்கான இடங்களிலும், புல்லும் புதரும் போர்த்த மலைச் சிகரச் சமதரைகளிலும் முயல்கள் குடியிருக்கும். இவை பலவகையான புல்லையும் செடி கொடியில் விளையும் காய் முதலியவற்றையும் கொறித்துத் தின்று வாழும். இவை பகற்பொழுதில் புதர் மறைவில் பதுங்கியிருந்து சற்று இருட்டினதும் மேயப் புறப்படும். அயல்நாட்டு முயல்கள் வளைகளில் குடியிருக்கும். நம் நாட்டு முயல்களோ வளைகளில் குடியிருப்பதில்லை; புல்லிலும் புதரிலும் பதுங்கியிருந்தே வாழும்.

முயலுக்குப் பல எதிரிகள் உண்டு. கீரிகள், காட்டுப் பூனைகள் போன்ற சிறிய விலங்குகள் முயலைக் கொன்று தின்னும். சிறுத்தை போன்ற பெரிய மிருகங்களும் முயலை வேட்டையாடும். ஒளிந்திருக்கும்போது பூமியோடு ஒட்டிக்கொண்டு அசைவற்றிருக்கும் பிராணி இது. எதிரிகள் பார்த்துவிட்டால் குதித்துக் குதித்து மிக வேகமாய்ப் பாய்ந்தோடித் தன்னைப் பாதுகாத்துக்கொள்ளும். எதிரிகளின் வரவை முன்கூட்டித் தெரிவிப்பதற்காகவே முயலுக்கு இத்தனை பெரிய காதுகள் உள்ளன போலும்! நுட்பமான புலன்களும் ஜாக்கிரதையான புத்தியும் உண்டு.

பல விலங்குகளின் கண்கள் பகைமையுடன் பார்க்கும் முயலின் குட்டியானது திறந்த கண்களுடனேயே பிறக்கும். பிறந்து ஒரு நாழிகைக்குள் தன் சிறு கால்களின் சுவாதீனத்தைப் பெற்றுத் துள்ளித் துள்ளி விரைந்தோடும்.

முயலின் பின்கால்கள் முன்னங்கால்களைவிட நீண்டிருக்கும்; தசைப்பற்றுடையனவாகித் தடித்திருக்கும். இந்தப் பின்கால் பலம் இருப்பதனால்தான் முயல் வாயுவேகத்தில் பாய்ந்து ஓடும் ஆற்றலைப் பெற்றிருக்கிறது. அப்படி ஓடும்போது பின்கால்களைப் பூமியில் அழுத்தி உதைத்து ஒரே குதியில் பத்து அடி மட்டும் தாவிச் செல்லும். தன்னைப் பின்தொடரும் எதிரியினின்றும் தப்ப, முட்புதர்கள் வழியாகப் பாய்ந்து செல்லும். ஏதேனும் ஒரு வளை தென்பட்டால் அதற்குள் நுழைந்துவிடும்.

முயல் தடவைக்கு ஒன்று அல்லது இரண்டு குட்டிகளைப் பெறும். இது சாதாரணமான மிருகந்தான். ஆனாலும் இதன் இல்லற வாழ்க்கையைப் பற்றியும் நமக்குத் தெரிய வேண்டிய செய்திகள் பல இருக்கின்றன. இத்தனை வாய்களுக்கு இரையாகியும் நாட்டுப்புறங்களில் முயல்கள் செழித்திருக்கின்றன. காரணம் என்ன? முயல்களின் ஆண் பெண் உறவையும் சந்ததி பெருக்கும் வேகத்தையும் அது ஒருவாறு குறிக்கும்.

அழுங்கு

இந்த விநோதமான விலங்கின் தமிழ்ப் பெயர் குறிப்பிடத்தக்கது. அகராதிகளில் 'அழுங்கு' என்ற பதத்திற்கு 'ஆமை; ஒரு மிருகம்' என்றே பொருள் கிடைக்கும். இந்த 'ஒரு மிருகம்' பாமரர் பேச்சில் 'அளுங்கு', 'நலங்கு' எனப்படும் எறும்புத்தின்னிதான் என்பதற்கு என்ன ஆதாரம்? முதுகு வளைந்து ஓடு போர்த்துச் சற்று ஆமை போலிருக்கும் இதன் தோற்றத்தை 'அழுங்கு' என்ற பெயருக்கு முக்கிய ஆதாரமாகக் கொள்ளவில்லை. ஆனால் இதுவும் ஓர் உப காரணமே. 'அலங்கு', 'நலங்கு' என்ற சொற்களைத் தமிழ் எழுத்தில் அகராதிகளிலோ வேறு இடங்களிலோ காண முடியாது. பல வருஷங்களாகத் திருநெல்வேலி ஜில்லாவில் குடியிருந்த ஓர் ஐரோப்பிய இயற்கை விஞ்ஞானியின் நம்பக்கூடிய சொல்லை நம்பியே 'அழுங்கு' என்பதே இதற்குச் சரியான பெயர் என்று தீர்மானித்தேன். 'ழ்' என்ற சப்தம் எல்லார் வாயிலும் வராது. 'அழுங்கு' பாமரர் பேச்சில் 'வாளைப்பளம்' போல் 'அளுங்கு', 'அலங்கு' என மாறிவிட்டது. 'அலங்கு' 'நலங்கு' என மாறுவதற்கும் இடம் உண்டு. 'லக்னோ' என்ற வடதேசத்து ஊரைச் சிலர் 'னக்லோ' என்று சொல்வதில்லையா?

அழுங்கு தாடையில் பல்லில்லாத ஒரு மிருக வகையைச் சார்ந்தது. இவ்வர்க்கத்தில் வேறு தேச எறும்புத் தின்னிகளும் பல உண்டு. இவை பல்லில்லாததால் கடினமான பதார்த்தங்களை உட்கொள்ளுவதில்லை. எறும்பு, கறையான் முதலிய மிருதுவுடல் பிராணிகளைப் பிசின் போல் எச்சிற்பற்றுள்ள நீண்ட நாக்கால் இது நக்கித் தின்னும்.

அழுங்கு சுமார் 2½ அடி நீளம் இருக்கும். இதில் பாதி வால் நீளம். மேலெங்கும் நாட்டோடு கொண்ட கூரை போல் இதன் மயிர் சிவந்த ஓடுகளாய் மாறி ஒன்றன்மேல் ஒன்றாய் அடுக்கி யிருக்கும். இது தன் உடலை வளைத்தால் ஓடுகள் பிரிந்து எழும்பித் தங்கள் கூரிய விளிம்புகள் புறப்பட நிற்கும். எதிரிகளைக் கண்டால் அழுங்கு தன் தலையை வயிற்றோடு ஒட்டி மடக்கி, வாலைச் சுருட்டிக் கூரிய ஓடுகள் போர்த்த பந்தாக மாறிவிடும். எதிரிகளால் இதை லேசில் கொல்ல முடியாது. அழுங்கு நன்றாக மரமேறும். மரங்களினின்று கீழே விழுந்தாலும் பந்து போல் சுருண்டு தன் கடினமான ஓட்டுப்போர்வையின் பாதுகாப்பால் காயம் படாது தப்பிக்கொள்ளுமாம். அழுங்கு தன் நீண்ட வாலைத் துடுப்பாக உபயோகித்து நீந்தும்.

இந்த வால் கிளைகளைச் சுற்றிப் பிடித்து மரமேறும்போது ஐந்தாவது காலாகவும் உதவும். அழுங்கின் முதுகு பலம் வியக்கத் தக்கது. இதன்மேல் ஒரு பெரிய மரப் பெட்டியை வைத்தாலும் முதுகு முறியாமல் பெட்டியைத் தூக்கி அதன் கீழினின்றும் அகன்று ஓடிவிடும்.

பகற்பொழுதில் ஆழமான வளைகளில் அழுங்கு படுத்திருக்கும். இரவில்தான் அது சாதாரணமாக வெளிவரும்.

அழுங்கின் முன்கால்கள் மரமேறுவதற்கும் பூமியில் தோண்டு வதற்கும் மிகப் பொருத்தமுடையவை. முன்கால் நகங்கள் நீண்டு வலிமை கொண்டிருக்கும். அழுங்கு தன் முன்கால்கள் விரல்களை மடக்கி முட்டிமீது நடப்பதால் நகங்கள் தேய்வடைவதில்லை. கறையான் புற்றைக் கண்டதும் தன் பெரு நகங்களால் புற்றைத் தகர்த்து, வெளிவரும் சிதல்களை நக்கித் தின்னும்.

முள்ளம்பன்றி

நகர எல்லைக்கு அப்பால் கிழங்குப் பயிர் செய்தும் காய்கறித் தோட்டம் போட்டும் ஜீவிப்பவர் முள்ளம்பன்றியை வாயார வைதிருப்பார்கள். இருட்டில் கிழங்குகளைத் தோண்டி அபகரிப்ப திலும் சீமைக் கறிகாய்களைத் திருட்டுத்தனமாகக் கடித்துப் புசிப்ப திலும் இந்த மிருகத்திற்கு மிகப் பிரியம் உண்டு. பொறிகளைக் கொண்டோ கிழங்குகளில் விஷத்தைச் செலுத்தியோ இதை ஒழிக்க முடியாது. இதன் நுண்ணிய நாசிக்குக் கிழங்குகளில் விஷமிட்டிருப்பது தெரிந்துவிடும்; சந்தேக புத்திக்குப் பொறியின் இருப்புப் புலப்பட்டுவிடும்.

எதிர்பாராதபடி ஏதேனும் ஏற்பட்டால் மற்ற மிருகங்களைப் போல் முள்ளம்பன்றி சிறிதேனும் தயங்குவதில்லை. உடனே மறைவை நாடி விரைந்து ஓடிவிடும். இரவில் காடுகளின் வழியாக வும் நாட்டுப்புறங்களிலும் மோட்டார் வண்டியில் செல்லும்போது பல வனவாசிகளை நான் கண்டிருக்கிறேன். திடீரென்று இரவு பகலாகி, வண்டி விளக்கின் பிரகாசத்தில் அகப்பட்ட மிருகங்கள் புதருக்குள் பாய்ந்து ஒளியுமுன் சில விநாடிகள் கண்கூசித் திகைத்து

நிற்பது இயல்பு. ஆனால் முள்ளம்பன்றிகள் அப்படிச் செய்வதில்லை. வயலில் மேய்ந்துகொண்டிருக்கும் முள்ளம்பன்றி தன்மேல் வண்டி வெளிச்சம் பட்டதும் உடனே முட்போர்வையைச் சிலிர்த்துப் பெரியதாகவும் மங்கலாகவும் மாறிவிடும். இப்படிச் சிலிர்த்த முட்கள் விரிந்து அவைகளின் வெண்பாகம் கண்ணில் படுவதாலே தான் இந்த மாய மாறுதல் ஏற்படுகிறது. ஒரு விநாடியேனும் நிதானிக்காமல் முள்ளம்பன்றி புதரை நோக்கி விரைந்தோடும். அப்போது, முள் விரித்துப் பருத்த உடலின் மறைவில் அதன் குட்டைக் கால்கள் தெளிவாகத் தென்படா; ஏதோ இரவில் உலவும் ஒரு குட்டிப் பிசாசு காலின்றி விரைந்து செல்வது போல் அதன் மங்கிய தோற்றம் இருக்கும். புதரை அடையுமுன் திடீரென்று இந்தத் தோற்றம் உடல் குறுகிக் கறுத்து, எதிர்பாராதபடி தன் நேர்ப் போக்கினின்றும் திரும்பி மற்றொரு புதருள் மறைந்துவிடும். விரித்த முட்களை அடர்த்து மடக்குவதால் இது இப்படிக் குன்றி இருளும்.

இயற்கையில் பல ஆச்சரியந்தரும் நிகழ்ச்சிகள் நடைபெறும். ஒரே பெரிய வளையில் முள்ளம்பன்றியும் சிறுத்தையும் குடியிருப்பதும் உண்டு. இந்தத் தோழமை ஒவ்வொன்றும் மற்றதன் ஆயுத பலத்தை மதிப்பதைப் பொறுத்தது.

முள்ளம்பன்றிகள் பூமியில் பெரிய வளைகள் தோண்டிக் கொண்டு வசிக்கும். இந்த வளைகள் மிக ஆழமாகவும் பல வாய்களைக் கொண்டும் இருக்கும். வளைக்குள்ளாகவே முள்ளம்பன்றி தன் குட்டிகளைப் பெற்று வளர்க்கும். அந்த வயதில் அவைகளின் முட்போர்வை மிருதுவாக இருக்கும்.

தாவர உணவைப் புசிப்பதுடன் முள்ளம்பன்றிகள் காட்டில் விழுந்து கிடக்கும் மான் கொம்புகளையும், எலும்புகளையும் கொறித்துத் தின்னும். பல தேசத்து முள்ளம்பன்றிகளிலும் நமது தேசத்தவைக்கே அதிகமான முட்செறிவு அமைந்திருக்கிறது.

முள்ளம்பன்றி கொறிக்கும் பற்கள் கொண்ட எலி வம்சத்தைச் சார்ந்தது. இந்த வம்சத்தின் பிரிவுகள் உலக முழுவதும் பரவியிருக்கின்றன. நமது தேசத்திலும் பல உண்டு. இவைகளுள் முள்ளம்பன்றியே அளவில் பெரியது. நன்கு கொழுத்த முள்ளம்பன்றி 40 ராத்தல் எடையிருக்கும்.

முட்போர்வையே இதன் சிறப்பான பகுதி. நீண்ட மயிர்கள் சேர்ந்து திரண்டு இதன் உடலில் முட்களாக மாறியிருக்கின்றன. இவற்றை 'முட்கள்' என்பது சரி அன்று. முதுகு 'முட்கள்' ஓரடிக்கு மேல் நீண்டிருக்கும்; பின்பக்கமுள்ள வெள்ளைக் குள்ள முட்களும் 6–9 அங்குல நீளம் இருக்கும். இவை ஈட்டி போல் கூராக இருக்கும். தன் எதிரிகள் மேல் அம்புகளைப் போல் தூரத்தினின்று முள்ளம்பன்றி முட்களை விடுக்கும் என்று சொல்வது ஆதாரம் அற்றது.

பெரிய மிருகங்களுக்கும் முள்ளம்பன்றி கடுமையான காயம் விளைவிக்கும். ஆனால் முட்களை அம்புகள் போல் எய்யாது. முட்கள் தலையினின்று வால் பக்கமாகச் சரிந்திருக்கும்; பின்முது கிலும் வாலின் மேலும் தடித்து மிகக் கூராக இருக்கும். எதிரியைக் கண்டதும் முள்ளம்பன்றி ஓடித் தப்ப முயலும். அப்படித் தப்ப முடியாவிட்டால் திரும்பாமல் மிக்க வேகத்துடன் பின் பாய்ச்ச லாகப் பாய்ந்து, தன் புறமுள்ள ஈட்டிகள் தசைக்குள் ஊடுருவித் தைக்கும்படி எதிரி முகத்தில் மோதும். இதனால் முள்ளம்பன்றியை எதிர்க்கப் பல மிருகங்களும் மனிதருங்கூடச் சற்று யோசிப்பதுண்டு.

ஆனால், இந்த ஈட்டிப் போர்வைக்குள் உள்ள கொழுத்த வெண் தசை பல விலங்குகளுக்கும் சில மனிதருக்கும் மிகப் பிடித்தது. முள்ளம்பன்றியின் பின்பாய்ச்சலுக்குத் தப்பி அதன் தலையை ஒரு முறை அறைந்தாலும் அது உடனே செத்துப்போகும். இதை அறிந்த புலியோ சிறுத்தையோ முள்ளம்பன்றியைக் கண்டால் விடாது. அநுபவ முதிர்ச்சியில் இவை இந்த இரையைக் கொல்லக் கற்றுவிடும். இருந்தாலும் இதில் எப்போதும் புலிதான் வெற்றி கொள்ளும் என்பதற்கில்லை. முள்ளம்பன்றியின் ஈட்டிகள் தைத்துப் புலிகளும் இறந்துபோவதுண்டு. பல சிறுத்தைகள் அபாயமான காயம்பட்டிருக்கின்றன.

காட்டுப்பன்றி

புராதன காலத்திலிருந்து காட்டுப்பன்றியின் வலிமை மிகப் புகழ் பெற்றது. மகாபாரதத்திலும் மற்றப் புராணங்களிலும் வரும் செய்திகளால், கொல்லும் கோடுடைய பெருங்காட்டுப் பன்றியை வேட்டையாடுவது ஆண்மையின் அறிகுறியென்று தெரியவருகிறது. இன்றும் ஈச்சங்காடு வளரும் சமபூமிகளிலும், அடவிகளிலும், குதிரைமீதேறி ஈட்டி கொண்டும், நாய்களின் சகாயத்துடன் கால் நடையாகவும் நம் நாட்டில் சிலர் பன்றி வேட்டையாடுகிறார்கள். இவர்களிடம் என்ன குறை கண்டாலும் இவர்களின் மனோதைரியத் தையும் உடலின் முரட்டுப் பலத்தையும் மறுக்க முடியாது.

வயது வந்த ஆண் காட்டுப் பன்றியை நேரில் எதிர்க்கப் புலியும் நிதானிக்கும். இப்பேர்பட்ட பன்றி 3 அடி தோள் உயரமும், 300 ராத்தல் எடையும் இருக்கும். அதன் தாடையினின்றும் இரு பக்கமும் சுருண்டு வெளிவரும் தந்தங்கள் கத்தி போல் வெட்டும் கூர்மையும் எஃகு போன்ற முறியாத வலிமையும் உள்ளன. எயிற்றுக் குள் பதிந்த பாகம் உட்பட இந்தப் பற்கள் 10 அங்குலம் சுற்றளவு கொண்டிருக்கும். ஆனால் அதில் பாதித்தாடையுடன் ஒத்து எயிற்றுக்குள் கெட்டியாகப் புதைந்திருக்கும். அதி வேகமாய்த்

தலையை வீசி ஒரே வீச்சில் தன் கொடிய பற்களால் பன்றி எதிரியைக் குத்திக் கிழித்துவிடும். மேலும் முட்டித் தள்ளிக் கடிக்கவும் கடிக்கும். பெரிய ஆண் பன்றியின் தசைவலிமை பயங்கரமானது. அதன் தைரியத்திற்கு அளவில்லை. எதிரியின் பேரளவைச் சட்டை செய்யாமல் உயிருள்ள மட்டும் போராடும்.

ஆண் பன்றிகளுக்கே கிழிக்கும் பற்கள் அமைந்திருக்கும். தவிரவும் அவைகளே அளவில் பெரியன. ஆனால் பெண் பன்றிகளுக்கும் சிறு குட்டிகளுக்குங்கூடத் தைரியத்தில் குறைவு கிடையாது. பன்றிகள் அடவிகளிலும், நதிக்கரையிலுள்ள ஈச்சந்தோப்புகளிலும் மந்தை மந்தையாகக் கூடி வாழும். புலி, சிறுத்தை முதலிய மிருகங்கள் பெரிய ஆண் பன்றிகளை எதிர்க்காவிட்டாலும் பன்றி இறைச்சியில் மிகப் பிரியம் கொண்டவை. பெண் பன்றிகளும் குட்டிகளும் இவைகளுக்கு இரையாகும்.

கூடி வாழ்வதில் பன்றிகளுக்கு ஒருவித ஒற்றுமைப் பலம் உண்டு. வேறு சில மிருகங்களைப் போல், அபாயம் ஏற்பட்டால் உடனே ஒன்றுகூடி எதிரியைத் தாக்காமல் பன்றிகள் தாம்தாம் தப்பி ஓட யத்தனிக்கும் என்பது உண்மையே. ஆயினும் சில வேளைகளில் பெருங்கடாப் பன்றி சிறு பன்றியின் உதவிக்கு வந்ததையும், தாய்ப் பன்றி தன் குட்டிகளைக் காப்பாற்ற விரைந்து வந்ததையும் சிலர் கண்டிருக்கிறார்கள்.

விவசாயிகளுக்குப் பன்றிகள் கஷ்டத்தை உண்டாக்கும் பகைவர் களாகும். மலையடிவாரத்திலுள்ள வேர்க்கடலைப் பயிருக்கு இராப்போதில் காட்டுப் பன்றிகள் விளைவித்த சேதத்தை நேரில் கண்டவரே நம்புவார்கள். காடு செறிந்த மலைகள் சூழ்ந்த ஒரு சமஸ்தானத்தில் நான் பல வருஷங்கள் குடியிருந்தேன். அங்கு வேர்க்கடலையும் சோளமுமே முக்கியமான பயிராகும். அவ்விடத் தில் பன்றி அதிகம் உண்டு. வேர்க்கடலை பூத்துக் காய்பிடிக்குங் காலத்தில் விவசாயிகள் கைவிளக்குகளுடனும், நாய்களுடனும் இரவெல்லாம் பரண்மீதிருந்து காத்து வயல்களுள் பன்றி வராமல் கூக்குரலிடுவார்கள். இதுபோல் ஒரு மாதம் கண்விழித்துக் கத்தியே இவர்கள் தமது பயிரின் பயனைப் பெறுவார்கள். என்னதான் முள்வேலி கட்டித் தடுத்தாலும் சற்று அஜாக்கிரதையாக இருந்தால் பன்றிகள் உட்புகுந்து வேர்க்கடலைப் பயிரைச் சூறையாடிவிடும். பன்றிகள் மேய்ந்த வயல் பார்வைக்கு, இரவெல்லாம் பித்துப் பிடித்தவன் கலப்பை கொண்டு உழுத நிலம் போல் தோன்றும்.

பயிருக்குத் தீமை விளைவிக்கும் பன்றியை எப்படியேனும் கொல்வது நியாயமென்றே சொல்ல வேண்டும். ஆனால் பன்றி பராக்கிரமத்துடன் தந்திர புத்தியும் நுட்பமான புலன்களும் உடையது. மலைக்காடுகளில் மனிதருக்கு அகப்படாமல் நாளெல் லாம் ஒளிந்து உறங்க இவைகளுக்கு வசதிகள் உண்டு. இவ்விடங் களில் பன்றிகளை வேட்டையாடி அடக்குவது சாத்தியம் அன்றாத

லால் இங்கே இவை சேமங்குலவி இனம் பெருகி வாழும். பன்றியின் இயற்கை விரோதியான புலியும் இதுபோன்ற இடங்களிலேயே குடி கொள்ளும். புலி இருக்கும் காட்டில் பன்றிகள் செழிப்பதில்லை. அநாவசியமாக நாம் புலிகளைக் கொல்வது பன்றிகளுக்கு அநுகூலம் அளிப்பதாகும்.

பதனிட்ட பன்றியின் தோல் வெகு பலமுள்ளது. பார்வைக்கும் அழகாக இருக்கும். இந்தியாவில் வருஷந்தோறும் ஆயிரக்கணக்கான பன்றிகள் கொல்லப்பட்டும் நாம் அவற்றின் தோலை உரித்துப் பதனிட்டு உபயோகிப்பதில்லை. பன்றி இறைச்சியைப் புசிப்பவர் தோலுடன் சுட்ட பன்றி மாமிசத்தை விரும்புவது இதற்கு ஒரு காரணம். இருந்தாலும் பன்றித் தோலின் மேன்மை பலருக்கும் தெரியாததால்தான் அநேகமாகத் தோல் வீணாகப் போகிறது.

நீர்நாய்

பல்லாயிர வருஷங்களுக்குமுன் தரையில் வசிக்கும் நாற்கால் பிராணிகள் சில நீரிலும் இரை தேடத் தொடங்கி, தமது புதிய வாழ்க்கைக்குப் பொருத்தமான உடல் மாறுதல்கள் சிலவற்றையும் நாளடைவில் பெற்றன. திமிங்கலம், 'ஸீல்' முதலியன கடலிலேயே வாழும் மிருகங்களாக மாறிவிட்டன. நீர்நாய்களும் இந்த ஜல வாழ்க்கைக்கு இசைந்தும், அவ்வளவு திருந்தாது நீரிலும் நிலத்திலுமாக வசித்து வருகின்றன.

இவைகளின் நீண்ட உடலும், குட்டைக் கால்களும், விரலிடுக்குத் தோலும், சுக்கான் போல் உதவும் தடித்த தட்டைவாலும், தோல் நனையாது உடலைப் போர்க்கும் நெருக்கமான மயிரும் நீர் வாழ்க்கைக்காக ஏற்பட்ட அம்சங்களே. ஜல மட்டத்தின் மேலே மிதந்தும் உள்ளே முழுகியும் வியப்பூட்டும் திறத்துடன் இவை வேகமாகச் சுழன்றும் திரும்பியும் நீந்தும். நிலத்திலும் ஓடித் திரியும். ஆனால், தண்ணீரிலேயே தங்கள் உடலமைப்பின் முழுச் சுதந்த ரத்தை அநுபவிக்கும் என்று சொல்ல வேண்டும். மீனினும் வேகத்து டன் நீந்தி அதைப் பிடிப்பதிலும், நீர்மட்டத்தின் கீழ் முழுகி

வெகுதூரம் இரையைத் துரத்துவதிலும், நீரில் விரைந்து திரும்புவதிலும் நீர்நாய் மிக்க சாமர்த்தியம் உடையது.

நமது நாட்டு ஏரிகளிலும் ஆறுகளிலும் ஆற்றங்கரைகளிலும் சாதாரணமாகக் காணும் நீர்நாய் சுமார் 4 அடி நீளம் இருக்கும். இதில் வால் 1½ அடி. குத்து நீண்டு, உடல் திரண்டிருக்கும்; தலை உருண்டிருக்கும்; மீசை மயிர் தடித்திருக்கும். நன்கு வளர்ந்த ஆண் நீர்நாய் 20 – 24 ராத்தல் கனம் இருக்கும். பெண் அளவிலும் கனத்திலும் சிறியது. கால் நகங்கள் இல்லாத ஒரு சிறு வகை நீர்நாய் நீலகிரியிலும் பழனிமலையிலும் குடியேறியுள்ளது.

நீர்நாய்களின் முக்கிய இரை மீன், நத்தை, நண்டு முதலிய நீர்வாழ் பிராணிகளே. சில வேளைகளில் நீர்ப்பறவைகளையும் மற்றும் சில வேளை தமது பலத்துக்கு உட்பட்ட நிலம்வாழ் பிராணிகளையுங்கூட வேட்டையாடும். நீர்நாய்கள் பல ஒன்றுகூடி மீன் வேட்டையாடுவதும் உண்டு.

நீர்நாய்களுக்கு விளையாட்டுப் புத்தி அதிகம். ஒரு சிப்பியையோ மற்றச் சிறு பொருளையோ தம் மூக்கின் மீது சுமந்து அது அகன்று விழாமல் நீரில் சுழன்று நீந்தும். கரையோரமாகச் சறுக்கி நீரில் விழுந்தும், மறுபடி கரையேறிச் சறுக்கி விழுந்தும் விளையாடும்.

முள்ளெலி

மாமாவுக்கு அத்தானின் ஒன்றுவிட்ட தமையன் என்று சுற்றிச் சுற்றிச் சொல்லும் உறவு முறை ஒன்று உண்டு. முள்ளெலிக்கும் மூஞ்சுறுக்கும் அத்தகைய உறவு இருக்கிறது. முள்ளெலிக்கு வால் இல்லை; மூஞ்சுறு போல் மூக்கு நீண்டு கூர்மையாக இருக்கும். எலியினத்துக்கு இயல்பாகக் கொறிப்பதற்காக அமைந்த பெரிய முன்பற்கள் இதற்கு இல்லை. இது ஒரு விதமான எலியும் அன்று. ஆனாலும் என்ன? எல்லோரும் இதை முள்ளெலி என்றே அழைக்கிறார்கள்.

இதன் மேல் முட்கள் போர்த்திருக்கின்றன. அதனால்தான் முள்ளெலி என்ற பெயர் வந்தது. நெற்றியிலும் விலாக்களிலும் முதுகிலும் இதன் மயிர்கள் ஒன்றோடொன்று சேர்ந்து கூரிய கருவேலம் முட்கள் போல் மாறி, அடர்ந்திருக்கும். அபாயம் ஏற்பட்டால் முள்ளெலி பந்து போல் சுருண்டு, முகத்தையும் கால்களையும் உட்படுத்தி, தன் வலிய முதுகுத் தசைகளின் உதவியால் முட்போர்வையை மேலெங்கும் இழுத்துக்கொண்டுவிடும். அப் போது ஒரு முட்செறிந்த பந்து போல் காணும். தைக்கும் முட்களை உத்தேசித்துப் பகை விலங்குகள் இதைச் சும்மா விட்டுவிடும்.

பகற்போதில் முள்ளெலிகள் வளைகளிலும் புதர்களிலும் பதுங்கி யிருக்கும். இரவில் இரை தேடிப் பூச்சிகளையும் புழுக்களையும் நத்தைகளையும் தமது பலத்துக்குட்பட்ட பல்லி பாம்புகளையும் கொன்று தின்னும். மேலும் சில காய்களையும் வேர்களையும் உண்ணும். தோட்டத்தில் முள்ளெலிகள் இருப்பது நலம்; தாவரங் களுக்குத் தீமை விளைவிக்கும் வண்டுகளையும் புழுக்களையும் இவை தின்றுவிடும்.

ஐரோப்பாவில் முள்ளெலிகள் குளிர்காலம் முழுவதும் படுத்து உறங்குவதுண்டு. தமிழ்நாட்டில் குளிர்காலத்தின் கடுமை அவ்வளவு இல்லாததால் அவை இங்கு மாதக் கணக்காய்த் தூங்குவதில்லை. இங்கே சற்று வெளிப்பாங்கான புதர்க்காடுகளிலும் பாலை நிலங் களிலும் முள்ளெலிகளைக் காணலாம்.

ஐரோப்பாவில் முள்ளெலிகளைத் தோட்டங்களில் வைத்து வளர்ப்பதுண்டு. இதில் பல நலங்கள் உண்டு. ஆனால் நாம் இச்சிறு பிராணிகளை விரும்பி வளர்ப்பதில்லை. லம்பாடிகளும் குறவர் களும் முள்ளெலிகளை விரும்புகிறார்கள். ஆனால் அதற்குக் காரணம் வேறு. அவர்கள் அவைகளைச் சுட்டுப் புசிக்கிறார்கள்.

திருநெல்வேலி ஜில்லாவில் தாம் வளர்த்த முள்ளெலியொன்று பாலுஞ் சோற்றையும் சிதல்களையும் ருசியுடன் புசித்ததென்று ஓர் ஆங்கிலேய இயற்கை விஞ்ஞானி எழுதியிருக்கிறார்.

பெருச்சாளி

பாரசீக தேசத்து ரோஜாப் பூக்கள் பிரசித்தி பெற்றவை. பிர்டாஸி, ஸாதி முதலிய கவிவாணர்கள் பாடிய ரோஜா இதுவே. மிகப் பிரயாசப்பட்டு, நண்பர் ஒருவரின் தோட்டத்திலிருந்து பாரசீக ரோஜாப் பதியமொன்றை வாங்கினேன். அதை என் தோட்டத்தில் நட்டு உரமும் தண்ணீரும் போதுமான நிழலும் உதவி சிரத்தையுடன் வளர்த்துவந்தேன். தினமும் நாலைந்து முறை அதைப் போய்ப் பார்த்து வருவேன். வழக்கம்போல் இன்றும் அதைப் பார்க்கச் சென்றேன். செடியையே காணவில்லை. நன்கு தழைத்து நிமிர்ந்து வளர்ந்திருந்த என் ரோஜாப் பதியம் வேரோடு பறிக்கப்பட்டு மண்ணில் மாண்டு இருந்தது. அது இருந்த இடத்தில் இருண்ட வாயுடன் ஒரு சிறு சுரங்கம் இருந்தது. சுற்றிலும் குழி மண் வாரியிறைக்கப்பட்டிருந்தது.

பெருச்சாளிகளே இப்படித்தான். இவைகள் உள்ள மட்டும் தோட்டத்தில் எதுவும் வேரூன்றி நீடித்து நிற்காது. தோட்டத்தில் மட்டுமா? சமையல் கட்டிலும் மற்றும் எங்குமே எல்லாவற்றையும் இவை சூறையாடும். பெருச்சாளிகளிடமிருந்து ஒரு பொருளைக் காப்பாற்றுவது எளிதில் முடிகிற காரியமில்லை. மரப்பெட்டிகளைக் கடித்துத் துளைத்துவிடும். சுவர்களில் தந்திரமாய்க் கன்னம் வைக்கும்; உறிகளிலும் புரைகளிலும் வைத்துள்ள பண்டங்களை எப்படியோ தொத்திக் குதித்துத் திருடிவிடும். தம்மால் உண்ண முடியாத பொருட்களை வீழ்த்தித் தகர்த்துவிடும். வீட்டினுள் உள்ளவைகளை முற்றிலும் அழித்தபின், தோட்டத்துள் பிரவேசித்துக் குழிகள் பறித்தும் சுரங்கங்கள் தோண்டியும் பாரசீக ரோஜாச் செடிகளை வேரோடு களைந்தும் களிக்கும். இப்பிராணிகள் இன்னதுதான் செய்யுமென்று உறுதியாகச் சொல்ல முடியாது. பெருச்சாளிகள் காற்றில் பறக்குமென்றும் கள்ளச்சாவிகள் கொண்டு கதவுகளைத் திறக்குமென்றும் எவரேனும் சொல்வாரானால் அதை நான் முற்றிலும் மறுக்கமாட்டேன்.

இந்த நாச புத்தியுடனும் தந்திரத்துடனும் இருக்கும் பெருச்சாளி களுக்கு இருட்டிலும் அழுக்கிலும் அளவற்ற வாஞ்சையுண்டு. இரவில்

குப்பைத் தொட்டிகள் மீதும் சாக்கடைகளிலும் சேறும் அழுக்கும் மிகுந்த மற்ற இடங்களிலும் பெருச்சாளிகள் ஓடிக் குதித்து உள்ளங்குளிரும். இவை இப்படி விளையாடுவதைக் குறிக்கத் தமிழில் தகுந்த வார்தையில்லை. ஆனால் மலையாள மொழியில் பெருச்சாளிகளின் திருவிளையாடல்களை வர்ணிக்க ஏற்றதொரு சொல்லுண்டு. பெருச்சாளிகள் 'சாடும்'. மடைகளிலும் அகழிகளிலும் விடியுமட்டும் சாடும். பிறகு பகலெல்லாம் தம் வளைகளில் படுத் துறங்கும். பொழுது சாய்ந்தவுடன் மறுபடியும் பொந்துகளை விட்டுப் புறப்படும்.

சில ஆண்டுகளுக்கு முன் நான் மைலாப்பூரில் ஒரு வீட்டில் ஒண்டுக் குடியிருந்தேன். இந்த வீட்டில் என்னுடன் ஒரு பெருச்சாளிக் கூட்டமும் குடிக்கொண்டிருந்தது. இருட்டியவுடன் இச்சேனை வெளிக்கிளம்பிவிடும். கூடத்திலும் தாழ்வாரத்திலும் எத்தனையோ ஜோடிக் கண்கள் பச்சை நிறமாகப் பிரகாசிக்கும். சேனையின் பிரிவொன்று நான் படுத்திருக்கும் கட்டிலைச் சூழ்ந்து முற்றுகையிடும் – ஆனால் அதற்குமேல் துணிந்து என்னருகில் வர பயப்படும். பொறிகள் வைத்தும் சேவக பலத்துடன் தடிகொண்டு வேட்டையாடியும் என்னென்னவோ செய்தும் என்னால் இந்தப் பெருச்சாளிகளை வெல்லவோ விரட்டவோ முடியவில்லை. முடிவில் இவைகளின் சகவாசத்தைச் சகிக்க முடியாமல் வீட்டைவிட்டு ஓடிவிட்டேன். போன வாரம் மயிலாப்பூரில் வசிக்கும் ஒரு நண்பனைக் கண்ட பொழுது "உங்களூரில் பெருச்சாளிகள் நலமா?" என்று விசாரித்தேன்.

"பழம் பெருச்சாளிகள் எங்கே போகும் – ஒன்றிரண்டு மாம்பலத் திற்குக் குடியேறிவிட்டன; மற்றைப் பெருச்சாளிகள் மைலாப்பூரில்தான் இன்னும் இருக்கின்றன" என்று அவன் பதில் கொடுத்தான்.

காண்டாமிருகம்

இந்திய வனவாசிகளுள் அளவிலும் கனத்திலும் யானைக்கு அடுத்தது காண்டாமிருகமே. இதை இப்போது காண்பது அரிது. ஒரு காலத்தில் பல வகைக் காண்டாமிருகங்கள் நம் தேசத்தில் இருந்தன. 'பெரிய ஒற்றைக் கொம்புக் காண்டாமிருகம்' என்று ஆங்கிலத்தில் குறிக்கப்படும் ஒரு வகையே இப்போது நேபாளத்திலும் அஸ்ஸாமிலும் சில இடங்களில் வாழ்கிறது. அவ்விடங்களில், புல்லடர்ந்த சதுப்பு நிலங்களில், இதைக் காணலாம்.

ஆண் காண்டாமிருகம் 6 அடி தோள் உயரம் கொண்டிருக்கும்; 6600 ராத்தல் எடை இருக்கும். காண்டாமிருகங்களின் தோல் தடித்து முண்டும் முடிச்சுமாக இருக்கும். கழுத்துப் பட்டையிலும் தோளிலும் இடுப்பிலும் இந்த முரட்டுத் தோல் கவசம் போல் மடிந்திருக்கும். மூக்கின் மேலுள்ள வலிய கொம்பு, மயிர்கள் சேர்ந்து திரண்டதனால் ஆனதே. முட்டுவதற்கும் தோண்டுவதற்கும் உதவும் இந்தக் கொம்பு ஆயுள் முழுவதும் உபயோகத்தினால் நுனி தேய்ந்து அடியிலிருந்து வளர்ந்து வரும். கொம்பு முறிந்து விட்டால் மீண்டும் வளரும். ஆணின் தடிக் கொம்பு, சண்டைப் பிரயோகத்தால் பெண்ணின் கொம்பைவிடத் தேய்ந்து நீளம் குன்றி இருக்கும். காண்டாமிருகங்களுக்குக் கண்பார்வை மங்கலானது. சூட்சுமமான மோப்பமும் செவி நுட்பமும் உண்டு.

தான் வசிக்கும் இடங்களில் வளரும் புற்களையும் கோரைகளையும் மேய்ந்தே 'பெரிய ஒற்றைக் கொம்புக் காண்டாமிருகம்' தன் பிரம்மாண்டமான அளவை அடைகிறது. ஆசியாவின் காண்டாமிருகங்களில் இதுவே பெரியது. தாய் தன் குட்டியிடம் மிகப் பிரியமாக இருக்கும். நன்கு வளர்ந்த பின்னும் குட்டி தாயுடனேயே திரியும்.

இந்த மிருகத்தின் சதையும் ரத்தமும் மிகவும் சிரேஷ்டமானவை என்றும், மருந்துக்கும் மாந்திரிகத்திற்கும் காயகற்பத்திற்கும் உதவும் என்றும் மனிதர் எண்ணியிருந்தனர். இந்த மூட நம்பிக்கைகளே, ஒரு காலத்தில் இங்கே செழித்திருந்த காண்டாமிருகம் இனங்குன்றி இப்போது அழியுந் தறுவாயில் இருப்பதற்குக் காரணம். மேலும்,

சில மிருகங்களின் வாழ்க்கைக்கு எல்லையில்லாப் பெருங்காடுகளும் பல்லாயிர வருஷங்களுக்கு முன்பு இருந்த வசதிகளும் அவசியம். மனிதர் வேட்டையாடினதால் மட்டும் அல்ல, காலப்போக்கின் மாறுதல்களாலும் இந்தியாவில் காண்டாமிருகங்கள் குன்றிவிட்டன.

காட்டு மாடு

பிரம்மாண்டமான காடுகள் படர்ந்த மலைச்சாரல்களிலும், சில வேளைகளில் சம நில அடவிகளிலும் காட்டு மாடுகள் வசிக்கும். யானைகள் இருக்கும் காடுகளில் இவையும் சாதாரணமாக இருக்கும். இவைகளைக் 'காட்டுப் பசு', 'காட்டா', 'காட்டான்', 'கடமா' என்றும் குறிப்பதுண்டு. இவை பேச்சில் வழங்கும் வார்த்தைகளாகத் தெரியவில்லை. 'மரை' என்ற பெயர் இந்த மாட்டையும் மிளா மானையுங்கூடக் குறிக்கும் என்று சிலர் அபிப்பிராயப்படுவதாகத் தோன்றுகிறது. மேலும் இந்த மாட்டைக் 'காட்டெருமை' என்றும் ஒரு புத்தகத்தில் தவறாகக் குறித்திருப்பதைக் கவனித்திருக்கிறேன். காட்டெருமை வேறு, இது வேறு. இது தமிழ்நாட்டிலும் குடியிருக்கும் மிருகமாக இருந்தும் தமிழில் இதற்குத் திடமான பெயர் இல்லாதிருப்பது வியக்கத் தக்கதே.

காட்டு மாடு கறுத்து மிகப் பெரிதாக இருக்கும். வயசு வந்த காட்டுக் காளை 6 அடி தோள் உயரமும், 2000 ராத்தல் எடையும் கொண்டிருக்கலாம்; அதாவது, ஓங்கிக் கொழுத்த வண்டிமாட்டின் எடையில் இரு பங்கு இருக்கலாம். காட்டுப் பசு இதிலும் சற்றே

குறைந்த அளவுள்ளது. வயசு வந்த காளை கறுப்பாக இருக்கும். இளங் காளைகளும் பசுக்களும் காபிக் கஷாய வர்ணமாக இருக்கும். இந்த மாடுகளின் கால்களின் கீழ்ப்பாகம் வெளுத்திருக்கும். இப்படிக் கறுத்துப் பெருத்து உயரமாக இருந்தும், தடித்துச் சிறிது வளைந்த வலிய கொம்புகள் கொண்டிருந்தும், காட்டு மாடுகள் பார்வைக்குச் சற்றுச் சாதுக்களாகவே தோன்றும். அவைகளின் மலையேறும் கால்கள் பாங்காகக் குளம்பு விரிவு இல்லாமல் அமைந்திருக்கும். உயர்ந்த பீடபூமி போன்ற முதுகின் தசைப் புடைப்பு, தலையைச் சிறிதுபடுத்தி ஒரு சாத்துவிகப் பார்வையை அளிக்கும்.

அதிகாலையிலும் மாலையிலும் காட்டு மாடுகள் சிறு மந்தைகளாக மேயப் புறப்படும். இவை புல்லையும் மூங்கில் இலையையும் மற்றும் சில இலை வகைகளையும் தின்னும். மத்தியான வெயிலில் இவை நிழலையும் மறைவையும் நாடும். நடுநிசியில் இவை மேயாது படுத்து உறங்கும் என்று சிலர் கருதுகிறார்கள். கார்வார் பிரதேசத்தில் சுபா என்னும் காட்டில் இரவு பன்னிரண்டு மணிக்கு மேல் மூன்று காட்டுப் பசுக்கள் தங்கள் நீண்ட நாக்குகளால் மூங்கிலிலைகளைச் சுற்றிப் பிடித்து உருவி மேய்வதை நான் பக்கத்திலிருந்து பார்த்திருக்கிறேன்.

சுயேச்சையில் புலி ஒன்றே காட்டு மாடுகளின் எதிரி. அதுவும் வயசு வந்த மாடுகளை எதிர்க்கத் தயங்கும்.

காங்கேயம், ஸிந்தி, நெல்லூர், அம்ருத்மஹால் போன்ற தனிக் குணங்கள் வாய்ந்த வண்டிமாடுகளும் கறவை ஜாதிகளும் எல்லாம் திமில் கொண்ட ஓரிந்திய வகையையே சேர்ந்தன. இந்த வகை நம் தேசத்துக் காட்டு மாட்டினின்றும் உதிக்கவில்லை.

கழுதைப்புலி

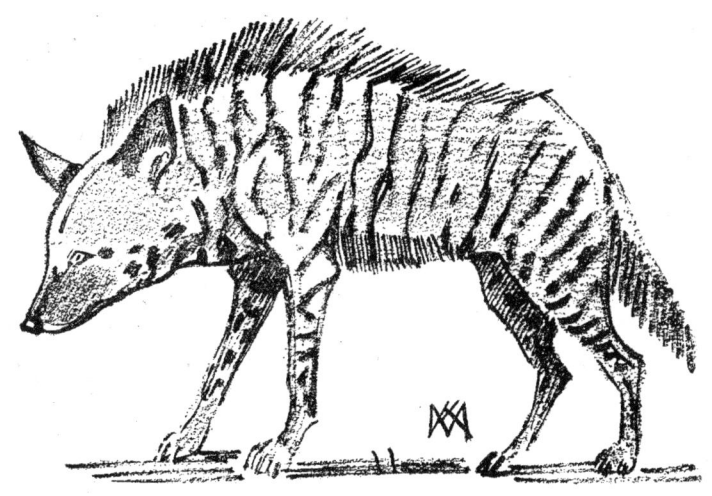

நகரங்களில் குடியிருப்பவர், ஏன், கிராமங்களில் குடியிருப்பவர் கூட, கழுதைப்புலியை அது சுயேச்சையாக இருக்கும்பொழுது பார்த்திருக்கமாட்டார்கள். கிராமப் பக்கமுள்ள காடுகளில் குடியிருந்தும் கழுதைப்புலி மனிதர் இருப்பிடத்தை அணுகுவதில்லை. அது நாளெல்லாம் ஒரு குகையிலோ பெரும் வளையிலோ பதுங்கித் தூங்கும்; இருட்டின பின்பே வெளிக் கிளம்பும்.

இயற்கையில் பிணியினாலோ முதுமையினாலோ பல மிருகங்கள் சாவதில்லை. காயத்தால் பலங்குன்றியோ வயதால் க்ஷீணதசை அடைந்தோ இருக்கும் விலங்குகள், புலி, சிறுத்தை, செந்நாய் முதலிய மாமிசப் பட்சிணிகளுக்கு இரையாகிவிடும். இருந்தாலும், இவை புசித்த பின்னும் கொம்பு, குளம்பு, தோல், எலும்புக்கூடு இவைகளேனும் மிகுந்திருக்க வேண்டுமே. இவைகளைக் காடுகளில் திரியும் வேட்டைக்காரர் ஏன் காண்பதில்லை என்று பலர் கேட்டிருக்கிறார்கள். இந்தக் கேள்விக்கு முற்றும் திருப்தியளிக்கும் விடை இருப்பதாகத் தெரியவில்லை. ஆனால் கழுதைப்புலி இதற்கு ஒரு முக்கிய காரணம் என்று சொல்லலாம். தான் அடித்துக் கொன்ற மானின் தசையைப் பெரும்பாலும் புலி

தானே புசிக்கும். பிறகு நரிகள், கழுகுகள், கீரிகள் முதலிய பிணந் தின்னிகள் பல எச்சத்தை உண்ணும். இவை விட்ட எலும்புகளையும் கடினமான பாகங்களையும் கழுதைப்புலி எளிதில் கடித்து நொறுக்கித் தின்றுவிடும். மற்ற மிருகங்கள் கொன்று தின்று எஞ்சி யதே இதன் முக்கிய ஆகாரம். தோல், எலும்பு முதலியவைகளை இது ஆவலுடன் புசிக்கும்.

கழுதைப்புலிக்குள்ள தாடை உறுதி மற்ற விலங்குகளுக்குக் கிடையாது. இதற்குக் கொல்லும் திறனும் கூரிய பற்களும் இல்லா திருந்தும் பெரிய எலும்புகளையும் துண்டு பண்ணும் தாடை வலு உண்டு. அளவிலும் கனத்திலும் கழுதைப்புலி பெரிய நாயினும் பெரியது. சுமார் 3 அடி உயரமும் 95 ராத்தல் எடையுமுள்ள கழுதைப்புலிக்கு ஆடு மாடுகளைக் கொல்லும் பலம் இருந்தும் எப்பொழுதாவதுதான் இது வேட்டையாடும். பிறர் கொன்ற இரையைத் தேடியே ஜீவிக்கும். தன்னிலும் மிகச் சிறிய நாய்கள் எதிர்த்தால் அவைகளுடன் போராடாமல் தப்பி ஓடிவிடும். அப்படி ஓட முடியாவிட்டால் செத்தாற்போல் விழுந்துவிடுமாம். நாய்கள் என்ன கடித்தாலும் பட்டுக்கொண்டு அசையாதிருக்கும். பிறகு அது செத்துவிட்டது என்று அவை விலகியபின் கழுதைப்புலி எழுந்து ஓடிவிடும் என்று சில வேட்டைக்காரர்கள் சொல்லியிருக் கிறார்கள். இவர்களின் சொல்லை முற்றும் நம்பலாம். ஆனால், கழுதைப் புலி பயங்கொள்ளி என்று இதிலிருந்து விளங்கவில்லை. அவைகளின் வாழ்க்கையை முற்றும் அறியாமல் காட்டுமிருகங்கள் கோழைமனமுள்ளவை, மிகத் தைரியமுள்ளவை என்று நாம் இயல்பைத் தீர்மானிப்பது தவறு. இயற்கையில், தைரியம் என்பது நமக்குத் தெளிவாகப் புலப்படாத சந்தர்ப்பங்களையும் சூழ்நிலை களையும் பொறுத்தது என்பதை நிரூபிக்கக் கழுதைப்புலி போது மான அத்தாட்சி.

சேரி நாய்களைக் கண்டு ஓடும் கழுதைப்புலி மிகுந்த வீரமும் பலமும் கொண்ட சிறுத்தையைச் சில வேளை எதிர்த்து விரட்டும் என்பது வேட்டையாடுபவர் அறிந்ததே. சிறுத்தை கொன்ற இரையைக் கவரும் கழுதைப்புலி அதை எதிர்த்து விரட்டிப் பசி யாற்றிக்கொள்வதும் உண்டு. இவ்வேளைகளில் புலியை விரோதிக் கும் வீரத்தைப் பசியே இதற்கு அளிக்கிறது என்று முதலில் தோன்றலாம். மனித பயமும், பகல் வெளிச்சமுங்கூடக் கழுதைப் புலியின் அதைரியத்திற்குக் காரணமாக இருக்கலாம் என்று நான் நினைக்கிறேன். நாய்களைக் கண்டு கழுதைப்புலி பயந்தோடின தறுவாய்களில் நாய்களின் பின் மனிதர்களும் இருந்திருக்கிறார்கள்; மேலும் இவை பகலில் நிகழ்ந்தன. இரவில், பசி கொண்ட கழுதைப்புலி கிராம நாய்களைக் கொல்வதும் உண்டு. தவிரவும், சிறுத்தையின் இரைக்காக அதனுடன் போராடும் கழுதைப்புலி, அருகில் மரத்தின் மேலே மனிதன் இருப்பதைத் தன் நுண்ணிய மோப்பத்தால் அறிந்து (சிறுத்தைக்கு அத்தனை நுட்பமான மோப்

பம் இல்லை) வெற்றி காணும் தருணத்தும் இரையை விட்டு அகன்று ஓடினதும் உண்டு. தீனிக்காகப் போராடும் பரபரப்பிலும் கழுதைப்புலி மனித பயத்தை மறப்பதில்லை.

நல்ல வேளையாக இத்தனை தாடைவன்மையுள்ள கழுதைப்புலி மனிதரைக் கண்டால் அஞ்சி விலகுகிறது. பசியின் கொடுமையினாலோ, மற்ற எந்தக் காரணத்தினாலோ, அபூர்வமாக இது மனித வேட்டை ஆடுவதும் உண்டு. அப்போது மிகவும் அபாயமான விலங்காக இது மாறிவிடும்.

முன்பக்கம் உயர்ந்தும் பின்னால் சரிந்தும் அவலட்சணமாக இருக்கும் கழுதைப்புலியின் தோற்றமும், பேய்நகை போன்ற கனைப்பும், துர்க்கந்தமும் எல்லாருக்கும் அருவருப்பையே தரும். ஆனால் பல வருஷங்களுக்கு முன் ஒரு குகையில் கண்டெடுத்த கழுதைப்புலிக் குட்டியை தாம் வளர்த்துவந்ததாகவும், அது நாய் போல் மிக வாஞ்சையுடனும் விசுவாசத்துடனும் தம்மிடம் நடந்துகொண்டதென்றும், நானும் ஒரு கழுதைப்புலிக் குட்டியைப் பழக்கி வளர்த்தால் அதன் நல்ல குணங்களைத் தெரிந்துகொள்வேனென்றும் ஒரு பிரபல ஆங்கிலேய வேட்டைக்காரர் என்னிடம் சொல்லியிருக்கிறார்.

வேட்டைச் சிவிங்கி

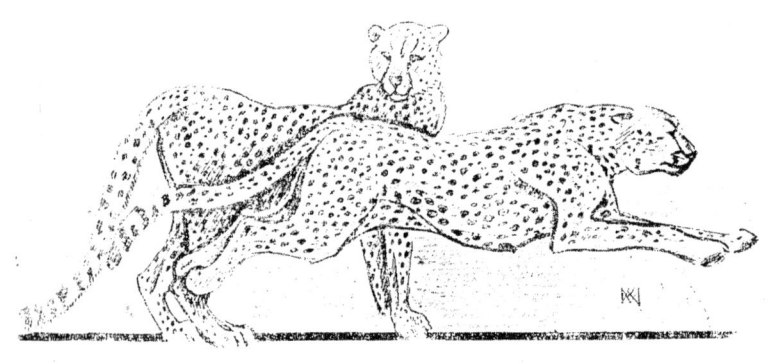

ஆங்கிலத்தில் 'சீடா' அல்லது 'வேட்டைச் சிவிங்கி' (Hunting Leopard) எனப்படும் இந்த விலங்குக்குத் தமிழில் தனிப்பெயர் கிடையாது. இதில் ஓர் ஆச்சரியமும் இல்லை. தமிழ்நாட்டில் என்றும் இது விரைந்தோடி வாழ்ந்ததாகத் தெரியவில்லை. மேலும், இது குடியிருந்த வட நாடுகளிலும் இதற்குத் தனிப்பெயர் சாதாரணமாக வழங்கவில்லை. அந்த நாடுகளில் இதைச் 'சித்தா' என்றே சொல்லு வார்கள்; இதே சொல் அங்கே சிறுத்தையையும் குறிப்பதால் இது தனிப்பெயர் ஆகாது. 'சித்தா' என்ற சொல் இதற்கும் சிறுத்தைக்கும் புள்ளி வாய்ந்திருப்பதையே காட்டும். இதிலிருந்தே ஆங்கிலத்தில் 'சீடா' என்ற பெயர் வந்ததென்பதில் சந்தேகம் இல்லை. சிறுத்தைக் கும் இந்தச் 'சீடா'வுக்கும் வித்தியாசம் விளங்குமாறு தமிழில் இதைச் 'சிவிங்கி' எனக் கொள்ளலாம் என்று ஓர் இயற்கை விஞ்ஞானி சொன்னதாகக் கேள்வி. விஷயம் இத்தனை சுலபமாய்த் தீர்மா னிக்கக்கூடியதல்ல; தமிழில் 'சிவிங்கி' என்ற சொல் ஒரு மீனுக்கும் பறவைக்கும்கூட வழங்கும். அதுவும் புள்ளிவாய்ந்த தோற்றத்தைக் குறிக்கும் சொல்லே; சிறுத்தையையும் குறிக்கும் சொல்லே. ஆப்பி ரிக்கா தேசத்து 'ஜீராப்'பை நாம் 'ஒட்டைச் சிவிங்கி' என்று அதன்

ஆங்கிலப் பெயரையொட்டி அழைக்கவில்லையா? அது போல் 'சீடா'வை 'வேட்டைச் சிவிங்கி' எனலாம்.

சுமார் 30 வருஷத்துக்கு முன்கூட நம் தேசத்தில் சில இடங்களில் வேட்டைச் சிவிங்கிகள் சுயேச்சையாக வாழ்ந்தன. இப்போது இனம் குன்றி அழிந்துவிட்டதாகத் தோன்றுகிறது.

இதற்கும் சிறுத்தைக்கும் பல பேதங்கள் உண்டு. சிறுத்தை வகை மிருகங்களைப் போல் வேட்டைச் சிவிங்கியால் கால் நகங்களை முழுதும் உள்ளிழுக்க முடியாது; அரைகுறையாகவே நகங்களை உள்ளிழுக்க முடியும். சிறுத்தை போல் நடுவெளி கொண்ட புள்ளி வட்டங்கள் கொண்டிராது; இதன் புள்ளிகள் நடுவெளி யின்றிக் கருத்திருக்கும். மேலும், அளவில் ஒரு நடுத்தரச் சிறுத்தையை ஒத்திருந்தும் வேட்டைச் சிவிங்கி வயிறு குறுகிக் கால் மெலிந்திருக் கும். சிறுத்தைக்குள்ள கனவாகு இதற்குக் கிடையாது.

உலகத்தில் உள்ள நாற்கால் பிராணிகள் எல்லாவற்றையும்விட வேகமாக ஓடக்கூடிய இந்த விலங்கு நமது நாட்டில் முன் செழித் திருந்து, இப்பொழுது முழுதும் மறைந்துவிட்டது மிக வருத்தந் தரும் நிகழ்ச்சியே. இப்படி இனம் குன்றி அழியும் மிருகங்களுக்குத் தக்க பாதுகாப்பளித்து பிற தேசங்களில் அவை முற்றும் மறையாது காப்பாற்றியுள்ளனர். இங்கும், ஜூனகட் சமஸ்தானம் அங்குள்ள சில சிங்கங்களை அழிந்துவிடாது காப்பாற்றியிருக்கிறது. வேட்டைச் சிவிங்கிக்கு இந்தச் சகாயம் கிடைக்கவில்லை.

வேட்டைச் சிவிங்கியின் பாய்ச்சல் வேகம் வேறு எந்த மிருகத்திற் கும் இல்லை. இது பந்தயமோடும் வேட்டை நாய்களைச் சுலபமாய்த் தோற்கடிக்கும். மணிக்கு 70 மைல் வேகத்தில் சில தூரம் ஓடவல்லது.

முன்காலத்தில் மான்வேட்டைக்காக இதைப் பிடித்துப் பழக்கி பிரபுக்களும் அரசர்களும் வளர்ப்பார்கள். முன்காலத்தில் என்று இப்படிப் பழைமை பாராட்டுவானேன்? இதுபோல் பழக்கப்பட்ட ஒரு வேட்டைச் சிவிங்கியுடன் சிறுவயதில் நான் விளையாடியிருக் கிறேன். குட்டியில் பிடித்து வளர்த்த வேட்டைச் சிவிங்கி மான் வேட்டைக்கு உதவாது. காட்டிலே மானைக் கொல்லும் வளர்ச்சியும் திறமையும் அது அடைந்த பின்பே, அதை வலை கொண்டு பிடித்துப் பழக்குவார்கள். புதிதாய்ச் சிக்கிய வேட்டைச் சிவிங் கியைப் பழக்கும் முறை விநோதமானது. அதைக் கட்டி, தீனி உதவாது வைத்து, தூங்கவிடாமல் அல்லும் பகலும் அதைச் சுற்றிப் பெண்மக்களை உட்கார்ந்து அதட்டிப் பேசச் சொல்லுவார்களாம். இப்படிப் பெண்மக்கள் வசை கேட்கும் வேட்டைச் சிவிங்கி, மெல்ல மெல்லத் தளர்ந்து, தன் பழைய முரட்டுத்தனத்தையும் வணங்காத திடத்தையும் இழந்து சாதுவாகி மனிதரிடம் எதையும் பொறுக்கும் சுபாவம் கொண்டுவிடுமாம்!

வேட்டைச் சிவிங்கியைக் கொண்டு மான் வேட்டையாடினோர் இன்னும் பலர் இருக்கிறார்கள். வேட்டைச் சிவிங்கியைத் தலையுட்

பட ஒரு துணி கொண்டு மூடிப் போர்த்தி, இரட்டை மாட்டு வண்டியில் அதை ஏற்றி, தாங்களும் ஏறிக்கொண்டு வயல்களைப் பார்த்துச் செல்வார்கள். வயல்களுக்கு அப்பாலுள்ள புல்வெளிகளில் மேயும் கலைமான் திரள் மாட்டு வண்டி தனக்குச் சகஜமான காட்சி யானதால் வண்டி சற்றுத் தூரமுள்ளமட்டும் மருண்டு கலையாது. சமீபம் வந்ததும் வண்டியைப் புதர் மறைவில் நிறுத்தி வேட்டைச் சிவிங்கியை மூடின துணியை விலக்கி அதை இறக்கிவிடுவார்கள். அது மெல்லப் பதுங்கி ஒளிந்து மான் திரளை அணுகி, பிறகு வாயு வேகத்துடன் பாய்ந்து துரத்தி ஒரு மானைப் பிடித்துவிடும். கலைமான் மிக வேகமாக நெடுந்தூரம் ஓடக்கூடியது. எந்த வேட்டை நாயாலும் அதைப் பிடிக்க முடியாது. வேட்டைச் சிவிங்கி சுமார் 100 கஜ தூரத்தில் இருக்கும்போதே மான்திரள் அதைக் கண்டு மருண்டோடும். அப்படியும் அநேகமாய்க் கால் மைல் தூரத்துள் சிவிங்கி தன் இரையைப் பற்றிவிடும். இது முடியாவிட்டால் மேலும் துரத்திச் செல்லாது நின்றுவிடும். ஆனால் பல வேளைகளில் அதன் அதிசயக் கால்வேகம் அதற்கு ஜயத்தையே தரும்.

பழக்கப்பட்ட வேட்டைச் சிவிங்கி பார்வைக்கு மிக அழகாக இருப்பதுடன் மனிதர்களிடம் பிரியமாகவும் நடந்துகொள்ளும். காட் டில் வசிக்கும்போதும் மனிதரைக் கண்டால் விலகிவிடும். யாரும் காட்டில் இருந்த விலங்கால் கடிபட்டதில்லை. ஆப்பிரிக்கா தேசத்தில் இன்னும் வேட்டைச் சிவிங்கிகள் இருக்கின்றன. இவை களின் சுவாதீன வாழ்க்கையை எவரும் கூர்ந்தறிந்ததாகத் தெரிய வில்லை. இந்தியாவில் இனிமேல் ஒரு நாளும் இதை அறிய முடியாது.

காட்டுப்பூனை

மராட்டியில் பூனையைப் 'புலியின் பெரியம்மா' என்று சொல்வதுண்டு. இயற்கை விஞ்ஞானிகள் சிங்கம், புலி, சிறுத்தை முதலிய பராக்கிரமம் மிகுந்த விலங்குகளைப் 'பூனை வம்சத்து மிருகங்கள்' என்றே அழைக்கிறார்கள். சமீப கால மட்டும் பிராணி சாஸ்திரத்தில் பூனையின் லத்தீன் பெயரையே அவைகளின் முதற் பெயராகக் கொண்டார்கள். இப்போது பூனைகளை வேறாக வகுத்து, புலி, சிங்கம் இவைகளைச் சிறுத்தையின் கிளைவகுப்பில் அமைத்துள்ளார்கள். ஆயினும், இன்றும் அவை பூனை வம்சத்தைச் சேர்ந்தவை என்றே கருதுகிறார்கள்.

வீட்டுப்பூனைகள் காட்டுப்பூனைகளிலிருந்து உதித்தபோதிலும் இவைகள் இரண்டிற்கும் வித்தியாசம் உண்டு. காட்டுப்பூனை அள வில் பெரியது. கால் நீண்டு உயரமாக இருக்கும். சுமார் 3 அடி நீளமும் (இதில் வால் 1 அடி) 1¼ அடி உயரமும் இருக்கும். கடு வன் 18 ராத்தல் எடை இருக்கும். (வீட்டுப்பூனைகளுள் பெரியன 10 ராத்தல் எடை இருக்கலாம்.) காட்டுப்பூனை பழுப்பு மஞ்சள் கலந்த சாம்பல் நிறமாக, வாலிலும் வயிற்றிலும் கருவரிகள் தீட்டி யிருக்கும். தோற்றத்திலேயே அது காட்டு மிருகம் என்பது விளங்கும்.

மீன் பிடிக்கும் பூனை

அடர்ந்த காடுகளைக் காட்டுப்பூனைகள் விரும்புவதில்லை. சற்று வெளிப்பாங்கான இடங்களில், செடி போர்த்த ஆற்றங்கரை களிலும் புறம்போக்குகளிலும் கிராமங்களை அடுத்தும் வாழும். காட்டிலுள்ள பறவைகளையும் முயல் முதலிய பிராணிகளையும் இரவில் மட்டுமல்ல, காலையிலும் மாலையிலும் வேட்டையாடும். காட்டுப்பூனையின் பலம் அதன் அளவுக்கு அதிகமே; மேலும், புதர் மறைவாகப் பதுங்கிப் பாய்வதில் வெகு சாமர்த்தியம் உள்ளது. கிராமவாசிகளின் கோழிகளையும் புறாக்களையும் அவை களின் இரவடைப்பினுள் புகுதலுக்குக் கொஞ்சமேனும் வசதியிருந் தால், சூறையாடும். புறாக் கூண்டினுள் இரவில் புகுந்த காட்டுப் பூனை, தன் பசியை ஆற்ற ஒன்றிரண்டு பறவைகளை மாத்திரம் கொல்லாது, கூண்டில் அடைபட்ட அத்தனை புறாக்களையும் ஒழித்துவிடும். இப்படி மிதமிஞ்சி மாய்க்கும் பிராணிகள் குரூர சுபாவமுள்ளவை என்று கருதுவது சகஜம்.

'காட்டுப்பூனை' என்று தமிழில் சாதாரணமாகக் குறிப்பது பிராணி சாஸ்திரத்தில் Felis chaus எனப்படும். குன்று அடிவாரத்துப் புதர்க்காடுகளில், இதிலும் மிகச் சிறியதான மற்றொரு பூனையைப் பார்க்கலாம் (Prionailurus rubiginosus). இதற்குத் தமிழில் தனிப்பெயர் இருப்பதாகத் தெரியவில்லை. இது ஒரு சிறிய வீட்டுப் பூனையின் அளவில் சிவப்புக் கலந்த வெண்சாம்பல் நிறத்தில் புள்ளிகளும் கோடுகளும் கொண்டிருக்கும். இமயமலைச் சாரல்களிலும், நேபாளம், அஸ்ஸாம் முதலிய இடங்களிலும், ஸிந்துவிலும், பஞ்சாபி லும் இன்னும் சில பெரும் பூனைகள் சுயேச்சையாக வாழ்கின்றன.

மலையாள தேசத்தில் நீரோட்டத்தின் பக்கமுள்ள செழித்த காடுகளில், ஆங்கிலத்தில் 'மீன் பிடிக்கும் பூனை' எனப்படும் ஒரு பெரும்பூனை (Prionailurus viverrinus) குடியிருக்கும். குட்டை வாலுட்பட இது 3½ அடி நீளமிருக்கும். கால் குறுகி உடல் கனத்துச் சுமார் 25 – 30 ராத்தல் எடை இருக்கும். இதன் கபில வர்ணங்கலந்த சாம்பலுடலில் கருத்த நெடும் புள்ளிகள் போட்டிருக்கும்; இவை, தலையில் ஒன்றுகூடி வரிகளாக இருக்கும். இந்தப் பூனையின் முன்கால் விரலிடையே தோல் பரவியிருக்கும்.

இந்தப் பூனை நீர்மட்டத்தின் மேலுள்ள ஒரு பாறையிலோ கரையோரமாகவோ பதுங்கிப் படுத்துக் காத்திருக்கும். நீந்திவரும் மீன்களைத் தன் முன்னங்கால்களால் தண்ணீரினின்றும் தட்டிப் பறித்துப் பிடித்துவிடும். மீன், இறால் போன்ற நீர்வாழ் பிராணிகளைப் பிடித்துப் புசிப்பதுடன் இது நிலவாழ் மிருகங்களையும் வேட்டையாடும். நாய்களையும் ஆடுகளையும் கொன்றுவிடும். புதிதாகப் பிடித்த ஒரு 'மீன்பிடிக்கும்' கடுவன் தன் கூண்டிலிருந்து தப்பி, பக்கத்துக் கூண்டுக்குள் பிரவேசித்து அங்கிருந்த பெருஞ் சிறுத்தையைக் கொன்றது நடந்த சம்பவமே.

புனுகுப்பூனை

தமிழில் மட்டுமல்ல, தெலுங்கிலும் கன்னடத்திலும் மராட்டியிலும், இதர இந்திய பாஷைகளிலும் புனுகுப்பூனையைப் 'புனுகுப்பூனை' என்றே அழைக்கின்றனர். புனுகு என்று சொல்லிக் கடைத்தெருவில் விற்கும் வாசனைச் சாமானில் இந்த மிருகத்தின் வாலடிப் பையில் வடியும் வஸ்து சிறிது கலந்திருந்தும், இது ஒரு பூனை அல்ல. இதன் இனத்திற்கும் பூனை வம்ச மிருகங்களுக்கும் தோற்றத்திலேயே வித்தியாசம் தெரியும். நீண்ட உடலும் வாலும் முகமும், குட்டைக் கால்களும் வாய்ந்த புனுகுப்பூனை கீரிப்பிள்ளை போல் இருக்கும். உண்மையில் இது கீரியுமல்ல. இயற்கை விஞ்ஞானிகள் பூனைகளுக் கும் கீரிகளுக்கும் இடையில் ஒரு தனி வகுப்பாகப் புனுகுப்பூனை களை அமைத்திருக்கிறார்கள்.

தமிழ்நாட்டில் சாதாரணமாகக் காணும் புனுகுப்பூனை ஆங்கிலத் தில் 'சிறிய புனுகுப்பூனை' என்ற பெயர் கொண்டது. விஞ்ஞானிகள் லத்தீன் பாஷையில் இதை Viverricula indica என்று அறிவர். இது, வாலுட்படச் சுமார் 3 அடி நீளமிருக்கும். இன்னும் ஓரடி நீண்ட 'பெரிய புனுகுப்பூனை' இந்தியாவின் வட கிழக்குப் பகுதி காடுகளில் வசிக்கிறது.

எலி, அணில், பல்லிகள் போன்ற சிறு பிராணிகளை வேட்டை யாடியும், இலந்தை முதலிய பழங்களைத் தின்றும் புனுகுப்பூனை வாழும். பூனைகளையும் கீரிகளையும் போல் இது கிட்டத்தட்ட முற்றும் மாமிச பக்ஷிணியல்ல. அவைகளுக்குள்ள கொல்லுந் திறன் இதற்கு இல்லை. ஆயினும், என் வீட்டில் எலிகள் மிகுதியானபோது, 'இதற்காகவா கவலைப்படுகிறாய்? ஒரு புனுகுப்பூனை வளர்த்தால் போகிறது!' என்று அண்டை வீட்டுத் தெலுங்குப் பாட்டி சொன்ன விஷயம் உண்மையானதே. சிறு வயதிலிருந்து பழக்கி வளர்த்த புனுகுப்பூனை வீட்டோடு இருந்துவிடும். வீட்டில் எலிகள் தலை தூக்காதபடி அது பார்த்துக்கொள்ளும்.

பழைய காலத்தில், சில ஐரோப்பிய நாடுகளில், எலிகளை அடக்க வீடுகளில் புனுகுப்பூனைகளை வளர்த்தார்களாம். இன்றும், அனந்த பூர் ஜில்லாவிலும் அதையடுத்த மைசூர்ச் சீமையிலும், இதே

காரணத்தை உத்தேசித்துப் புனுகுப்பூனைகளைப் பழக்கி வளர்ப்பதைக் காணலாம்.

புனுகுப்பூனைகள் நாளெல்லாம் ஒரு மரப்பொந்திலோ தரையிலுள்ள வளையிலோ படுத்து உறங்கும். இருட்டினதும் விழித்து இரை தேடப் புறப்படும். மரநெருக்கமில்லாத காடுகளிலும், கிராமங்களையடுத்தும், நகரங்களிலுங்கூட, இவை வசிக்கும்.

புனுகு என்பது மெழுகு போன்ற மிக வாசனையுள்ள ஒரு வஸ்து. புராதன காலத்திலிருந்து மனிதர் இந்த வாசனைச் சாமானை வேண்டிப் புனுகுப்பூனைகளை வேட்டையாடியும் வளர்த்தும் இருக்கிறார்கள். மிருகங்களினின்றும் நமக்குக் கிடைக்கும் வாசனைச் சாமான்கள் சிலவே; ஆயினும் இவைகளையே நாம் மிகவும் உயர்ந்தனவாகக் கருதி விரும்புகிறோம். இவற்றுள் புனுகு பலரும் அறிந்தது. அசல் புனுகின் வாசனை தீவிரமாக இருக்கும்.

சுயேச்சையில் வாழும் புனுகுப்பூனைகள் ஒன்றையொன்று குரல் கொடுத்து அழைப்பதில்லை. புனுகின் வாசனை மூலமாகவே தங்கள் இருப்பிடத்தையும் போக்குவரவையும் தங்கள் இனத்திற்குத் தெரிவிக்கும்.

புனுகுப் பைகளைத் தவிர இவற்றின் வால்களடியில் மிக துர்க்கந்தம் கொண்ட நாற்ற நீர்ப் பைகளும் உண்டு. அபாயம் ஏற்பட்டால் தங்கள் எதிரிகள் முகத்தில் இந்த நாற்ற நீரை வீசித் தப்பித்துக்கொள்ளும்.

சிறுத்தை

நீளத் திரிந்து வாழ வெளிப்பாங்கான காடுகளும் பரந்த புதர்ப் பாலைகளும் சிங்கத்திற்கு வேண்டும்; புலிக்குச் சுனைகள் கொண்ட பெருங்காடுகள் வேண்டும்; சிறுத்தை எங்கும் இருக்கும். நாலு பாறைகள் கூடிய ஒரு குன்றோ, முட்செடி போர்த்த ஒரு திட்டோ பள்ளத்தாக்கோ இருந்தால் சிறுத்தை பதுங்கி வசிக்க அது போதும். நாட்டுப்புறங்களில் அறுவடைக்கு முன் செழித்து நிற்கும் சோளப் பயிரில் ஒளிந்து சென்று கிராம நாய்களையும் ஆடுகளையும் சிறுத்தை கௌவிக்கொண்டு போய்விடும். நகர எல்லைகளிலும் புல்வெளியிலும் மேயச் செல்லும் மந்தைகளைப் பின்தொடர்ந்து இரை தேடும். காடுகளில் மான்களையும், மரமேறும் குரங்குகளையும் வேட்டையாடும். மயில்களையும் காட்டுக்கோழிகளையும் முள்ளம் பன்றிகளையும் முயல்களையும் பிடித்துத் தின்னும். குளிர் மிகுந்த மலைச்சிகரங்களிலும் வெயில் வாட்டும் சமவெளிகளிலும் சஞ்சரிக்கும். எந்த இடத்திலும் எப்படியேனும் கிடைத்ததைக் கொண்டு சிறுத்தை காலந்தள்ளும்.

சிறிய இடங்களிலும் சமயோசிதமாகவும் வாழக்கூடிய விலங்கு இது. காடழித்து நாடாக்கி மனிதர் பெருகும் நம் தேசத்தில் இன்றும் சிறுத்தை செழித்திருப்பது ஆச்சரியம் அன்று. மேலும், பலவிதமாக

மா. கிருஷ்ணன்

ஜீவிக்கும் சிறுத்தை இருப்பதும் விசித்திரம் அன்று. ஒரு காலத்தில், உடலளவை உத்தேசித்து, நம் நாட்டுச் சிறுத்தைகளை இரு வகைகளாகப் பிரித்திருந்தார்கள். இப்போது இவை உண்மையில் வேறான வகைகள் அல்ல என்றும், சிறுத்தையில் ஒரே வகைதான் உண்டென்றும், அதில் அளவு பேதங்கள் இருக்குமென்றும் தெரிந்துகொண்டிருக்கிறோம். நாசியிலிருந்து வால்நுனி மட்டும் நேரளவில் 5½ அடி நீளமும் 75 ராத்தல் எடையும் உள்ள சிறுத்தை வயது வந்ததாகவே இருக்கலாம். இவைகளுள் பெரியவை 8 அடி நீளமும் 150 ராத்தல் எடையும் வாய்ந்திருக்கலாம். வளர்ச்சியுள்ள சிறுத்தை உடலமைப்பிலும் தசைக்கட்டிலும் சிறு புலிகள் போலிருக்கும். 'சிறுத்தை' என்ற சொல்லே பெரும் புலியாகிய வேங்கையைக் குறிக்காது சிறு புலியாகிய இந்த விலங்கைக் குறிக்கும். வட இந்திய பாஷைகளில் இதைச் 'சித்தா' என்பார்கள். அது, சிறுத்தையின் புள்ளி பொறித்த தோற்றத்தைக் குறிக்கும் சொல். மற்றுமொரு புள்ளி தெளித்த மிருகத்தையும் 'சித்தா' என்று சொல்வதுண்டு. இது ஆங்கிலத்தில் 'சீடா' என்றும், வேட்டைச் சிவிங்கி என்றும் சொல்லப்படும். இதற்கும் சிறுத்தைக்கும் பெயரில் மட்டுமே பொருத்தம்; வேறெந்தச் சம்பந்தமும் கிடையாது.

அளவில் மட்டுமல்ல, நிறத்திலும் சிறுத்தைகளுள் பல வேறுபாடுகள் உண்டு. சாதாரணமாக, உடலெங்கும் செம்பொன்னிறம் கலந்த தேக்குமர வர்ணமாகவும், மார்பிலும் வயிற்றிலும் கால்களின் உட்புறத்திலும் வால்நுனியிலும் வெள்ளையாகவும், எங்கும் கறுத்த சிறுபுள்ளி வட்டங்களும் பெரும்புள்ளிகளும் பொறித்தும் இருக்கும். சில சிறுத்தைகளின் புள்ளி வட்டங்கள் அகலமாய், வட்டவளைவுள் மீண்டும் புள்ளிகள் கொண்டதாய் இருக்கும். சிலவற்றின் உடல் வர்ணம் மங்கியோ இருண்டோ, சற்றுச் சாம்பற் பூத்தது போலோ இருக்கலாம். தவிரவும் சில, வர்ண அடர்த்தியால் கறுப்பாக இருக்கலாம். கருஞ் சிறுத்தைகள் மலேயாவில் மிகுதியாக உண்டு. இந்நாட்டில் அரிதாகவே பார்க்கலாம். ஒரே தாயின் குட்டிகளில் சில கறுப்பாகவும் சில சாதாரணமாகவும் இருப்பதிலிருந்து கருஞ் சிறுத்தை வேறு இனமல்ல என்பது விளங்கும். இது பார்வைக்கு முழுக் கறுப்பாகவே தோன்றும்; நல்ல வெளிச்சத்தில் அதிலும் கறுத்த புள்ளி வட்டங்கள் மேலெல்லாம் லேசாகப் பொறித்திருப்பது தென்படும்.

சுழல் வேகத்துடன் திரும்புவதிலும் பாய்வதிலும் சிறுத்தை சாமர்த்தியம் உடையது. தசை புடைத்துக் கனத்திருந்தாலும் அதனுடல் நயமாக வளையும். அதன் நடையிலும் போக்கிலும் அதிவேகத்துடன் ஒய்யாரமான லாவகம் இணைந்திருக்கும். அளவில் பெரியதாய் இல்லாவிட்டாலும் – பல மனிதர்களுக்குள்ள உடல் கனம் சிறுத்தைக்குக் கிடையாது – மிக வலிமையும் தைரிய முமுடையது. சுமார் 50 ராத்தல் எடையுள்ள இரையைக் கௌவின வாறே, செங்குத்தாக 8 அடி உயரமுள்ள பாறைமீது சிறுத்தை எளிதில்

தாவி ஏறும். தன்னிலும் மிகப் பெரிய மிளாவையோ மாட்டையோ கொல்லும். மரமேறுவதிலும் பதுங்கிச் செல்லுவதிலும் நல்ல திறமை வாய்ந்தது. பூமியில் வயிறுபட மெல்ல மெல்ல நெளிந்து, புல்லிலும் சிறு பள்ளங்களிலும் உடலை ஒளித்து, பொறு மையுடன் இரையறியாது அது மேயுமிடத்தை அணுகுவதில் சிறுத் தைக்கு ஈடு கிடையாது. முட்செடியின் பின்பாகவோ புல் திட்டிலோ பதுங்கி உடலொடுக்கி உருவம் குன்றிச் சிறுத்தை மாயமாய் மறை வதை நேரில் கண்டவரே அதன் சாதுரியத்தை அறிவர்.

புலியைப் போல் சிறுத்தைக்கும் அதிநுட்பமான செவிகள் உண்டு. செவி நுட்பமும் பார்வையுமே இவைகளுக்கு முக்கிய உதவி யாக இருப்பன. நாய் வகைப் பிராணிகளைப் போல் வேட்டைக்குப் போகையில் ஆக்கிராண சக்தியை இவை உபயோகிப்பதில்லை.

சிறுத்தைகள் சில வேளைகளில் மட்டுமே கர்ஜிக்கும். திருப்தி கொண்ட பூனைகளைப் போல் மெதுவாகத் தொண்டைக்குள்ளா கவே உறுமுவதுண்டு. சாதாரணமாய் இவைகளிடும் சப்தம் மரவாள் கொண்டு பலகையை அறுக்கும் சப்தத்தைப் போலவே இருக்கும்.

கிராமங்களை ஒட்டி வசிக்கும்போதும் சேரி நாய்களையும் ஆடு களையும் கவரும்போதும் சிறுத்தைகள் ஒருவாறாக மனிதர்களின் போக்கை அறிந்துகொள்ளும். அதனாலும், செங்குத்தான இடங் களில் தொத்தியேறுவதிலும் பதுங்கியொளிவதிலும் திறமையுள்ள தாலும், ஆட்கொல்லும் புலியினும் ஆட்கொல்லும் சிறுத்தையே அபாயகரமானது. சிறுத்தைகள் மனித சமூகத்தை அடுத்து வாழ்வ தால் மனித பயம் இழந்து ஆட்கொல்லிகளாக மாறுகின்றன என்று நினைக்க ஆதாரமுமில்லை. பெருஞ் சிறுத்தைகள் சாதாரணமாக உலவும் பல நாட்டுப் புறங்களில் கிராமவாசிகளின் ஞாபகம் எட்டும் வரை என்றும் அவை மனிதரை எதிர்த்துக் காயப்படுத்தினதில்லை.

புலி

இந்திய வனவிலங்குகளில் அதிகப் பிரசித்தி பெற்றதும் நமது தேசச் சின்னமாகவே பிறர் நினைப்பதுமான வரிப்புலி முதல் முதலில் இங்கில்லையென்றும், வட ஆசியாவின் குளிர்நாடுகளி லிருந்து இங்கே குடியேறியதென்றும் இயற்கை விஞ்ஞானிகள் தீர்மானித்திருக்கிறார்கள். இந்தக் குடியேற்றம் எப்போது நடந்த தென்று தெளிவாகத் தெரியவில்லை; சில ஆயிர வருஷங்களுக்கு முன் என்றே சொல்லலாம். இன்றும் ஆசியாவில், மஞ்சூரியாவிலும் சீனாவிலும் பர்மாவிலும் மலேயாவிலும் புலிகளைக் காணலாம். வட ஆசியாவில் வசிக்கும் சில புலிகள் நம் நாட்டுப் புலிகளை விட நீளத்திலும் மயிர்ப் போர்வையிலும் சிறந்தவை. ஆனால் இந்தியாவின் புலிகள்தாம் மிகக் கியாதி பெற்றவை. இலங்கையில் புலி இல்லை.

இங்கே பல நூற்றாண்டுகளாகச் சஞ்சரித்தும் குளிர் தேசத்தி லிருந்து வந்ததால் புலி வெப்பம் தாங்காது. நாளெல்லாம் சூரியனின் பிரகாசத்தையும் வெப்பத்தையும் சகியாது புல்லும் புதரும் போர்த்துப் பெரு மரங்கள் நெருங்கிய மலைச்சாரல்களிலும், குளிர்ந்த நிழலடர்ந்த மற்ற இடங்களிலும் படுத்திருக்கும். இருட்டின தும் வேட்டையாடப் புறப்படும். மரநிழலில்லாத இடங்களிலும், வறண்ட வெயில் மிகுந்த பாலைகளிலும், தினமும் பருக நீர் கொண்ட ஒரு சுனையோ சிறு குளமோ காட்டாறோ இல்லாத அடவிகளிலும் புலிகள் வசிப்பதில்லை. தண்ணீர் அவைகளுக்கு

அவசியம். சில வேளைகளில் உடல் மூழ்கு மட்டும் குட்டைகளில் இறங்கி அங்கே அப்படியே படுத்திருக்கும். புலிகளுக்கு நன்றாக நீந்தத் தெரியும்.

புலி, பெரும்புலி, வரிப்புலி, வேங்கை, கடுவாய் என்று பலவாறு சொல்லப்படும் காட்டரசன். இதைப் பயத்தினால் சிறுமைப்படுத்தி 'நரி' என்று அழைப்பதும் உண்டு. வலிமையிலும் வனப்பிலும் பராக்கிரமத்திலும் வேறு எந்த மிருகத்திற்கும் தாழ்ந்தது அல்ல. வயது வந்து காட்டில் சுயேச்சையாகத் திரியும் வேங்கையின் திரண்ட முன்கால் சுற்றளவும், உயிர்வாங்கும் பற்கள் வாய்ந்த பெருந்தலையும், தசைப்பற்றும் அச்சமும் ஆச்சரியமும் தரும் தோற்றமுடையவை. ஆயினும், பழைய காலத்தில் இருந்த பேரளவு இப்போது புலிகளுக்கு இல்லை. அக்காலத்தில், 13 அடிக்கு மேல் நீண்ட புலிகளைத் தாம் சுட்டு வீழ்த்தியதாகச் சிலர் சொல்லி யிருக்கிறார்கள். 12 அடி வேங்கை பலர் கைக்கு விழுந்திருக்கிறது. இவை தோல் நீக்கிப் பதனிட்ட பின் எடுத்த அளவுகள் என்று இப்போது நம்புகிறோம்! தவிரவும், புலி முதலிய மிருகங்களை (சுட்ட பின்) அளக்கும் வழிகளிலேயே பேதங்கள் ஏற்படலாம். புலியைச் சமநிலத்தில் வயிறுபடப் படுக்கவைத்து, அதன் தலையைக் கீழமுக்கி வாலை நேராக நீட்டி, நாசியை அடுத்து ஒரு குச்சியையும் வால் நுனியிலொரு குச்சியையும் நட்டு, பிறகு குச்சிகள் நடுவுள்ள அளவே புலியின் நீளம் என்று கொள்ளுவதே சரியான முறை. அதே புலியை உடல் வளைவுகளையொட்டி அளந்தால் 1 அடி, ¾ அடி அதிக நீளம் காட்டும். இதுபோல் அளந்தால் நமக்குள் அநேகரும் 6 அடி உயரம் இருப்பார்கள்! நேராக 10 அடி நீளமுள்ள புலி மிகப் பெரும்புலியே; கிட்டத்தட்ட 11 அடி நீளமுள்ளது அபூர்வமான வளர்ச்சியுடையது. இதற்கு மேல் நீண்ட புலி இல்லை.

நீளம் மட்டும் புலியின் வலிமையைக் குறிக்காது. குட்டை வால் வாய்ந்த புலி 10 அடி நீளம் இல்லாதிருந்தும் தசை புடைத்த உடலும் பெருங்கழுத்தும் தலையும் பயங்கரமான புயங்களும் கொண்டிருக்கலாம். பெரிய ஆண் புலி 400, 500 ராத்தல் எடை இருக்கும். பெண் புலி அளவிலும் கனத்திலும் குறைந்தது.

எல்லாக் காட்டு மிருகங்களையும் போல் புலிகளும் சாதாரண மாக மனிதர்களைக் கண்டால் விலகிவிடும். ஆனால், புலிகள் இப்படித்தான் நடக்குமெனச் சொல்வதற்கில்லை. ஒருவாறாக மரமேறும் புலிகளும் உண்டு. தன் குட்டியைக் காக்கும் பெண் புலியும், எந்தக் காரணத்தினாலோ சற்று ஆத்திரங்கொண்ட புலி களும் இப்படி விலகாது கண்டோரை எதிர்க்கலாம். அப்பொழுது மனிதர்கள் விரைந்து விலகுவதே நலம்.

ரேவாப் பிரதேசத்தில் வெள்ளைப் புலிகள் உண்டு. இவை சுத்தப் பால் வெள்ளை நிறமாக இரா. உடல் நிறம் மிகவும் நரைத்து, வரிகளும் மங்கிக் கருமையற்று, வண்ணான் சலவையில்

சாயம் இழந்தவை போலிருக்கும். மிருகங்களுள் அபூர்வமாகச் சில வர்ணமிழந்து வெளிறுவதுண்டு. ரேவா வெள்ளைப் புலிகள் இத்தகையனவே. மற்றும் சில மிருகங்கள் வர்ணமடர்ந்து கருநிறம் அடைவதும் உண்டு. இப்படி இருண்ட கருஞ்சிறுத்தைகள் இந்தியா விலும் மலேயாவிலும் உண்டு. எங்கும் கரும்புலிகள் இல்லை.

காட்டில் வாழும் புலிகள் எல்லா மிருகங்களையும் வேட்டை யாடி ஜீவிக்கும். பன்றிகளும், மிளா, புள்ளிமான் முதலிய மான் வகைகளும், தங்கள் பலத்திற்குட்பட்ட காட்டு மாடுகளும், காட்டெ ருமைகளும், முள்ளம்பன்றிகளும் புலிகளின் முக்கிய இரை. குரங்கு களையும், யானைக் குட்டிகளையும், கரடிகளையும், சிறுத்தைகளை யும், தங்கள் இனத்தையுங்கூடப் புலிகள் சில வேளை கொன்று தின்பதுண்டு. இரை அகப்படாவிட்டால் கிடைத்ததைப் புசிக்கும். உடும்பு, மயில், காட்டுக்கோழி, மீன்கள், தவளைகள் எல்லாம் இரையற்ற பெரும் புலியின் பசியை ஆற்றும். கிராமங்களைச் சூழ்ந்த அடவிகளில் வசிக்கும் புலி, காட்டுப் பக்கமாக மேய்ச்சலுக்கு வரும் மாட்டு மந்தைகளைச் சூறையாடும்.

புலிகளுள் சில ஆட்கொல்லிகளாக மாறுவதுண்டு. மிகச் சிலவே இப்படி மாறுவதும், அவைகளும் அடவிகளில் வசித்துச் சாதாரண மாக இராப்பொழுதிலே வேட்டையாடுவதும் நமது நல்வினையே. வயதினால் மெலிவடைந்து பற்களிழந்த புலிகளே, காட்டு மிருகங் களை வேட்டையாடச் சக்தியில்லாமல் மனித இரை தேடுமென்று ஒரு பழைய கொள்கை உண்டு. இது ஆதாரமற்றது. யௌவனமும் தங்கள் பெருவலிமையின் பூர்ண சுவாதீனமும் வாய்ந்த புலிகளும் மனித வேட்டை ஆடலாம். சில பிரதேசங்களில் ஆட்கொல்லும் புலிகள் அதிகமாக இருப்பதிலிருந்தும் கிராமங்களை அடுத்து வாழும் மாடு திருடிகள் சில வேளை ஆட்கொல்லிகளாக மாறுவதி லிருந்தும், நரமாமிசத்தில் அவை கொள்ளும் இச்சை அகஸ்மாத்தாக ஏற்பட்ட ருசியென்றும் பரம்பரையாகப் பரவக்கூடியதென்றும் எண்ண இடம் உண்டு.

சிங்கத்தைப் போல் புலி அடிக்கடி கர்ஜிக்காது. ஆனால் அதற் கும் பயங்கரமான குரல் உண்டு. ஆணும் பெண்ணும் இணை சேரும் காலத்தில் புலிகள் நெடுந்தொலைவிலிருந்து ஒன்றை ஒன்று கூப்பிடும். அப்போது அவைகளின் குரல் மலைச் சாரல்களில் எதி ரொலிக்கும். அக்காலத்தில் புலிகள் மிக ஆத்திரம் கொண்டிருக்கும்.

பெண் புலி தன் குட்டிகளைத் தனியாக, ஒரு மறைவிடத்தில், பெற்று வளர்க்கும். முறைக்கு 2, 3 குட்டிகள் போடுவது சகஜம். இவை ஓராண்டு நிறைந்து முக்கால் வளர்ச்சியடைந்த பின்பும் தாயுடன் கூடியே வாழும். சிங்கம், புலி, சிறுத்தை முதலிய கொடிய மிருகங்களில், தாய் தன் குட்டிகளுக்கு வேட்டையாடக் காட்டிக் கொடுக்கும். ஆனால் தாயிழந்த குட்டிகளும் சிறிது வளர்ந்தபின் தங்கள் இயல்பான ஊக்கத்தைப் பின்பற்றி வேட்டையில் அநுபவ முதிர்ச்சியடையும்.

புலி வேட்டை

மலைக்காட்டு வழியில் வந்து சுடப்பட்ட புலியைப் பார்த்து வரைந்த படம்

புலி வேட்டையாடும் முறைகள் பல உண்டு. இவைகளை இங்கு விவரிப்பது சாத்தியம் அன்று. முக்கியமானவைகளைக் குறிப்பாகவே காட்ட முடியும்.

புலி உலவும் இடங்களில் மாடுகளையோ எருமைக் கன்று களையோ கட்டி இரையாகக் கொடுப்பார்கள். வயிறு நிறையப் புலி புசித்து நீர் குடித்து மரமடர்ந்த இடத்தில் படுத்திருப்பதை அறிந்து, பல மனிதர்கள் கூடி தகர டப்பாக்களையும் பறைகளையும் கொட்டி முழக்கிக் கூக்குரலிட்டு அதை எழுப்பி ஓட்டுவார்கள். நிழலையும், தன் போக்கை மறைக்கத் தாவர அடர்த்தியையும் நாடும் புலி இவ்வழிதான் வருமென ஊகித்து மரங்களில் ஏறி வேட்டையாடுவோர் ஆயத்தமாகக் காத்திருப்பார்கள். புலி அவ்வழி வந்தால் சுட்டுவிடுவார்கள். இப்படி வேட்டையாடுவதில் காட்டுவாகும், புலியைச் சாமர்த்தியமாக ஓட்டுவதுமே பிரதானம். புலி, தன் இருப்பிடமிருந்து செல்லப் புதர் மறைவாக ஒரு பாதையே இருந் தால் அநேகமாய் அதன் வழியே செல்லும். நாலு பக்கமும் மரநெருக்கம் இருந்தால் வேட்டையாடுவோர் எதிர்பார்க்கும் வழி பற்றாமல் எத்திசையிலும் போகலாம். புலியை விரட்டினாலும்,

மா. கிருஷ்ணன்

அதைப் பல பக்கங்களிலும் சூழ்ந்து வழிமறித்துக் கூக்குரலிட்டாலும், அது மிகக் கோபமும் கலக்கமும் கொண்டு ஓட்டுவோர்மீது திரும்பிப் பாயலாம். ஆகையினால் முன்கூட்டியே காட்டின் வாகை நன்கறிந்து, 'புலி இங்கேதான் நீரும் பெருமரங்களும் உள்ளதால் இரையெடுத்துப் படுக்கும்; எழுப்பியபின் இரைச்சல் தாங்காமல் இவ்வழிகளில்தான் பக்கமுள்ள காட்டின் மறைவைத் தேடும்' என்று தீர்மானிப்பது அவசியம். ஓர் இடைவழியில் புலி செல்லாது தடுக்க அங்குள்ள புதர்களில் வெள்ளைத் துணி பரப்பிக் கட்டுவதுண்டு; அல்லது ஒரு மரத்தில் ஒருவன் ஏறி உட்கார்ந்து அவ்வழி புலி வந்தால் தன் கோடாலியால் மரத்தைத் தட்டியோ, மெல்லக் கனைத்தோ அதைத் திருப்புவான். சில சமயம் சற்று எச்சரிக்கை கொண்ட புலியை ஓட்டுவதற்கு ஓட்டு வோர் இரைச்சலிடாமல், கூடி மெல்லப் பேசி வருவதே உபாயமாம். இதில் முக்கியமானது புலி விரும்பும் வழியே அதைச் செல்லவிட்டு அவ்வழியில் வேட்டையாடுவோர் காத்திருப்பது. மனிதர் விருப்பப் படி புலியை ஓட்டினால் அது அவமாகவே முடியும்.

ஒரு பெரிய மிருகத்தைக் கொன்ற புலி பசியாரப் புசித்துவிட்டுப் பின் அதை மறைவாக இழுத்துப்போட்டு நீரையும் நிழலையும் தேடும். மறுநாள் படுத்திருந்து, இருட்டியதும் மீண்டும் புசிக்க அந்த இரை கிடக்கும் இடத்திற்கு வரும். இதை அறிந்து, பக்கத்தி லுள்ள ஓர் உயர்ந்த மரத்தில் தளங்கட்டிச் சாயங்காலம் முதல் அதில் காத்திருந்து, வரும் புலியைச் சுடுவதும் உண்டு. காட்டில் புலியொளித்த இரையைக் கண்டுபிடித்தல் அரிதானதால் மாடு களையோ எருமைக்கன்றுகளையோ கட்டிப் புலிக்குக் கொடுத்து, இரையைத் தேடி, புலி மீண்டும் வரும்போது அதைச் சுடுவார்கள். பலிமாட்டை, புலியால் இழுத்து அறுக்க முடியாத தடிக்கயிற்றாலோ சங்கிலியாலோ பிணைப்பது அவசியம். இல்லாவிட்டால் புலி இரையைப் புதர்க்காட்டுக்குள் கொண்டுபோய்விடும். மேலும், இரையைக் கொன்றபின் புலி சமீபமாகவே படுத்திருந்தால், மரத்தில் தளம் கட்டுவதைக் கண்டுகொண்டுவிடும். அதிநுட்பமான செவிகள் வாய்ந்த புலி, மீண்டும் இரையை நோக்கி வருகையில் சில சமயம் தளத்திலுள்ள ஆளின் இருப்பையறிந்து விலகிவிடும். இரைப்பசுவைக் கட்டுமுன்பே, அருகில் மரத்தில் தளங்கட்டி, அதில் காத்திருந்து, புலி ஒருகால் மாட்டைக் கொல்ல வந்தால் சுடுவதும் உண்டு. தளம் தரைமட்டத்திலிருந்து *12 அடி உயரமேனும்* இருப்பது அவசியம். மத்திய இந்தியாவில் *15 – 20 அடி உயரமேனும்* வேண்டுமென்று கருதுகிறார்கள். இலை மறைவாகவும், வாடாத தழைகள் கொண்டு மறைக்கப்பட்டும் இருக்க வேண்டும். தளத்தில் காத்து வேட்டையாடுவதில் நிசப்தமாக இருப்பது மிகவும் முக்கியம்; பொறுமையும் வேண்டும்.

நாணற் காடுகளில் யானைகள் மீதேறிப் புலிவேட்டை போவ துண்டு. இதை ராஜமுறை எனலாம். பலர் கூடி வேட்டையாடு

வதால் பக்கபலம் இருந்தும் இது சுலபமான வழி அல்ல. சூழ்ந்து நிற்கும் யானைகளைக் கண்ட புலி, தப்ப வழியில்லாமல் யானைகள் மேல் பாயலாம். அந்தக் கலக்கத்தில், பாயும் புலியை ஆத்திரம் கொண்ட யானை முதுகிலிருந்து குறி தப்பாமல் சுடுவது லேசான தல்ல. தவிரவும், உடனிருப்போர் சகாயம் புலிக்கு எதிராக உதவுமே ஒழிய யானைகளுக்கு எதிராக உதவாது. சில வேளைகளில் புலிக்குப் பயப்படாத யானையும், ஏதாவதொரு சிறு மிருகத்தைக் கண்டோ வேறு சிறு காரணத்தினாலோ என்னதான் அடக்கியும் அடங்காது, மூங்கில் புதர்களையும் மரக் கொப்புகளையும் பொருட் படுத்தாது மிரண்டு ஓடலாம். அப்போது அதன் மீதிருப்போர் பாடு சற்றுச் சங்கடமே.

தங்கள் அநுபவத்தையும் கையில் உள்ள துப்பாக்கியையும் மனோ திடத்தையும் நம்பிக் காட்டுக்குள் கால்நடையாகப் புலியைத் தேடிச் செல்வோரும் உண்டு. இது வீர முறை.

எந்த முறையை மேற்கொண்டாலும் புலி கண்ணில் அகப்படாது வீடு திரும்புதல் சகஜம். அப்படி அகப்பட்டாலும் குறி தப்பிப் குண்டுபடாமல் புலி போய்விடுதலும் நேரக்கூடியதே. இது பெரிதல்ல. குண்டுபட்டுக் காயத்துடன் புலி தப்புவதே நேரக்கூடாத சம்பவம். புண்பட்ட கோபத்தினாலோ, காயத்தால் முன்போல் விரைந்து செல்லும் சுவாதீனத்தை இழந்துவிட்டதாலோ, இப்படித் தப்பிய புலி கண்டவரைத் தாக்கிக் கொல்லலாம். பயங்கரமான காயங்களோடு தப்பிய புலியும் பல நாள் உயிருடன் இருக்கலாம். ஆகையால் அதைப் பின்பற்றிச் சுடுவது வேட்டையாடுவோரின் கடமை. இந்தக் கடமையை நிறைவேற்றுவதில் காயத்தால் கூடிய வரை புலி க்ஷீணதசை அடைதற்குச் சில மணி நேரம் பொறுத்து, பிறகு அதைத் தேடிச் செல்வார்கள். அப்போதும் எருமைகளை (கிடைக்காவிட்டால் மாடுகளை) மந்தையாக முன்னோட்டி அவற்றின் பின் காட்டில் நுழைவதே வழக்கம். காயம்பட்ட புலி, இவ்வுலகத்தில் எல்லாற்றிலும் மிக அபாயகரமான பிராணி எனப்படும்.

பல குண்டுகள் பட்டுச் செத்தாற்போல் அசைவற்று விழுந்த புலி ஆச்சரியமாக உயிர்த்தெழுவது உண்டு. ஆகையினால் தூரத்தில் நின்று கற்களை விட்டெறிந்து புலி நிஜமாகவே செத்துப்போனதைத் தெரிந்துகொண்டே அதனருகில் போவது உசிதம். புலி வேட்டையில் எல்லா முறைகளிலும் முன்யோசனையும் ஜாக்கிரதையும் அவசர தைரியத்தைவிட மேலானவை.

சிங்கம்

பல பாஷைகளிலும் 'மிருகேந்திரன்' எனப்படும் சிங்கம் தன் பெயருக்கு ஏற்ற தோற்றம் உடையதே. பிடரி மயிர் போர்த்த ஆண் சிங்கத்தின் கம்பீரச் சாயல் வேறு எந்த மிருகத்திற்கு உண்டு? மேலும், வலிமையிலும் சிங்கம் தன் பெயருக்குப் பொருத்தமுடையதே. ஒரே அறையில் ஒரு காளை மாட்டைக் கொல்லும் புயவலியும், அதைக் கௌவித் தூக்கி மேடுகளையும் பள்ளங்களையும் கடந்து புதர்க்காட்டுக்குள் நெடுந்தூரம் இழுத்துச் செல்லும் பலமும், தன்னிலும் பெரிய பிராணிகளை எதிர்த்து மாய்க்கும் தைரியமும் உடையது அது. எங்கும் சிங்கத்தின் ஆண்மை வாய்ந்த உருவம் ராஜசின்னமாக விளங்குவது நியாயமே.

ஒரு காலத்தில் இந்தியாவில் சிங்கங்கள் செழித்து வாழ்ந்தன. பிரம்மாண்டமான மரங்களும் கொடிகளும் செறிந்து இருண்ட மலைச்சாரல்களில் இவைகளுக்குப் பிரியம் இல்லை; சற்று வெளிப் பாங்கான காடுகளிலும் புதர் நிறைந்த இடங்களிலுமே இவை குடிகொள்ளும். குஜராத்திலும், சற்று முற்றும் இவ்வசதியுள்ள இடங்களில் சிங்கங்கள் மிக இருந்தன. அசோகன் கல்வெட்டுகளி

லிருந்து மட்டும் அல்ல, அக்பர் காலத்து ஓவியங்களிலிருந்தும் அந்நாளில் வட இந்தியாவில் சிங்கங்கள் இருந்ததை அறியலாம். 19ஆம் நூற்றாண்டின் தொடக்கத்தில் அச்சேறிய வேட்டையைப் பற்றிய புத்தகம் ஒன்றில் ஓர் ஐரோப்பிய ராணுவ உத்தியோகஸ்தர் மூன்று வருஷங்களில் 80 சிங்கங்களைச் சுட்டுக் கொன்ற செய்தி இருக்கிறது. சுமார் 150 ஆண்டுகளுக்கு முன்னும் நம் நாட்டில் சிங்கங்கள் சகஜமாக சஞ்சரித்தன என்பது இதிலிருந்து விளங்கும். இப்போது ஜூனாகட் பிரதேசத்து, கிர் காடுகளில் மட்டுமே வெகு சில சிங்கங்கள் சுயேச்சையாக வாழ்ந்து வருகின்றன. மற்ற இடங் களில் காட்சிச்சாலைகளிலும் கூண்டுகளிலுந்தான் சிங்கத்தைப் பார்க்கலாம்; அவைகளும் ஆப்பிரிக்கா தேசத்தைச் சேர்ந்தவை.

சிங்கங்கள் ஆணும் பெண்ணும் பெரிதும் சிறிதுமாகப் பத்துப் பதினைந்து கூடித் திரிவதை இன்றும் ஆப்பிரிக்கா தேசத்தில் காணலாம். அத்தேசத்துச் சிங்கங்களுக்கும் நம் நாட்டில் உள்ள வற்றுக்கும் குறிப்பிடத்தக்க வித்தியாசம் ஒன்றும் இல்லை. ஆனால், இங்கு அவை இனங்குன்றி அழிந்துவிட்டதால் சிங்கத்தைக் காணு வதே அரிது.

நன்கு வளர்ந்ததோர் ஆண் சிங்கம் கிட்டத்தட்ட 4 அடி உயரமும், நாசியிலிருந்து வால் முனை மட்டும் நேரளவில் 10 அடி நீளமும், சுமார் 500 ராத்தல் எடையும் வாய்ந்திருக்கும். பெண் சிங்கம் அளவிலும் கனத்திலும் குறைவாகவே இருக்கும். அதற்குப் பிடரி இல்லை. சுயேச்சை விலங்குகளின் வலிமையையும் தசைப்பற்றையும் காட்சிச்சாலைச் சிங்கங்களிடம் காண முடியாது. கிடைத்தபோது ஒரு மாட்டையோ பெரிய மானையோ கொன்று ஒரே வேளையில் 80 – 100 ராத்தல் மாமிசம் புசித்து, தினமும் 30 – 40 மைல்கள் அலைந்து இரை தேடும் காட்டரசனின் உடல் கட்டு கூட்டில் அடைபட்ட சிங்கத்திற்கு எப்படி அமையும்? ஒரு விஷயத்தில் மட்டும் இவைகளே மேல்; முள்ளிலும் புதரிலும் புகுந்து செல்வதில், இயற்கையில் பிடரி சிதைந்துவிடுவது சகஜம். காட்சிச்சாலையில் இது நேராது. ஆனால், கம்பீரத் தோற்றமளிக்கும் பிடரி பராக்கிரமத்தின் அறிகுறி அல்ல. பிறவியிலேயே சில பெரிய ஆண் சிங்கங்களுக்குப் பிடரி மிகக் குறைந்து இல்லாததுபோலும் இருக்கும்; நமக்குள் சிலருக்கு இது ஆறுதலாக இருக்கலாம்!

பெண் சிங்கம் சாதாரணமாக இரண்டு முதல் நான்கு குட்டிகள் வரையில் போடும். குட்டிகள் தம் பெற்றோரைப் போல் சம நிறமாக இல்லாமல் அழுக்கடைந்தாற்போல் புள்ளிகளும் சிறு வரிகளும் தென்படும் பழுப்பு வர்ணமாக இருக்கும். வயசு வரு மட்டும் – சிலவற்றில் இதற்குப் பின்னும் – லேசாகப் பொறித்த இப்புள்ளிகளை உற்றுப்பார்த்தால் காணலாம். இதனினின்று, ஆதியில் புள்ளிகளோ வரிகளோவுள்ள ஒரு மிருக வகையிலிருந்தே சிங்கங்கள் உதித்தன எனக் கொள்ள இடம் உண்டு.

சுமார் மூன்று ஆண்டுகள் நிறைந்த பின்பே சிங்கங்கள் முழு வளர்ச்சியையும் அடையும். அப்போதுதான் ஆண் சிங்கங்களுக்கு முழுப் பிடரியும் ஏற்படும். எல்லாப் பருவங்களிலும் இருபாலுக்கும் வால் நுனியிலுள்ள கருமயிர்க் குஞ்சம் மாமிசப்பக்ஷிணிகளுக்குள் சிங்கம் ஒன்றுக்கே உண்டு.

சிங்கமும் புலியும் போராடினால் எது வெற்றி பெறும்? இது வெகு நாளாக வழங்கும் கேள்வி. வயசிலும் வளர்ச்சியிலும் சிறந்த சிங்கத்திற்கும் புலிக்கும் உடலளவிலோ கனத்திலோ அதிக வித்தியாசம் இல்லை. இவை இயற்கையில் ஒன்றுகூடி வாழாததால் காடுகளில் இவை சண்டையிட்டு எவரும் பார்த்ததில்லை. அதி வேகத்துடன் சுழன்று திரும்பிப் பாய்வதில் புலியே சிறந்தது. ஆனால் சிங்கத்தின் கழுத்தைக் காக்கும் பிடரி அதற்கு இல்லை. மொத்தத்தில், புலியே வெற்றி பெறுமென்பது பலர் கொள்கை. அபூர்வமாகவும் அகஸ்மாத்தாகவும், காட்சிச்சாலைகளிலும் வேறிடங்களிலும் அடைபட்ட சிங்கமும் புலியும் கூண்டினின்றும் தப்பி, சந்தித்துச் சண்டையிட்டதில் புலி வென்றதை இவர்கள் அத்தாட்சியாகக் கூறுவார். சிங்கத்தின் கட்சி பேசுவோர் சிங்கம் வெற்றியடைந்த சந்தர்ப்பங்களைச் சொல்வர்!

இயற்கையில் இரண்டும் ஓரிடத்தில் வாழாதிருந்தும், காட்சிச் சாலைகளில் சிலர் மிகச் சிரமப்பட்டுச் சிங்கத்தையும் புலியையும் ஜதை கூட்டி, அவைகளுக்குப் பிறந்த விசித்திர சந்ததியை வளர்த்தும் இருக்கிறார்கள். 'லைகர்' (புலித்தாய்), 'டைகான்' (சிங்கத்தாய்) எனப் பெயர் கொண்ட இந்தச் செயற்கை விலங்குகள் தாய் தகப்பன் சாயலைச் சமமாகக் கொண்டு கலப்படப் பிராணிகளாக இருக்கும்.

நரி

நரிகள் கிராமங்களைச் சூழ்ந்த வயல்களிலும் புதர்க்காடுகளிலும் புறம்போக்குகளிலும் சகஜமாய் வாழ்வதால் நமக்கு இவைகளை நன்றாகத் தெரியும். சாயங்காலமாக இவ்வித இடங்களில் தினமும் நரிகளைப் பார்க்கலாம். மந்தாரமாக இருக்கும் நாட்களில் பகலிலும் பார்க்கலாம். இவைகள் இடும் சப்தத்தை நாம் வேண்டாது வெறுத்தும் கேட்காமல் தப்ப முடியாது. முன்பு நான் குடியிருந்த காடு சூழ்ந்த ஊரில் பல நரிகளும் குடியிருந்தன. இருட்டினதும் தூரத்தில், மலையடிவாரத்தில், ஒரு நரி ஊளையிட்டுக் கூவும்; உடனே பக்கத்திலுள்ள சோளக்கொல்லையிலிருந்து மற்றொரு நரி ஊளையிடும்; பிறகு மற்றொரு கொல்லையிலிருந்து இன்னுமொரு நரி கூக்குரலிடும். இடம் விட்டு இடம் தாவித் திரும்பாது, ஒலி குன்றாது பரவும் எதிரொலியைப் போல் நரிகளின் ஊளைச் சப்தம் அந்த ஊர்ப்புற முழுவதும் சுற்றி அலையும். அப்பால் திடீரென்று நின்றுவிடும்.

நாட்டுப்புறங்களில் மனித சமூகத்தை அடுத்து வாழ்ந்தாலும் நரிகள் வீட்டில் வளர்க்கும் கோழி முதலிய பிராணிகளைக் கவர்வதில்லை. நரிகள் மனித சஞ்சாரமற்ற காடுகளிலும் வசிக்கும்.

செத்த மிருகங்களையும், திருட்டுத்தனமாகப் பிற விலங்குகள் கொன்ற இரையையும் தின்று, முயல் போன்ற சிறு பிராணிகளையும் பூச்சி புழுக்களையுங்கூட வேட்டையாடி ஜீவிக்கும். இலந்தை முதலிய காட்டுப் பழங்களையும் புசிக்கும்.

நாய் வகை விலங்குகளுக்குள்ள ஓடுந்திறமை நரிக்கும் உண்டு; சளைக்காமல் வேகமாகப் பல மைல்கள் ஓடும். சில்லுப் போன்ற உடல் கொண்டதால் எளிதில் மலைச்சாரல்களில் தாவிக் குதித்துச் செல்லும். நரிகள் பாறைகளின்மேல் ஏறும். ஆனால் மரம் ஏறுவதில்லை.

நரிகளைக் கண்டால் நாய்கள் துரத்தும். இது பெரும்பாலும் பகைமையைக் காட்டுமானாலும் ஒருவித விளையாட்டுப் புத்தியையும் கொண்டிருக்கலாம். நீண்டோடி வேட்டையாடும் நாய்வகை மிருகங்களுள் விளையாட்டிலும் வேட்டையே முக்கிய அம்சம். சேரி நாயும் நரியும் ஒன்றை ஒன்று துரத்தி விளையாடுவதைப் பலர் கவனித்திருப்பார்கள்.

நரிகளினால் நமக்கு விசேஷத் தொந்தரவு இல்லையென்றாலும், நாய்களுக்கு வரும் பைத்திய வெறி நரிகளுக்கும் ஏற்படுவதால் சில வேளைகளில் இவை அபாயமுள்ள மிருகங்களாக மாறிவிடலாம். வெறி, நாய்களிடமிருந்து நரிகளுக்குப் பரவுமாம். ஆனால் வெகு அருமையாகவே நரிகளுக்கு இதுபோல் வெறி பிடிக்கும். அநுபவமுள்ள பல வேட்டைக்காரர்களும், சுமார் 30 வருஷமாக வங்காளத்தில் நரிவேட்டைச் சங்கமொன்றின் காரியதரிசியாக இருந்த ஓர் ஆங்கிலேய நிபுணரும் தாங்கள் என்றும் வெறிபிடித்த நரியைக் கண்டதில்லை என்று என்னிடம் சொல்லியிருக்கிறார்கள்.

நரி முகத்தில் விழிப்பது நல்ல சகுனம் என்று நம்பும் சில லோபிகள் நரிகளைச் சிறு கூண்டுகளில் அடைத்துத் துன்புறுத்தி வளர்ப்பதுண்டு. குட்டிப் பருவத்திலிருந்து நரியை வீட்டில் பழக்கி, அன்புடன் சுதந்திரம் அளித்து வளர்த்தால், அது நம்மிடம் விசுவாசத்துடனும் சிநேகத்துடனும் நடந்துகொள்ளும். இது புத்திக் கூர்மையுள்ள மிருகமாதலால் பல விதங்களில் இதை நாய் போல் பழக்கலாம். ஆனால் என்னதான் பிரியமாகப் பழக்கினாலும் நரி அவ்வப்போது ஊளையிடும்.

நமக்குள் யாரேனும் மிகவும் குதூகலத்துடன் நடந்துகொண்டால், 'என்ன, தேன் குடித்த நரி போல் குதிக்கிறாயே!' என்று சொல்வதுண்டு. இதில் தேன் என்ற பதம் கள்ளைக் குறிக்குமென்றும், இப்பழமொழி கள்ளைக் குடித்து மயக்கமடைந்த நரியின் காரணமற்ற குதூகலத்தை உவமானமாகக் கொண்டதென்றும் சொல்லிக் கேட்டிருக்கிறேன். தேன் என்பது கொம்புத்தேன்தான் என்றும் இதைக் குடிக்க யத்தனிக்கும் நரி தேனீக்களால் கொட்டப்பட்டு துள்ளிப் பாய்வதையே உவமானம் குறிக்குமென்றும் ஒரு தமிழ்ப் பண்டிதர் சாதித்தும் கேட்டிருக்கிறேன். 'நரிக்கு எப்படிக் கள்ளுச்

சட்டி எட்டும்? இதிலிருந்தே "தேன்" என்பது கள் அல்ல, கொம்புத் தேனேதான் என்று விளங்கவில்லையா?' என்று இவர் வாதித்தார். கொம்புத்தேன் மட்டும் நரிக்கு எப்படி எட்டும் என்று இவர் விளக்கவில்லை. இப்பழமொழிக்கு ஆதாரம் எதுவானாலும், ஒரு விதத் தேனையும் அவை பருகாதிருந்தும், நரிகள் தேன் குடித்தவை போல் வெண்ணிலாவில் துள்ளிச் சுழன்று விளையாடுவதை நான் பலமுறை பார்த்திருக்கிறேன்.

குள்ளநரி, நரியைவிட மிகச் சிறியது. நரி சுமார் 20 ராத்தல் எடையிருக்கும்; குள்ளநரி 5 – 6 ராத்தல் எடையே இருக்கும். இதன் வால் மட்டும் நரியின் வாலைவிட நீளமாக, அதிக மயிர் செறிந்ததாக இருக்கும்.

இது மரநெருக்கம் இல்லாத வெளி நிலங்களில் குடியிருக்கும். மணற்காடுகளிலும், புன்செய் நிலங்களிலும், பாறைக் குன்றங்களிலும் இதைப் பார்க்கலாம். ஆனால் இருட்டிய பின்பே இது வெளிவரும். இரவில் இதன் குரைப்புக் குரலைக் கேட்கலாம். இது நரி போல் ஊளையிடாது. நாய்க்குட்டி குளிரினால் பல் கிடுகிடுத்துக் குரைப்பது போல் இதன் குரல் இருக்கும்.

குள்ளநரி பூமியில் ஆழமாகத் தோண்டிய வளைகளில் குடியிருக்கும். வயல் எலிகளையும் பலவித வண்டுகளையும் பூச்சிகளையும் பல்லிகளையும் வேறு சில விதப் பிராணிகளையும் சில விதப் பழங்களையும் தின்று வாழும். குள்ளநரி பூனை போல் தன் இரைமேல் பாய்ந்து முன்கால்களால் அதை அமுக்கிப் பிடித்துக் கொல்லும்.

அதிவேகத்துடன் துள்ளித் தாவுவதிலும், திசைமாற்றிச் சுழல்வதிலும் குள்ளநரி சாமர்த்தியம் உள்ளது. நாய்களினால் இதை எளிதில் பிடிக்க முடியாது. நாய் தன்மேல் விழுந்து பாயும்போது திடீரென்று ஒரு பக்கம் சுழன்று திரும்பித் தப்பிவிடும். இப்படி வாயு வேகத்தில் திரும்புவதில் தன் மயிர் செறிந்த பெரிய வால் இதற்கு அநுகூலமாக இருக்கிறது.

இது இரவிலே சஞ்சரிக்கும் பிராணியாதலால் பலர் குள்ள நரியைப் பார்த்திருக்கமாட்டார்கள். லம்பாடிகளும் குறவர்களும் பிடித்து விற்கும் சிறு நரி குள்ளநரியே.

ஓநாய்

நமது தமிழ்நாட்டில் ஓநாய்களைக் காண்பது அரிது. இவை வட இந்தியச் சமதரைகளிலும் மலைச்சாரல்களிலுமே பெரும் பாலும் குடியிருக்கின்றன. ஆயினும் தக்காணப் பீடபூமியில் ஓநாய் கள் உண்டு. ஹைதராபாதும் தார்வார் ஜில்லாவும் சேரும் எல்லை யில் இன்றும் இவைகளைக் காணலாம்.

படங்கள் மூலமாக ஓநாயின் தோற்றத்தை எல்லோரும் அறி வார்களாதலால் அதை இங்கு விவரிக்க வேண்டியதில்லை. ஓநாய் நரியைவிட மிகப் பெரியதென்றும் அளவிலும் வடிவிலும் 'அல்ஸே ஷியன்' எனப்படும் நாயை ஒருவாறு ஒத்திருக்குமென்றும் சொல்ல லாம். இமயமலைப் பக்கத்தில் உள்ள ஓநாய்கள் கனத்திலும் அளவிலும் பெரியன; இதற்குத் தெற்கே குடியிருப்பவை சற்றுச் சிறியன. ஓநாயின் வர்ணம் தவிட்டு நிறம் அல்லது கபில நிறம் கலந்த சாம்பல் நிறத்திலிருந்து கிட்டத்தட்ட முழுக் கறுப்புவரை இருக்கலாம்; சில மிக நரைத்தும் இருக்கும்.

நாய் ஜாதி காட்டு மிருகங்களுள் ஓநாயே உருவில் பெரியது. அமெரிக்கா தேசத்தில், சில இடங்களில், *150 ராத்தல்* எடையுள்ள

பிரம்மாண்டமான ஓநாய்களும் உண்டு. நமது தேசத்து ஓநாய்கள் இதில் பாதி அளவே இருக்கும்.

ஓநாய்கள் சிறு கூட்டங்களாகக் கூடி வாழும். கூட்டத்துள் அநுபவத்திலும் உடல் வலிமையிலும் சிறந்த ஆண் ஓநாய் தலைமை வகிப்பதைக் கவனிக்கலாம். மற்றவை அதன் யுக்தியையும் சாமர்த்தியத்தையும் பின்பற்றும். கூட்டத்தின் ஒற்றுமையால் ஓநாய்கள் பெரும் பலம் கொண்டன. மற்ற மிருகங்கள் இவைகளை எதிர்ப்பதில்லை. இவை ஒன்று சேர்ந்து வேட்டையாடி மான்களையும் மற்ற சாகபக்ஷணிகளையும் சளைக்காது தொடர்ந்து கொல்லும். முயல் போன்ற பல சிறு மிருகங்களையும் துரத்திப் பிடிக்கும்.

சில வேளைகளில், முக்கியமாய்க் குட்டிகள் பெற்று வளர்க்கும் காலத்தில், கூடி வாழாது ஜதைகள் தனியாகப் பிரிந்துவிடும். ஓநாய்கள் ஜதை கூடியபின் ஆணும் பெண்ணும் உயிருள்ளமட்டும் இணை பிரியாதென்று சொல்லுவதுண்டு. பெண் ஒரு மறைவிடத்தில் தன் குட்டிகளைப் பெற்று வளர்க்கும். குட்டிகள் கண் திறந்தபின் ஓடியாடும்; கால் சுவாதீனம் பெறுமட்டும் ஆண் ஓநாய் தனியாக வேட்டையாடித் தன் குடும்பத்திற்கு இரை தேடிக் கொண்டு தரும்.

ஓநாய்களுக்கு நீண்ட பார்வையும், கூர்மையான மோப்பமும், சளைக்காது விரைந்து நெடுந்தொலைவு ஓடும் திறனும் கடிபலமும் புத்திசாலித்தனமும் உண்டு. ஊளையிட்டும் வேறு சத்தங்கள் செய்தும் தங்கள் இருப்பிடத்தை ஒன்றுக்கொன்று தெரிவித்துக் கொள்ளும். இவை நாய்கள் போல் குரைப்பதில்லை.

தங்களுக்கு இரையாகத் தக்க மிருகங்கள் கிடைக்காவிட்டால் ஓநாய்கள் கிராமங்களை அணுகி ஆடு மாடுகளைத் திருடிக் கொல்லும். பசியினால் சில வேளைகளில் கொடிய ஆட்கொல்லிகளாகவும் இவை மாறிவிடும்.

ஓநாய்கள் சில வேளை குழந்தைகளைத் தூக்கிச் சென்று, அவர்களைக் கொல்லாது, தங்கள் சிசுக்கள் போல் சம்ரக்ஷணை செய்து வளர்க்குமென்று நம் தேசத்தில் பல கதைகள் உண்டு. நம் தேசம் என்று சொல்லுவானேன்? ரோமாபுரியின் ஆதி சரித்திரத்திலும் இது போன்ற ஒரு கதை உண்டு. இப்படி வளர்க்கப் பட்ட 'ஓநாய் மனிதர்' தமது மாற்றாந்தாய் தந்தையரைப் போலவே நடந்து மிருகங்கள் போல் வாழ்வார்கள் என்று கேள்வி. இக்கதைகளை நம்புவதற்குப் போதுமான ஆதாரங்கள் இல்லை.

செந்நாய்

ஓநாயைத் தமிழர்கள் அறியாதிருந்தும் செந்நாயை நன்கறிவர். 'செந்நாயைப் போல் விழுகிறாயே!' என்று சினமிகுந்து சீறுபவரை நாம் கண்டிப்பது இதன் கடிபலத்தையும் தீராத ஆத்திரத்தையும் நன்கு விளக்கும்.

செந்நிறமுள்ள இவை திரளாகக் கூடி வாழும். இவைகளை எதிர்க்கப் புலியும் அஞ்சும். மான் முதலிய காட்டு மிருகங்கள் இனங்குன்றி அழிவதற்குச் செந்நாய்கள் ஒரு காரணமென்றும், செந்நாய்களைக் கொல்லுவதால் பல வனவாசிகளுக்குப் பாதுகாப்பு ஏற்படுமென்கிறார்கள் இயற்கை விஞ்ஞானிகள்.

இது நரியைவிடப் பெரிதாக, சேரி நாயின் அளவே இருக்கும். சுமார் 1¾ அடி தோள் உயரமும் 40 ராத்தல் எடையும் வாய்ந்த செந்நாய் செழித்து வளர்ந்து வயது வந்ததே. பெண் இதிலும் சிறியது. இனத்தின் ஒற்றுமையினாலும் துணிவினாலுமே செந்நாய் களுக்குப் பலம் ஏற்படுகின்றது.

ஓநாய்கள் போல் இவை தமது இரையை விரைந்து துரத்திப் பிடிக்காமல், அதன் அடிச்சுவடுகளின் மோப்பத்தைப் பற்றி

விடாது தொடரும். மோப்பத்தினால் வேட்டையாடும் செந்நாய்களுக்கு இரை கண்காணாது தொலைவில் மறைந்தாலும் தவறு இல்லை. அதிவேகமுள்ள கலைமானும் இவைகளைக் கண்டு நடுங்கி ஓடிப் பல மைல்கள் முன்சென்றும் இந்த யமதூதர்களினின்றும் தப்பாது. அதன் அடிச்சுவடுகளைப் பின்பற்றி வரும் செந்நாய்கள் முடிவில், அது களைத்த பின், அதன் மேல் விழுந்து பிடுங்கிக் கொன்றுவிடும்.

செந்நாய்கள் பகற்பொழுதிலேயே சாதாரணமாக வேட்டையாடும். மான்களையும் காட்டுப் பன்றிகளையும் முக்கிய இரையாகத் தேடினாலும், கண்டதையும் எதிர்த்துக் கொல்லும். காட்டுப் பசுக்களும் காட்டெருமைகளுங்கூட இவைகளுக்கு இரையாகிவிடும். சிறுத்தை மரமேறிச் செந்நாய்களிடமிருந்து தப்பிவிடும்.

எல்லா மிருகங்களையும் வேட்டையாடும் செந்நாய்கள் மனித வேட்டை ஆடுவதில்லை. மனித சமூகத்தை அடுத்து வாழ்வதும் இல்லை. காடுகளிலேயே இவைகளைக் காணலாம். குட்டிகள் பெறும் காலத்தும் சில வேளை செந்நாய்க் கூட்டம் சிதையாதிருக்கும். பல தாய்கள் மறைவிடமாக, அடுத்தடுத்து வளைகளிலும் குகைகளிலும் குட்டிகள் பெற்று வளர்க்கும். ஒரு தாய்க்கு 4 குட்டிகளிலிருந்து 10 மட்டுங்கூடப் பிறப்பதுண்டு.

யானை

யானை பலருக்கும் பிடித்த மிருகம். நமது தேசத்தில் மட்டும் அல்ல, எங்குமே எப்போதுமே யானையைக் கண்டால் எல்லோரும் குதூகலம் கொள்வார்கள். சமீபத்தில் பிற நாட்டுச் சிறுவர்களும் சிறுமிகளும் கண்டு களிக்குமாறு, நமது அரசாங்கத்தார் யானைக் குட்டிகளை வெளியேற்றினது மிகப் பொருத்தமானதே. ஏனென்றால் பிறர் இந்தியாவின் சின்னமாக நினைப்பதற்கு இதுவே தகுந்த மிருகம். சிங்கம் புலி போல் இல்லாமல் யானை இந்தியாவிலேயே உதித்தது. மனிதர் இங்கே தோன்றுமுன் பல வகை யானைகள் இருந்தன. 'இது என் தாய்நாடு' என்று இத்தேசத்தைப் பெருமை யுடன் குறிக்க யானைக்குள்ள உரிமை நமக்கு இல்லை.

தொல்காலத்தில் இங்கு வசித்த பல யானைகள் அழிந்துவிட்டன. இப்போது ஒரு வகை யானையையே இங்குக் காணலாம். ஆனால் இதுவும் பல்லாயிர வருஷங்களாக இங்கும் அந்நிய தேசங்களிலும் பிரசித்தி பெற்றதே. எகிப்தின் புராதன நாகரிகம் செழித்து விளங்கிய போது அந்நாட்டார்களுக்கு இந்த யானையைத் தெரியும். அலெக் ஸாண்டர் காலத்துக் கிரேக்கர்களும் இதை அறிவர். அக்காலத்தில்

போர்முனையில் யானைப் படைகளின் பலம் யுத்தத்தின் போக்கைத் தீர்மானித்தது. 'களிறு படு செங்களம்' என்று ஒளவையார் பாடினது போர் யானைகளை நாம் அக்காலத்தில் உபயோகித்ததை விளக்கும். இன்று இலங்கையிலும் பர்மாவிலும் தாய்லாண்டிலும் இதர இடங்களிலும் இதே யானை குடிகொண்டிருந்தும், இயற்கை விஞ்ஞானிகள் இதை 'இந்திய யானை' என்று குறிப்பிடுவது கவனிக்கத்தக்கது. முன்காலத்தில் நாம் யானைகளைப் பெருமையுடன் பாராட்டினதைப் பல ஆயிரம் சிற்பங்கள் காட்டும். சமீபகாலத்திலும் சில இந்திய சமஸ்தானங்களில் யானைகளைப் பரிவுடன் பாராட்டி அவைகளின் உருவத்தை அரசு சின்னமாகக் கொண்டிருந்தார்கள். யானையின் சிறப்பு இப்படிப் பொலிந்திருந்த நாட்டில், இன்றும் நம்முடன் பெருந்திரள்களாகக் குடியிருக்கும் இம்மிருகங்களை மறந்து, இயற்கை உண்மையையும் உத்தேசிக்காது, தற்போது ஒன்றேனும் சுயேச்சையில் இங்கு வாழாத சிங்கத்தை இந்தியாவின் அரசாங்கச் சின்னமாகக் கொண்டிருப்பது வருத்தம் தரக்கூடியதே.

யானைக்குக் 'காட்டரசன்' என்ற பெயர் முற்றும் பொருந்தும். இயற்கையில் அதற்கு ஈடோ எதிரோ கிடையாது. சிங்கம் யானையைக் கொல்லும்; ஆகையால் யானைகள் சொப்பனத்தில் சிங்கத்தை நினைத்தாலும் நடுங்கும் என்பதெல்லாம் வெறுங்கதையே. பெருங் களிறு சிங்கம், புலி போன்ற கொடிய விலங்குகளைத் தன் காலடியில் மிதித்து நசுக்கியும் தந்தங்களால் குத்தியும் கொல்ல வல்லது. வளர்ச்சியடைந்த பெண் யானையையும் புலி எதிர்க்காது; சில வேளைகளில் திரளினின்றும் தனியாகப் பிரிந்த யானைக் குட்டியைக் கொல்லலாம். சுயேச்சையில் வயசுவந்த யானைகளை எதுவும் எதிர்ப்பதில்லை; களிறுடன் களிறே போராடும்.

களிறு 11,000 ராத்தல் கனம் இருக்கலாம்; அதாவது எடையில் 22 பெரிய ஆண் சிங்கங்களின் தொகை இருக்கலாம். இப்பேர்ப் பட்ட யானை 10 அடி தோள் உயரம் இருக்கலாம். இதற்கு மேல் சில அங்குலங்கள் உயர்ந்த யானைகளும் உண்டு. ஆனால் அவை மிகச் சிலவே. யானையின் தோள் உயரம் அதற்கு முன்கால் சுவட்டின் சுற்றளவில் இரு பங்காக இருக்கும். ஈறுள் புதைந்த பாகம் உட்பட ஒவ்வொன்றும் சுமார் $8\frac{3}{4}$ அடி நீளமும் 160 ராத்தல் எடையும் வாய்ந்த ஒரு ஜதைத் தந்தங்கள் உண்டு. ஆனால் மிக அபூர்வமாகவே இவை போன்ற தந்தங்களைப் பார்க்க முடியும். வயசு வந்தும் கோடுகள் அற்ற ஆண் யானைகளும் உண்டு; ஹிந்துஸ்தானியில் இவைகளை 'மக்னா' என்பார்கள். இலங்கையிலுள்ள எல்லா ஆண் யானைகளும் மக்னாக்களே.

ஆப்பிரிக்கா தேசத்தில் நமது யானையைவிடப் பெரிதான வேறு ஒருவகை யானை இருக்கிறது. ஆனால் தோற்றத்திலும் குணத்திலும் இந்திய யானையே சிறந்தது.

மரமடர்ந்த மலைக் காடுகளிலேயே யானைகள் வசிக்கும். இங்கேதான் அவை வேண்டும் மரநிழலும் குறைவற்ற தாவர உணவும் கிடைக்கும். தினமும் ஓர் யானை சுமார் 600 ராத்தல் உணவு தின்னும்; தான் உட்கொள்வதிலும் அதிகமாகக் கிளைகளை முறித்தும் கொடிகளை வீழ்த்தியும் ஓங்கி வளர்ந்த மூங்கிற் புதர்களைத் தகர்த்தும் சேதமாக்கும். மூங்கில் வளரும் மலைச் சாரல்களில் யானைகளைக் காணலாம். அவைகளுக்கு ஜலசமீபமும் அவசியம். ஆனால் தங்கள் கனத்தை உறுதியாகத் தாங்காத சதுப்பு நிலங்களிலும் மணற் கரைகளிலும் யானைகள் கால் வைப்பதில்லை.

யானைக்கு நல்ல ஞாபக சக்தி உண்டு என்பதும், அது ஆயுள் நீண்டு நூறு வருஷம் மட்டும் உயிரோடு இருக்கும் என்பதும், இந்த நீண்ட வாழ்வில் அநுபவ புத்தியடையும் என்பதும் உண்மையே. ஆயினும் இவைகளையெல்லாம் நாம் சகஜமாக மிகைப் படுத்தியே நினைக்கிறோம்.

யானையின் துதிக்கை அதற்கு அநேக விதங்களில் உதவும். இந்த ஆச்சரியகரமான மூக்கைக் கொண்டு அது இலை பறிக்கும். கிளை முறிக்கும். பெரு மரங்களைத் தூக்கும். விரல் போன்ற முனையைக் கொண்டு சிறு வஸ்துக்களையும் பொறுக்கி எடுக்கும். மேலும், துதிக்கையில் நீர் அருந்தி நுனியை வாய்க்குள் செலுத்திக் குடிப்பதுடன், தண்ணீரைக் காற்றில் வீசிக் கீழ் விழும் செயற்கை மழையில் குளிக்கும். இன்னும் எத்தனையோ விதங்களில் அதன் துதிக்கை அதற்கு உபயோகப்படும்.

யானைக் குட்டி சுமார் 1½ வருஷகாலம் அதன் தாய் வயிற்றில் இருந்து பிறக்கும். சிறு பிராயத்தில் இதன் மேலெல்லாம் ஒரு செம்பட்டை சடை போர்த்திருக்கும். 18 வயசு வந்ததும் தன் முழு வளர்ச்சியையும் ஒருவாறு அடைந்துவிடும்.

யானைத் திரள்களில் ஒவ்வொன்றும் ஒரு குடும்பத்தைச் சார்ந்தது எனக் கருதுவர். ஒரு திரளில் அறுபது யானைகள் இருக்கலாம்; ஆறும் இருக்கலாம். சில களிறுகள் தங்கள் இனத்தோடு கூடி வாழாது தனியாக சஞ்சரிக்கும். யானைகளுக்கு, முக்கியமாய் வயசுவந்த களிறுகளுக்கு, சில வேளைகளில் மதம் பிடிக்கும். இம்மதத்தின் காரணம் இன்னும் நமக்குத் தெளிவாகத் தெரியவில்லை. அப்போது அவைகளின் நெற்றிப் பக்கத்திலிருந்து ஒரு கருநீர் சுரக்கும்.

யானைகளின் புலன்களில் ஆக்கிராண சக்தியும் அடுத்தாற்போல் செவி நுட்பமும் முக்கியமானவை. பார்வை சற்று மங்கலானது.

எத்தனையோ நூற்றாண்டுகளாக யானைகளைப் பிடித்துப் பழக்கும் முறைகள் இந்தியாவில் பல இடங்களில் வழங்கி வருகின்றன. பாகன் குரலைக் கவனித்து அவன் சொற்படி உடனே நடந்து பல வித்தைகளையும் காரியங்களையும் செய்யும் யானை,

குட்டிப் பருவத்திலிருந்து பழக்கப்பட்டதில்லை. தன் இனத்தோரைத் தவிர மற்ற எந்த மிருகத்தையும் பொருட்படுத்தாது காட்டில் பிறந்து வளர்ந்து பெரிதான பேரானையே, மனிதனால் பிடிக்கப் பட்டு ஒரு சில மாதங்களில் அவன் கட்டளையை எதிர்பார்த்து இட்டதைச் செய்யும் அடிமையாக மாறிவிடுகிறது.

காட்டானை

தமிழில் பழைய சங்க கால நூல்கள் சுமார் 19 நூற்றாண்டுகளுக்கு முன் பாடப்பட்டவை என்று பலர் கருதுகிறார்கள்; சிலர், இவை இதற்கும் மிகவும் முன்பானவை என்று நினைக்கிறார்கள். இது எப்படி இருந்தாலும் சரி, இரண்டாயிர வருஷங்களோ, மூவாயிரந் தானோ, அந்தக் காலத்துக்கு முன்பாகவே, காட்டானைகளைப் பிடித்துப் பழக்கி, போருக்கும் பெருமைச் சிறப்புக்கும் அவைகளை உபயோகிப்பது ஒரு கலையாக வழங்கிவந்தது. பரணர், நக்கீரர் முதலிய புலவர்களின் பாடல்களிலிருந்து இதை அறியலாம்.

காட்டானைகளைப் பிடித்து, மனிதர் சேவகத்திற்குப் பழக்கும் கலை தமிழ்நாட்டுக்கு மட்டும் உரியதில்லை. வடக்கிலும் பல இடங்களில் இது வழங்கி வந்தது. இது நூலாக விளக்கி எழுதப்பட்ட சாஸ்திரமில்லை; யானைப்பாகன்கள் போன்ற எழுத்தறியாத மனிதரிடம் பரம்பரையாகத் தொடர்ந்துவந்த தொழில்கலை. இன்றும், இந்தத் தொழிலைக் கொண்டு பிழைப்பவர் சிலர் இருக்கிறார்கள்; ஆனால் சிலரே இருக்கிறார்கள். ஏனென்றால், முன்போலப் பழக்கி வளர்த்து வரும் யானைகள் ஆயிரக்கணக்கில் நம் நாட்டில் இப்போதில்லை.

ஜனத்தொகை அளவுக்கு மிஞ்சிப் பெருகி, காடுகள் ஒன்று பாதியாகக் குன்றி, விலைவாசி ஒன்று பத்தாகச் செழித்து, மிருகங் களுக்குப் பதிலாக யந்திரங்கள் மனிதருக்குதவும் இந்தக் காலத்தில், யானைக்குத் தீவனம் போட்டு வளர்ப்பது மேன்மேலும் முடியாத காரியமாகிவிட்டதில் ஆச்சரியம் எதுவுமில்லை. ஆனால், நமது பழங்காலப் பெருமையை எடுத்துச்சொல்ல இந்தப் பீடிகையை நான் எழுதவில்லை; வேறு காரணமாகவே எழுதுகிறேன். இப்போ தும், காட்டானைகளை நேரில் தெரிந்தவர் நமக்குள் இருக்கிறார்கள். அநேகமாக, இவர்கள் யானைகளைப் பிடித்துப் பழக்குவதில் பரம்பரையாகத் தேர்ச்சி பெற்ற குருபர், மலைமலசர் போன்ற ஜாதிகளைச் சேர்ந்தவர்கள்: இவர்கள் யாரும் யானைகளைப் பற்றிப் புத்தகங்கள் எழுதவில்லை. வேட்டைக்காரர் சிலர் (முக்கிய மாக, இவர்கள் வெள்ளைக்காரர்கள்) காட்டானைகளைப் பற்றி

பல விவரங்களைத் தங்கள் ஆங்கிலப் புத்தகங்களில் குறித்திருக் கிறார்கள்.

தவிரவும், நமது பழங்காலப் பண்டிதர்கள் சிலரும், யானை களைப் பற்றிய நூல்கள் எழுதியிருக்கிறார்கள். தஞ்சாவூர் ஸரஸ்வதி மஹாலில் உள்ள 'கஜ சாஸ்திரம்' என்ற பெயர் பெற்ற கையெழுத்து நூல் இத்தகையது. இதில் பல யானைப் படங்கள் இருக்கின்றன; யானைகளைக் குறித்து உண்மையான செய்திகளும் பல உள்ளன; கற்பனை விவரங்களும் கட்டுக் கதைகளும், கற்பனைப் படங்களும் கூட அநேகம் உள்ளன. இதுபோன்ற நூல்களைப் படித்து நாம் காட்டானைகளை நம்பத்தக்க முறையில் தெரிந்துகொள்ள முடி யாது. இதைவிட, குருபர் முதலிய காட்டுவாசிகளைக் கேட்டுத் தெரிந்துகொள்வது சிறந்த முறை.

ஆனால், இப்பேர்ப்பட்டவர்களிடம் கேள்விமுறையாக எதையும் தெரிந்துகொள்வதில் இரண்டு விஷயங்களில் நாம் சற்று ஜாக்கிரதை யாக இருக்க வேண்டும். முதலாவது இவர்களுள், தெரிந்தவன் அதிகமாகப் பேசமாட்டான்: ஏதேனும் சொன்னாலும், அதைக் குறிப்பாக, ஜாடையாகத்தான் சொல்வான். தெரியாதவன், தெரிந் தாற்போல மிகத் தெளிவாக விளக்கி எடுத்துரைப்பான்! இது காட்டுவாசிகளுக்கு மட்டுமுள்ள இயல்பில்லை; நன்றாகப் படித்த நமக்குள்ளும் இதை சகஜமாகக் காணலாம். இரண்டாவது, நேரில் காட்டானைகளை நன்றாகத் தெரிந்த காட்டுவாசிகளும், பல ஆதாரமற்ற கொள்கைகளையும் தமது சொந்த அனுபவத்துடன் கலந்து நம்புகிறார்கள்.

வேட்டைக்காரர் எழுதியதில் பல உண்மையான குறிப்புகள் உண்டு; அப்படி இல்லாதவையும் பலவுண்டு. நமக்குள் பழமொழி யாகவும் பேச்சுவார்த்தையாகவும் யானைகளைப் பற்றி வழங்கும் வசனங்களும் இது போன்றவையே.

நான் படித்ததையோ கேட்டதையோ மட்டும் கொண்டு இதை எழுதவில்லை; சொந்த அனுபவத்தையே முக்கிய ஆதாரமாகக் கொண்டு எழுதுகிறேன். ஆனால், யானைகளைப் பற்றி புதிதாக எதையும் இதில் எடுத்துச் சொல்லவில்லை.

பெரும் புல் வகைகளும் மூங்கில் வகைகளும் செடிகளும் மரங்களும் அடர்ந்த மலைக்காடுகளில்தான் காட்டானைகள் சாதாரணமாக வாழும். தினமும் குடிக்கவும் குளிக்கவும் இவை களுக்குத் தண்ணீர் வேண்டும். போதுமான தண்ணீர் இல்லாத இடங்களில், காடு இருந்தாலும் யானைகள் இருப்பதில்லை.

தினத்துக்கு ஒரு காட்டானை சுமார் *600* ராத்தல் எடை இலையுணவு உட்கொள்ளும் என்று இவ்விஷயத்தை ஆராய்ந்த இயற்கை நிபுணர்கள் கூறியிருக்கிறார்கள். மேலும், தின்பதற்கு

மேலான அளவில் அது புல்லையும் புதர்களையும் அழிக்கும். யானைகள் மேய்ந்த காட்டில் எங்கும் புல்லும் செடிகளும் மிதிபட்டு சாய்ந்திருக்கும்; அங்கங்கே பெருமூங்கில் புதர்களும் மரக்கிளைகளும்கூட நிலைசாய்ந்து கிடக்கும்.

தனியாக சஞ்சரிக்கும் ஆண் யானைகளும் உண்டென்றாலும் சாதாரணமாக யானைகள் ஒன்றுகூடியே வாழும். ஒரு கூட்டத்தில் ஐந்து அல்லது ஆறிலிருந்து முப்பது யானைகள்வரை இருக்கலாம். இவைகளுள் வயதுவந்த ஆண் யானை ஒன்றுதான் இருக்கும்; மற்றவை பெண்களும், சிறு வயதான ஆண்களும், கன்றுகளும். சில வேளைகளில் இரண்டு மூன்று பெரிய யானைக் கூட்டங்கள் ஒன்று சேர்ந்து சில நாள் சஞ்சரிக்கலாம். ஒரு நாளில் ஓர் யானை 600 ராத்தல் இலை மர உணவு தின்று, அதற்குச் சமமான புல்லையும் செடிகளையும் மிதித்து அழிக்கும் என்றால் ஒரு பெருந்திரள் ஒரே நாளில் காட்டில் எவ்வளவு சேதம் விளைவிக்கும் என்பதை நீங்களே கணக்கிட்டுத் தெரிந்துகொள்ளலாம். ஆனாலும் யானைகள் மேய்வதால் காடுகள் அழிவதில்லை. நம் நாட்டில் எத்தனையோ ஆயிர வருஷங்களாக யானைகள் பலவிடங்களில் வசித்திருக்கின்றன – அவைகள் அங்கிருப்பதால் எங்கும் காடு குன்றிவிடவில்லை.

எதிர்பார்க்கக்கூடிய இந்தச் சேதம் ஏன் விளைவதில்லை என்பதை விளக்க யானைகளின் இருப்பையும் போக்கையும் கவனிக்க வேண்டும். யானைக் கூட்டங்கள் ஓரிடத்திலேயே வெகுகாலம் தங்குவதில்லை; தங்களுக்கு வேண்டிய உணவும் வசதிகளும் அங்கே இருந்தாலும், சுற்றித்திரிந்து மேய்வதே அவைகளின் சுபாவம். மேலும், தாங்கள் மிகவும் விரும்பும் தாவர வகைகள் கொண்ட இடங்களிலும் கூட்டத்து யானைகள் அங்குமிங்கும் அலைந்து காட்டையே பொட்டலாக்கிவிடுவதில்லை. முன்செல்லும் யானையின் பாதையில் பின்செல்லும் யானைகள் போவதால், புல்செடி வகைகளுக்கு நாம் எதிர்பார்க்கக்கூடிய சேதம் விளைவதில்லை. தவிரவும், யானைகள் மிதித்தும் தின்றும் அழித்த புல், மூங்கில், தாழை முதலிய தாவரங்கள் பல விரைவில் விளைந்து அழியக் கூடியவை. இவற்றுள் பல, வருஷாவருஷம் புத்துயிர் பெற்றுச் செழிக்கும்; குலைந்த பூண்டுகளின் மேல்பாகம் அழிந்தாலும் மறுபடியும் மழைக்காலத்தில் அவை துளிர்க்கும். யானைத் திரள்களோ, பெரிய காட்டு மாடு மந்தைகளோ, வேறெந்த மிருகங்களோ மேய்வதாலும் இருப்பதாலும், எங்கும் எந்தக் காடும் அழியவில்லை. காடுகள் அழிவதற்கு முக்கியக் காரணம் மனிதரே.

யானையின் வாழ்க்கையில், கண்விழித்திருக்கும் வேளையில் பாதிக்குமேல் மேய்ச்சலில் கழிந்துவிடுகிறது. அவை, ஓரிடத்தை விட்டுத் தூரத்திலுள்ள மற்றோரிடத்திற்கு விரைந்து நடந்து செல்லும்போதும், வழியில் கிடைத்ததைத் தின்றுகொண்டேதான்

போகும். காதலில் ஈடுபட்ட யானைகளும் வெகு நேரம் உண்ணா திருப்பதில்லை. ஓரிடத்தின் உரிமைக்காகவோ பெண் யானைகளின் உரிமைக்காகவோ, சில வேளைகளில் இரண்டு ஆண் யானைகள் ஒன்று மடியுமட்டும் நெடுநாள் போரிடலாம். அந்த ஆத்திரத்தில்கூட அவ்வப்போது விலகி, சிறிது நேரம் மேய்ந்து, தண்ணீர் குடித்து, பிறகு மறுபடியும் சண்டையிடும்.

மிருகங்களுள், தாவர உணவைத் தின்பவை வேட்டையாடி இறைச்சி உண்பவைகளைவிட அதிக நேரம் உணவு தேடுவதில் கழிக்கும். இவற்றுள் பல அசைபோடும் மிருகங்கள். மான் வகை, ஆடுமாடு வகைகள் முதலிய அசைபோடும் பிராணிகள், அநேகமாக மேய்ந்து வயிற்றை நிரப்பிக்கொண்டு, பிறகு காவலான இடந்தேடிப் படுத்து அசைபோடும். முயல் வகைகளும் இப்படி அசை போடா விட்டாலும், அவசரத்தில் மேய்ந்து பின் உண்டதை மறுபடியும் உட்கொண்டு ஜரிக்க வேறு ஒரு வழியில் உடலமைப்பு வாய்ந்தவை. யானைகள் இதுபோல அவசரமாக மேய்வதில்லை. அவைகளின் பெரும்பசி அடங்க அவ்வப்போது புல்மூட்டின் மேல்பாகத்தையோ, ஒரு இலை கொண்ட கொம்பையோ, செடியையோ தும்பிக்கையால் பறித்து, முட்டிமேல் தட்டித் துடைத்து, வாயினுட்புகுத்தி மென்று தின்னும்.

யானைகள் புசிக்கும் செடி கொடி மரங்கள் பலவகைப்பட்டன. சுயேச்சையில் அவை தேடித் தின்னும் சில தாவர வகைகளை மட்டும் இங்கே குறிப்பிடுகிறேன். பலவகை நெடும் புற்கள்தான் யானைகளின் முக்கிய உணவு என்று சொல்லலாம். ஆனால், மலைச் சாரல்களையும், காட்டிடையுள்ள சதுப்பு நிலங்களையும் போர்த்திருக்கும் இந்தப் புல்வகைகள் சற்று முற்றி உலர்ந்தபின் யானைகள் அவைகளைத் தின்பதில்லை. மிகவும் இளமையாகத் தரையினின்றும் முளையாய்க் கிளம்பும்போதும் தின்பதில்லை. யானை புல் மேய்வது மிகவும் கண்ணுக்கினிய காட்சியாகும். புல் மூட்டை முறித்து, கட்டாகத் தும்பிக்கை நுனியில் பிடித்து, சிறிது வளைத்து வைத்துக்கொண்ட தனது முன்கால் முட்டிமீது தட்டித் துடைத்து, பின் வாயினுள் கட்டைக் குறுக்காக வைக்கும். வேரும் உலர்ந்த தண்டுமாகக் கட்டின் அடிப்பாகம் வாயிலிருந்து ஒரு பக்கமாகவும், நுனிப்பாகம் மற்றொரு பக்கமாகவும் நீட்டிக் கொண்டிருக்கும். பிறகு, அடிப்பாகத்தைக் கடித்து நறுக்கிவிடும். இப்படி நறுக்கப்பட்ட புல்லடிக் கட்டுகள் யானைகள் மேய்ந்த இடங்களில் தரையில் விழுந்து கிடக்கும். புல்லின் அடித்தண்டுகள் உலராதிருந்தால் வேர்களை மட்டுந்தான் நறுக்கித் தள்ளும்.

புல் வர்க்கத்தை சேர்ந்த கரும்பு, கம்பு, வரகு, தினை முதலியவை யானைகளுக்கு மிகவும் பிடித்த உணவு என்பது எல்லோருக்கும் தெரிந்ததே. மூங்கில் வகைகளும் இந்தப் பெரும் வர்க்கத்தைச் சேர்ந்தனவே. மூங்கிலின் இளம் தழைகளை மட்டுமில்லை, முற்றின

குழலான தண்டுகளையும் யானைகள் புசிக்கும். மூங்கில் புதரை வீழ்த்தி, அங்குமிங்கும் மேய்ந்து, பாதிக்குமேல் பாழாக்கும்.

தாழை, வாழை முதலிய பல மிருதுவான தண்டுள்ள தாவரங்களை யானைகள் விரும்பிப் புசிக்கும். தாழையின் முட்போர்த்த பழத்தையும், பலா, நெல்லி, விளா முதலிய காட்டுக்கனிகளையும் தேடித் தின்னும்; சில பூக்களையும் புசிக்கும். உதாரணமாக, நிலத்தில் பரவிய தொட்டாற்சுருங்கியின் சிவந்த சிறு பூக்கொண்டைகளை நெடு நேரமாக ஒவ்வொன்றாய் மெல்லப் பறித்து காட்டானை தின்பதை நான் நேரில் கவனித்திருக்கிறேன். பலவிதச் செடிகளையும் மரத்தழைகளையும் பேரளவில் யானைகள் புசிக்கும். தவிரவும், சில மரப்பட்டைகளையும் உரித்துத் தின்னும். தாவர சாஸ்திரத்தில் Grewia tiliaefolia என்றும், Kydia calycina என்றும் சொல்லப்படும் காட்டுமரங்களின் பட்டைகளை யானைகள் மிகவும் விரும்பிப் புசிக்கும். கன்னடத்தில் இம்மரங்களை முறையே 'பெண்டி' என்றும் 'தடசி' அல்லது 'சடசி' என்றும் சொல்கிறார்கள். இவைகளுக்குத் தமிழில் சாதாரணமாக வழங்கும் பெயர்கள் தெரியவில்லை.

இரவிலும் (சாதாரணமாக நடுராத்தியில்), பல வேளை இடைமத்தியானத்திலும்கூட, காட்டானைகள் சிறிது நேரம் தூங்கும். நின்றவாக்கிலேயே மேல் தூக்கமாகவும் தூங்கலாம். நிலத்தில் ஒரு பக்கமாக நெடுகப் படுத்து ஆழ்ந்தும் உறங்கலாம். தூக்கத்தில் கூட அவ்வப்போது காதை அசைக்கும். மிகவும் கோபமாகவுள்ள போதில்தான் யானைகள் தங்கள் முறம் போன்ற பெருஞ்செவிகளை அசையாது கழுத்தோடு ஒட்டி வைத்துக்கொண்டு சும்மாயிருக்கும்.

தூங்கும்போது (அதாவது, நிலத்தில் படுத்துறங்கும்போது) யானைகள் தங்கள் தும்பிக்கையைச் சுருட்டி வைத்துக்கொள்வது வழக்கம். சில வேளைகளில் தும்பிக்கையின் நுனியை வாயினுள் பத்திரமாக வைத்துக்கொண்டும் உறங்கலாம். எத்தனையோ விதங்களில் கையாகவும், பூமியைத் தட்டி முன்தரை எப்படியுள்ளது என்பதைத் தெரிவிக்கக் கோலாகவும், குடிக்கவும் குளிக்கவும் தண்ணீரை மொண்டு பாய்ச்சும் குழலாகவும், காற்றை ஆராய்ந்து தனது நுட்பமான மோப்பத்தால் தூரத்தில் என்ன இருக்கிறது என்று எச்சரிக்கை செய்யும் கருவியாகவும் உதவும் தும்பிக்கையை யானைகள் தூக்கத்திலும் பாதுகாப்பாகவே வைக்கும். மரப்பட்டை, குழை, மூங்கில் இவைகளை உரிக்கவும் முறிக்கவும் அதை உபயோகித்தாலும், தும்பிக்கையின் பலத்தைக் கடந்த முரட்டு வழிகளில் எப்போதும் அதை உபயோகிப்பதில்லை. பல்லாயிரக்கணக்கான தசைகள் கொண்டு பலமாக இருந்தாலும் மிக நுட்பமான உணர்ச்சியும் வாய்ந்த தும்பிக்கைதான் யானையின் முக்கிய அங்கமும், தனி அமைப்பும் ஆகும். வேறெந்த மிருகத்திற்கும் இதுபோன்ற ஆச்சரியகரமான பல்செயல் மூக்கு வாய்த்ததில்லை.

நம் தேசத்து யானையை ஆங்கிலத்தில் சகஜமாக 'இந்திய யானை' என்று அழைப்பதுண்டு. இந்தியாவில் உள்ள யானையை 'இந்திய யானை' என்பதில் விசித்திரம் எதுவுமில்லை. என்றாலும், இதே யானை சுற்றிலுமுள்ள பல ஆசிய தேசங்களுக்கும் உரியது; இது இலங்கை, பர்மா, மலேயா முதலிய நாடுகளிலும் சுயேச்சையாக வாழும். ஆசியாவில் ஒருவகை யானைதான் உண்டு. ஆப்பிரிக்காவில், வேறு விதமான யானை வகைகள் இரண்டுண்டு. அவற்றுள் ஒன்று நம் யானையைவிடப் பெரியது; மற்றது சிறியது. எல்லாவித யானைகளிலும் ஆண் பெண்ணைவிடப் பெரிதாயிருக்கும். நமது யானையில் பெண்ணுக்குக் கொம்பு கிடையாது. ஆனால் சில மட்டும், வளர்ந்த பின் மிகச் சிறிய கொம்புகள் கொண்டிருக்கலாம்.

நமது யானையில், பெண் மிகப் பெரிதாக இருந்தாலும், 8 அல்லது 8½ அடி உயரம்தான் இருக்கும். மிகப் பெரிய ஆணும் 10 அடி உயரத்துக்கு மேல் வளர்வதில்லை என்று சில நிபுணர்கள் எழுதியிருக்கிறார்கள். உயரத்தை மட்டும் கொண்டு யானையின் உடல் பலத்தையோ கனத்தையோ அளவிட முடியாது. சில ஆண் யானைகள் உயர்ந்து உடல் நெருங்கி இருக்கலாம்; மற்றும் சில, உயரத்தில் ½ அடி குறைந்திருந்தாலும் பயங்கரமான தசைப்பற்றும் பலமும் வாய்ந்திருக்கலாம். நமது காட்டானைகளின் உயரத்தை நேரில் அளக்காமலே கணக்கிட ஒரு வழியுண்டு. முன்கால் சுவடின் சுற்றளவின் இரு பங்கு யானையின் உயரம். இப்படிச் சுவடினின்றும் முன்கால் சுற்றளவை அளந்து பார்ப்பதில் இரு விஷயங்களில் கவனமாக இருக்க வேண்டும். முதலாவது, மணலிலோ சதுப்பு நிலத்திலோ சுவடிருந்தால் அது சற்றுப் பரவி இருக்கலாம் ஆகையால், திடமான பூமியில்தான் அதை அளக்க வேண்டும். இரண்டாவது, யானை நடந்து செல்லும்போது அதன் பின்கால் சுவடுகள் முன்கால் வைத்த இடத்திலேயே விழுவதால், அது எங்கேனும் திரும்புகையில் முன்கால் சுவடு தனியாக விழுந்ததைக் கண்டெடுத்து அளக்க வேண்டும். இப்படி அளவெடுத்தால், ஏறத்தாழ ஒரு அங்குலத்திற்குள், யானையின் உயரத்தைத் தெரிந்துகொள்ளலாம்.

ஒன்பதடித் தோள் உயரமும், நல்ல உடல் வாய்ப்பும் கொண்ட வயதுவந்த ஆண் யானை மிகவும் பெரிதானதே. 10 அடி உயரமுள்ளது பிரம்மாண்டமானது. இது மட்டும், நான் சுமார் 50 – 55 ஆண் காட்டானைகளை உற்றுக் கவனித்திருக்கிறேன். இவற்றுள் எல்லாவற்றிலும் பெரியது 9 அடி உயரந்தான் இருக்கும்; அதன் கொம்புகளும் வளைந்து மெல்லியதாய், சுமார் இரண்டடி நீளந்தான் இருக்கும். ஆனால் அதன் தும்பிக்கை தடிப்பும், உடல் கால் தடிப்பும், பொல்லாத பலமும், வியப்பும் அச்சமும் தரும்படியாக இருந்தன. நான் இதுமட்டும் கண்ட ஆண் யானைகளில் மிக உயரமானது, சுமார் 70 வயதுள்ள ஒரு தனி யானை. நான் அதைப் பார்த்தபோது அதற்கு மதம் பிடித்திருந்ததால் சற்று இளைத்திருக்

கலாம். ஆனாலும், அது நல்ல உடல் கனமுள்ள யானைதான்; மேலும், உடலமைப்பில் மிகவும் சிறந்தது. யானை நிபுணர், எல்லாவற்றிலும் மேன்மையானதாகக் கருதும் 'குமயா' ஜாதியைச் சேர்ந்தது. இதுவும் 10 அடி உயரமில்லை; முன்கால் சுவடு விதிப்படி இதன் உயரம் 10 அடிக்கு 1½ அங்குலம் குறைவாகவே இருந்தது. இருந்தாலும், மிகக் கம்பீரமான யானை.

ஆனால் 10 அடி உயரத்துக்குமேல் நமது யானை வளர்வதில்லை என்பது தவறு. 10½ அடி உயரமுள்ள யானைகளும் இருந்திருக்கின்றன. இவைகளைப் பற்றி சிலர் குறிப்புகள் எழுதியிருக்கிறார்கள். மேலும், சென்னை காட்சிச்சாலையில், சுமார் நூறு வருஷங்கள் முன்னிருந்த ஒரு பெயர் பெற்ற யானையின் (அதாவது, கெட்ட பெயர் பெற்றது!) எலும்புக்கூடு இன்றும் இருக்கிறது. இந்த ஆர்க்காடு 'வெறி யானை'யின் எலும்புக்கூட்டின் உயரம் 10½ அடி; உயிருடன் இருந்தபோது இந்த யானை ஏறத்தாழ 11 அடி உயரம் நின்றிருக்க வேண்டும்.

யானைகள் எவ்வளவு காலம் உயிருடன் இருக்கும் என்பதையும் இங்கே குறிப்பாகச் சொல்லலாம். நமக்குள், 'அவை நீடித்து வாழ்பவை; 100 வருஷங்களுக்கு மேலாகவே சாதாரணமாக வயதடையும்' என்ற கொள்கை உண்டு. மேல்நாட்டு இயற்கை ஞானிகள், யானைகள் சாதாரணமாக 70 வருஷங்களுக்குமேல் வாழ்வதில்லை என்று சொல்லியிருக்கிறார்கள். இரண்டும் சரியில்லை. அதன் வாழ்க்கையிலும், வயதடைவதிலும் (கால் முட்டி பின் வளைவு கொண்டிருக்கும் உடலமைப்பிலும்கூட), யானை மனிதனை ஒத்திருக்கிறது. பெண் யானைகள் 15 – 16 வருஷ வயதானதும் பருவமடைந்து சினையாகலாம். 20 – 25 வயதுக்குள் ஆண் தன் முழு வளர்ச்சியையும் அடைகிறது. பிறகு 30 – 35 வயதுள் முழு தேக பலத்தையும் அடையும். 50 வயது மட்டும் பெண் யானைகள் கர்ப்பமாகிக் குட்டி போடலாம். 70 வயதான ஆண் யானை சற்று வயதானதே. சில யானைகள் 100 வருஷமட்டும் உயிருடன் இருக்கும். 70 வயதான பின்னும்கூடக் காட்டானைகள் நல்ல தேகபுஷ்டியுடன் இருக்கலாம்.

'யானைக்கும் அடி சறுக்கும்' என்ற பழமொழி உண்மையானதே. இதில் முக்கியமானது, 'யானைக்கும்' என்று யானையின் அடி உறுதியை வற்புறுத்திக் கூறியிருப்பதே. மலைக்காடுகளில், செங்குத்தான நெருங்கிய பாதைகளிலும் ஒரே சாய்வான இறக்கங்களிலும் யானைகள் வெகு சாதுரியமாகக் கால் இடறாது செல்லும். மேலும், முன்னுள்ள தரை தமது பெருங்கனத்தைத் தாங்குமா என்று தும்பிக்கையால் தட்டிப் பார்த்துக்கொண்டுதான் அதில் கால் வைக்கும். ஆனாலும், மிகவும் அபூர்வமாகச் சில வேளைகளில் யானைக்கும் அடி சறுக்கலாம். ஆற்றங்கரை ஒரே சாய்வாகவுள்ள இடங்களில், கரைமேட்டிலிருந்து அடிமேல் அடிவைத்து இறங்கா

மல், தண்ணீருக்குச் செல்லும் யானை உட்கார்ந்து வேண்டுமென்றே சறுக்கிச் செல்வதுண்டு.

வேகமாகச் செல்லும்போதும் யானை நாலுகால் பாய்ச்சலில் போகாது; அதன் உடல் கனம் மிகப் பெரிதானதால் நாலு காலையும் ஒரேமட்டாய் எழுப்பிக் குதிக்க யானையால் முடியாது. அது விரைந்து செல்வதும் வேகமான நடைதான். அதனால் குதித்தோட முடியாது. தவிரவும், பள்ளங்களைத் தாண்டிக் குதிக்க முடியாது. மனிதன் ஓடும் வேகத்திலும் விரைவாக யானை விரைந்து நடக்கும். ஆகையால், யானையின்றும் ஓடித் தப்ப முடியாது. மேட்டு நிலத்தில், பள்ளத்தை நோக்கி ஓடுவதே உசிதம். எங்கேயாவது பெரிய பள்ளமிருந்தால் அதனுள் குதித்து, பிறகு செடி மறைவாக ஒளிந்துகொண்டு தப்பிவிடலாம். யானைக்குக் கண்பார்வை சற்று மந்தம். அதன் வாழ்க்கையில் மோப்பமும், செவியுணர்ச்சியுமே முக்கியம். 10 – 11 அடி அகலமுள்ள பள்ளத்தையும் யானைகள் கால் நீட்டிக் கடந்துவிடும்.

தங்கள் பேருடலைச் சுமந்து செங்குத்தான மலைச்சாரல்களில் ஏறியிறங்க யானைகளுக்குப் பிடிக்காது. சற்றுச் சுற்றி வளைத்து, லேசான ஏற்றம் எதுவோ அது வழியாகத்தான் செல்லும். மலையுச்சியை அடைய யானைகள் சென்ற பாதையைப் பின்பற்றுவதை விடச் சுலபமான வழி கிடையாது.

யானைகள் நன்றாக நீந்தும். சிறு கன்றுகளும் காட்டாறுகளைக் கடந்து நீந்தும். தண்ணீரிலுள்ள யானையின் மேல்தலையும், முதுகின் மேற்பாகமும்தான் நீர் மட்டத்திற்கு மேலாகத் தெரியும்; மற்ற தெல்லாம் நீருள் முழுகியிருக்கும். முற்றிலும் தலையை நீருள் முழுக்கியும் யானை நீந்தும். அவ்வப்போது தும்பிக்கையின் நுனி மட்டும் மூச்சுவிட நீர்மட்டத்துமேல் எழும்பும்.

யானைகளுக்குச் சில வேளைகளில் மதம் பிடிக்கும் என்பது எல்லோரும் அறிந்ததே. அது இந்த வேளைகளில்தான் என்று சொல்ல முடியாது. மதம் காலத்தைப் பொருத்ததில்லை; யானை யைப் பொருத்தது. இந்த நிலையை வெளிப்பாங்காகக் காட்டும் அறிகுறிகள் சிலவுண்டு. யானையின் முன்தலையும் நெற்றியும் சற்று வீங்கினாற் போலிருக்கும்; கண்ணுக்கும் காதுக்கும் இடையே முகத்தின் இரு பக்கத்திலுமுள்ள ஒரு சிறு துவாரம் வழியாக மைபோலுள்ள ஒரு கருநீர் வடியும். இதுதான் 'மதம்'. இந்த மதநீர் யானையின் கன்னங்களில் பரவும். மதம் பிடித்த யானையை இந்த அறிகுறிகளால் கண்டவாக்கில் தெரிந்துகொள்ளலாம்.

மதம் என்பது ஒருவித வெறியென்றும், அது ஆண் யானைகளை மட்டுந்தான் பாதிக்கும் என்றும், காமத்தின் கருஞ்சின்னம் என்றும், மதம் பிடித்த யானை கண்டதை எல்லாம் தாக்குமென்றும், ஒரு பெண் யானையின் சகவாசத்திலும் புணர்ச்சியிலும் ஆணுக்கு

மதம் தெளியும் என்றும் நமக்குள் பல கொள்கைகள் உண்டு. இவை எதுவும் முற்றிலும் உண்மையானதில்லை; முற்றிலும் கற்பனையும் இல்லை!

சாதாரணமாக, 20 வயதுக்கு மேற்பட்ட ஆண் யானைகளுக்குத் தான் மதம் பிடிக்கும். பிறகு கிழ வயதிலும் மதம் பிடிக்கலாம். காட்டில் சுயேச்சையாகத் தின்று கொழுத்த பெண் யானைகளுக்கும் மதம் பிடித்திருந்ததைத் தாம் கவனித்ததாக ஸாண்டர்ஸன் என்ற வெள்ளைக்கார யானை நிபுணர் எழுதியிருக்கிறார். யானைகளை நன்கறிந்த ஒரு குருபர் ஜாதிப் பாகனும் இதுபோல் என்னிடம் சொல்லியிருக்கிறான். பழக்கி வளர்க்கும் யானைகளுள் பெண் யானைக்கு மதம் பிடிப்பதில்லை.

மதம் பிடித்த ஆண் யானை பெண் யானையைத் தேடும் என்பது உண்மைதான் என்று நினைக்கிறேன். இதுபோல், மதம் பிடித்த ஆண் காட்டானை பழக்கி வளர்க்கும் பெண் யானைகள் இருக்குமிடம் வந்து, அவற்றுள் ஒன்றுடன் சில நாட்களிருந்து சம்போகித்ததை நான் இரு முறை நேரில் கண்டிருக்கிறேன். இருந்தாலும், பெண் யானையின் சகவாசத்தில் ஆணுக்கு மதம் தெளியும் என்பதற்கில்லை. யானைகளுள், புணர்ச்சி ஆண் யானையின் மதத்தைப் பொருத்ததில்லை; பெண் அதை விரும்பும் நிலையில் இருப்பதைப் பொருத்தது. மேலும், மதமடையாத ஆண் யானையும் பெண்ணுடன் சம்போகிக்கும்.

பழக்கி வளர்க்கும் சில ஆண் யானைகளுக்கு மதங்கண்டால், வெறிபிடித்துப் பாகனையும் கொல்லப் பார்க்கும்; சில, சும்மா மந்தமாக இருக்கும். இது அந்தந்த யானையின் சுபாவத்தைப் பொருத்தது. மொத்தத்தில் மதம் யானைக்குச் சோர்வும் எரிச்சலும் கொடுக்கும் என்று சொல்லலாம். காட்டானைகளுக்கு மதம் பிடித்தால் சாதாரணமாக, வெறிபிடித்தாற்போல் நடந்துகொள்வதில்லை. பல முறை, அப்போது அவை சற்று மயக்கமாய் இருப்பது போல் நடந்துகொள்வதைக் கவனித்திருக்கிறேன்.

யானைகள் கூடிவாழும் மிருகங்கள்; தங்கள் இனத்தின் சகவாசத்தை மிகவும் விரும்புபவை. ஒரு குடும்பத்தைச் சேர்ந்த யானைகள் சேர்ந்திருப்பதால்தான் யானைக் கூட்டம் ஏற்படுகிறது. ஆண் குட்டிகள் பெரிதானபின் கூட்டத்தைவிட்டுத் தனியாக விலகிவிடுகின்றன – அல்லது விலக்கப்படுகின்றன. கூட்டத்தில், வயது வந்த ஆண் யானை ஒன்றுதான் இருக்கும். அதுதான் கூட்டத்தலைவன் என்று சொல்லலாம். ‘உண்மையில் கூட்டத்தின் தலைமை வகிப்பது இந்தப் பெரிய கொம்பானையில்லை; அதிலுள்ள பெண் யானைகளில் முதியதே’ என்று பலர் நினைக்கிறார்கள். இரண்டும் நிஜந்தான்! சில விஷயங்களில் பெரிய ஆண் யானைதான் கூட்டத்துத் தலைவன், கூட்டத்தின் பாதுகாப்பு அதன் பொறுப்பு.

அதாவது, எதையேனும் எதிர்ப்பதென்றால், கூட்டம் கலைந்து ஓடினால், அது தனியாகப் போய்விடும். சிலர் 'கூட்டத்தைப் பாதுகாக்கும் பொறுப்பைக் கொம்பானை ஒருநாளும் ஏற்பதில்லை' என்கிறார்கள். காட்டானைகளை நன்கறிந்த 'யானை ராஜா' என்ற பெயர்பெற்ற ஸாண்டர்ஸன் துரையே இப்படிச் சொல்லி யிருக்கிறார். இது தவறு. கொம்பானை கூட்டத்தின் பாதுகாப்புக்கு முந்தி வருவதை நான் பல முறை கவனித்திருக்கிறேன். கூட்டம் இடம் மாற்றிச் செல்லும்போது வழிகாட்டுவது, நீருக்கும் மேய்ச்ச லுக்கும் எங்கு செல்வதென்று தீர்மானிப்பது, வேறு பல தினசரி விஷயங்கள் இவைகளெல்லாம் வயதிலும் அனுபவத்திலும் முதிர்ந்த பெண் யானையின் பொறுப்பு.

கூட்டத்துக் கொம்பானை எப்போதும் தன் குடும்பத்துடன்தான் இருக்குமென்று சொல்ல முடியாது. எங்கேனும் போகையில், சாதாரணமாக, கூட்டத்தின்பின் செல்லும்போதும் மேயும்போதும் சிறிது விலகி, தனியாகவோ, ஒரு சிறு ஆண் யானையுடனோ மேயலாம். சில வேளை, கூட்டத்தை விட்டுப் பிரிந்து நெடுந்தூரம் சென்று, தனியாகச் சில நாட்கள் சஞ்சரிக்கலாம்; சில வாரங்கள்கூட இதுபோல் தனியாக இருக்கலாம். இதைக் குறித்து ஒரு யானைப் பாகனை விசாரித்ததில், அவன் பின்வருமாறு காரணம் விளக்கிச் சொன்னான்:

"நமக்குளேகூட வயசானா இந்தக் குடும்ப பாரம் போருமனு ஆயுடரதில்லையா! கூட்டத்தில் பெரிய கொம்பானை இது ஒன்று தான். மற்றதெல்லாம் பொண்ணும் பசங்களும். சதா இதுகிட்ட ஏதேனும் சொல்லிக்கிட்டே இருக்கும். அதுமட்டுமா! பொண்ணா னைங்க போடற சண்டையும் பூசலும் குட்டிங்க போடற கூச்சலும் கத்தலும் கொஞ்ச நாளானா எப்படா நாம நிம்மதியா ஹாயா இருக்கப்போறோம்னு ஆயுடும். அப்பால் ஒரு நாள் சொல்லாத கொள்ளாத இது எங்கேனும் போயிடும். தனியா நாலு நாளிருக்கும். அப்புறம் தன் கூட்டத்தெ நெனச்சுக்கும். மறுபடியும் போய்ச் சேரும். ஐயாவுக்குக்கூட பெரிய குடும்பம் போலிருக்கே, தனியா நீங்க காட்டைப் பார்த்துண்டு வரலியா!"

இந்த இடத்தில் ஒரு சிறிய விஷயத்தை விளக்கிச் சொல்லலாம். வயதுவந்த ஆண் யானைக்குத் தமிழில் 'களிறு' என்றும், பெண் ணுக்குப் 'பிடி' என்றும் அழகான தனிப் பெயர்கள் இருப்பதைப் பலரும் அறியலாம்.

யாதும் சுவடு படாமல் ஐயாறடைகின்றபோது
காதல் மடப்பிடியோடு களிறு வருவன கண்டேன்

என்று தேவாரத்திலில்லையா? இப்பழந்தமிழ்ப் பெயர்கள் இருக்கை யில், இது மட்டும் அவைகளை அறியாதவன் போல் 'ஆண்

யானை', 'பெண் யானை' என்று எழுதியது போதாதென்று, காட்டுவாசிகளின் பேச்சைப் பின்பற்றி யானைத்திரளைக் 'கூட்டம்' என்றும், திரளின் பெருங்களிறைக் 'கொம்பானை' என்றும் குறித்திருக்கிறேன். ஒரு வேளை, இதைப் படிப்பவர் சிலருக்குப் பேச்சில் இன்று வழங்காத இந்தப் பழந்தமிழ்ப் பெயர்கள் தெரியா திருக்கலாம் என்று நினைத்தே இப்படி எழுதுகிறேன். 'கொம்பானை' என்ற பெயர் அநேகமாய்ப் பொருத்தமாக இருந்தாலும், பொருத்த மில்லாமலும் இருக்கலாம். ஏனென்றால் சில பெரிய களிறுகளுக்கும் கொம்பில்லாதிருக்கலாம். இது பிறவிக்குணம்; கொம்பு உடைந்து விட்டதால் ஏற்பட்டதில்லை. வடக்கிலுள்ள பாஷைகளிலும், அவற்றைப் பின்பற்றி ஆங்கிலத்திலும், கொம்பில்லாத இந்த ஆண் யானைகளுக்கு 'மக்னா' என்று பெயர். கொம்பு இல்லாவிட்டாலும், அவைகளுக்குத் தும்பிக்கை மிகவும் தடித்து, தேக பலமும் நன்கு வாய்ந்திருக்கும். இலங்கையில் ஆண் யானைகளுக்குக் கொம்பிருப் பது அரிது – அங்கே எல்லாம் 'மக்னா'க்கள்தான். அஸ்ஸாம் காடுகளில் பல 'மக்னா' உண்டு. தெற்கில் கொம்பானைகளே சாதாரணமாகக் காண்பவை.

மேற்சொன்னபடி தனியாகப் பிரிந்துவந்த கூட்டத்தலைவனோ, கூட்டத்தினின்றும் வெளிவந்த வளர்ந்த இளம் ஆண் யானைகளோ, தன்னிலும் வலிமையான மற்றோர் ஆண் யானையிடம் தன் கூட்டத்தை இழந்துவிட்ட களிறோ தனியாகச் சஞ்சரிக்கலாம்: இவை அனைத்தும், ஒரு கூட்டத்துடன் சேர்ந்து வாழ நல்ல தருணம் கிடைத்தால் சேர்ந்துவிடும். ஆனால், அதுபோல் தருணம் கிடைப்பது அரிது. இவற்றுள் பின்குறித்த இருவகை ஆண் யானைகளும் பல மாதங்கள் அல்லது பல வருஷங்கள்கூட தனித்தே வாழும்.

கூடி வாழும் மற்ற மிருகங்களைப் போல யானைகளுக்கும் ஒன்றுக்கொன்று பல விஷயங்களைத் தெரிவிப்பது மிக முக்கியம். பல வித அறிகுறிகளாலும், தமது நுட்பமான மோப்பத்தாலும், பல விதச் சப்தங்களாலும் இச்செய்திகளை அவை அறிவித்து அறிந்துகொள்ளும். ஒரே திரளுள் உள்ள யானைகளுள், இரண்டு பெண் யானைகளுக்கு நெருங்கிய சிநேகம் ஏற்படுதல் சகஜம். இதுபோல் சிநேகம் பாராட்டும் பெண் யானைகள் எப்போதும் ஒன்றோடொன்று கூடியிருக்க விரும்பும்; தவிரவும், தன் குட்டியை மட்டுமில்லை, தனது தோழியின் குட்டியையும் கவனித்துக் கொள்ளும்.

யானைக் கூட்டத்தில் ஒரு கன்று பிறந்தால், இரண்டு மூன்று நாட்கள் கூட்டம் அங்கேயே தங்கிவிடும். குட்டி பெறும் யானை யுடன், அதன் தோழியோ மற்ற யானை ஒன்றிரண்டோ இருக்கலாம். பிரஸவத்தில் அவை ஏதேனும் உதவி புரியுமா இல்லையா என்பதை நிச்சயமாகச் சொல்ல முடியாது. சுற்றி நின்று காவலாக இருப்பதற்கு

மேல் உதவி ஒன்றும் புரிவதில்லை என்றே பலர் நினைக்கிறார்கள். நானும் அப்படித்தான் நினைக்கிறேன். ஆனால் காட்டானைக் கூட்டத்தில் குட்டி பிறப்பதை நேரில் காணாததால் நிச்சயமாக எதையும் சொல்ல முடியாது. காயம்பட்ட யானைக்குக் கூட்டத்தி லுள்ள மற்ற யானைகள் சில வேளைகளில் உதவி புரியும் என்பது உண்மையே. பிரஸவ வேதனையிலும் இப்படிச் செய்யலாம். கும்பகோணத்தை அடுத்த திருபுவனத்திலுள்ள கோவிலில், ஒருபுறச் சுவர்க்கல்லில், மிகவும் அழிந்துபோன ஒரு சிற்பம் இருக்கிறது. இது சோழர் காலச் சிற்பம் என்று பலர் சொன்னாலும் சுமார் 400 வருஷங்களுக்கு முன், விஜயநகர ராயர்கள் காலத்தில் செதுக்கி யது என்பதே என் அபிப்பிராயம். இதில் யானையின் பிரஸவம் சித்தரிக்கப்பட்டிருக்கிறது. குட்டி பிறக்கையில், தாயின் வாலை ஒரு தோழி யானை பிடித்து விலக்குவதையும், குட்டி வெளிவரு வதற்கு ஏதுவாகத் தாயின் வயிற்றைக் களிறு தன் தும்பிக்கையால் அணைப்பதையும் இதில் காட்டியிருக்கிறது. நமது பழங்காலச் சிற்பிகளின் கற்பனைதான் எவ்வளவு எல்லையற்றது!

யானைக்குட்டி பிறக்கையில் சுமார் 3 அடி உயரமும் 200 ராத்தல் எடையும் கொண்டதாக இருக்கும். தும்பிக்கை மிகச் சிறியதாயிருக்கும்; தோல் மிகவும் சுருங்கி செம்மயிர் போர்த்திருக் கும். முழு வளர்ச்சி அடைய 20 – 25 வருஷங்கள் ஆகும். அப்பால் சுமார் 20 வருஷங்கள் மட்டும் உடல் கனமும் யானையின் பலமும் பெருகும்; 65, 70 வயதான பின் குன்றும். நமக்குள், “பெண்குட்டியைத் தாய் சுமார் 18 மாதம் சுமக்கும் – ஆனால் ஆண் குட்டியை அதற்கும் மேற்பட்டு, 21 – 22 மாதம் சுமக்கும்” என்ற ஒரு நம்பிக்கையுண்டு. இது நிஜமானதே என்று தோன்றுகிறது. பிறந்து சில நிமிஷங்களுள் குட்டி தட்டித் தடுமாறி நடக்க ஆரம்பிக் கும்; மறுநாள் சற்றுத் திடமாக நடக்கும்; மூன்றாவது நாள், திரிந்தலையும் கூட்டத்துடன் தன் தாயின் உதவியுடனும் பாது காப்பிலும் செல்லும்.

காட்டானைகளைப் பற்றி இன்னும் எத்தனையோ விஷயங்களை எடுத்துச் சொல்லலாம். இன்னும் ஒரு முக்கிய விஷயத்தை மட்டும் சொல்லி நிறுத்துகிறேன்.

ஒரு நூற்றாண்டுக்கு மேற்பட்டே நமது ஜனத்தொகை பெருகிக்கொண்டு வந்திருக்கிறது. என்றாலும், சமீப காலத்தில்தான் அது துன்பமளிக்கும் வழிகளில் செழித்து, நம்மைக் காடுகளை அழிக்கவும், காடுகளில் நம்மைக் குடியேற்றி அணை, மின்சார நிலையங்களை நிலைநிறுத்தும்படியும் செய்திருக்கிறது. சுமார் 40 வருஷங்கள் முன்கூட, காடுகளில் காடுவாழ் ஜனங்களே இருந்தார்கள். அப்போதும் இவர்களுக்குக் காட்டானைகளால் பல இடையூறுகள் ஏற்பட்டன. இவர்கள் பயிரிட்ட கேழ்வரகு முதலிய கொல்லைகளை யானைகள் அழிப்பது சாதாரணமாக

நடந்ததே. ஆனாலும், அப்போது அவர்கள் காட்டானைகளைக் கண்டு நடுங்கவில்லை; அவைகளை விரட்டியும் ஓட்டியிருக்கிறார்கள். இன்று அப்படியில்லை. பலவிடங்களில், மனிதர்களைக் கண்டால் காட்டானைகள் ஓடாது, அவர்களைத் தாக்குகின்றன. யானைகளைப் பார்த்தால் நாம் பயப்பட வேண்டிய காலம் பிறந்துவிட்டது. தவிரவும், காடுகளிலும் அக்கம்பக்கத்திலும் உள்ள, புதிதாய் உண்டான, குறிச்சிகளிலும் ஊர்களிலும் சில வேளைகளில் காட்டானைகள் உயிருக்கும் பயிருக்கும் சேதம் விளைவிப்பதால் அவைகளைச் சுட்டுத் தொலைத்துவிடுவதே சரி என்று பலர் நினைக்கிறார்கள். இது ஏனிப்படி ஆய்விட்டது?

இதை விளக்க, தமிழ்நாட்டை மட்டும் எடுத்துக்கொண்டால் போதும். இங்கே, சென்ற 50 வருஷங்களுள் சமதரைக் காடுகள் முற்றிலும் அழிக்கப்பட்டு, முல்லை என்பது பாலையாகவும் மருதமாகவும் மாறிவிட்டது. இப்போது, குறிஞ்சி நிலத்தில் மட்டுந்தான் யானைகள் வசிக்கக்கூடிய காடுகள் இருக்கின்றன. இவற்றுள் ஒன்றில்கூட நாம் கால் வைக்காது இல்லை. பழங்காலத்திலிருந்து காட்டானைகள் தலைமுறை தலைமுறையாக வாழ்ந்துவந்த காடுகளில், நமது அணைகளும் மின்சார நிலையங்களும் தேக்குத் தோட்டங்களும் தேயிலை தோட்டங்களும் இன்னும் பலவகைத் தோட்டங்களும் தவிரவும் பல புதுக் கிராமங்களும் இப்போது உதித்திருக்கின்றன. மேலும் இவைகளுக்கு நடுவிலும் சுற்றிலும், காட்டை நாசப்படுத்தும் மோட்டார் ஓடக்கூடிய பரந்த பெரும் ரஸ்தாக்கள் எங்கும் உள்ளன. மின்சார விசையைத் தாங்கிச் செல்லும் கம்பங்களும் தந்திகளும் காட்டைத் துளைத்துப் பல மைல்கள் செல்கின்றன. மேலும், புதிதாக எழும்பிய கிராமங்களையும் சிறு நகரங்களையும் சுற்றி, பயிர்களும் பழத்தோட்டங்களும் பரவியிருக்கின்றன.

இது மட்டுமா? காடெங்கும் மனிதர்களைக் காணலாம். காட்டிலாகாவுக்குக் கட்டணம் செலுத்தி உரிமை பெற்று, பாறைப் பாசியிலிருந்து கடுக்காய்வரை விலை பெறக்கூடிய பல பொருள்களைத் தேடியெடுப்பவர், இது போல் கட்டணம் செலுத்தாமல் கிடைத்ததை அபகரிப்பவர், காட்டு ரஸ்தாக்களையும் மின்சாரக் கம்பங்களையும் மேற்பார்வையிடுபவர், பழுதுபார்ப்பவர், ஏலத்தில் பணங்கட்டி மரங்களை வெட்டுபவர், திருட்டுத்தனமாக மரம் வெட்டுபவர், இலை சுள்ளி பொறுக்குபவர், இப்பேர்ப்பட்டவர்களைப் பிடிக்கவரும் காட்டிலாகா உத்தியோகஸ்தர்கள், இவர்களையும் இவர் போன்றவர்களையும் எங்கும் பார்க்கலாம். மொத்தத்தில், இத்தனை ஆயிர வருஷங்களாக வெறும் அடவிகளும் அருவிகளும் முரட்டு இயற்கைச் செழிப்பாக இருந்த நமது மலைக்காடுகள் இப்போது நாகரிகம் அடைந்துவிட்டன எனலாம்.

இதன் நடுவில் போக்கிடமில்லாமல் திகைக்கும் காட்டு மிருகங்களுள் யானைகள் முக்கியமானவை. மனிதர் தம்மை எங்கும்

விரட்டுவதாலும், காயப்படுத்துவதாலும், அவை நாளடைவில் தமது இயல்பான மனிதர் பயத்தை இழந்துவிட்டன. இதையெல் லாம் மேலும் விளக்கிப் பயனில்லை. ஆனால், இந்தக் காரணங் களால்தான் காட்டானைகள் இப்போது பல இடங்களில் மனிதர் பயம் இழந்து இருக்கின்றன என்றும், அவைகளை ஓரிடத்தைவிட்டு விரட்ட வேண்டியிருந்தாலும், காயப்படுத்தாது விரட்டுவதே உசிதம் என்றும் சொல்லலாம்.

சௌஸிங்கா

வனவாசிகளில் சாதுவான மிருகம் மான். அதன் வகைகள் பல.

சௌஸிங்கா என்றழைக்கப்படும் இந்த மானின் தமிழ்ப் பெயர் தெரியவில்லை. இது தமிழ் நாட்டில் அநேகமாக வாழ்வதில்லை. மராட்டியில் இதை 'பேக்கர்' என்று சொல்லிக் கேட்டிருக்கிறேன். ஹிந்தியில், இதன் விசித்திர அம்சமான நாலு கொம்புகளை எடுத்துக்காட்டும் 'சௌஸிங்கா' என்ற பெயர் கொண்டது.

அளவிலும் நிறத்திலும் இதற்கும் சிங்க்காராவிற்கும் அதிக வித்தியாசம் இல்லை. இது புல் போர்த்துச் சற்று வெளிப்பாங்காக இருக்கும் மலைக்காடுகளில் வாழும். தனியாகவும் ஜதைகளாகவும் நாலைந்து தலைக்கு உட்பட்ட சிறு குடும்பங்களாகவும் வசிக்குமே தவிர, மந்தைகளாகக் கூடியிருக்காது. புல்லிலும் புதர்களிலும் ஒளிந்துகொள்வதிலும் மலைவெளிகளில் தாவிச் செல்வதிலும் இது சாமர்த்தியம் கொண்டது. பகல் வெளிச்சத்தில் இது சாதாரணமாக வெளிவராது.

பெண் மான்களுக்குக் கொம்பு இல்லை. ஆண்களுக்கு நான்கு கொம்புகள் உண்டு. மற்ற மான்களுக்குக் கொம்பு இருக்கும்.

தலையுச்சியில் சுமார் 4 அங்குலம் நீண்ட ஆணி போன்ற இரு கொம்புகளும் அதன் கீழ் நெற்றியில் இரு சிறு கொம்புகளும் வாய்ந்திருக்கும். இந்த மான் ஒன்றுக்கே நான்கு கொம்புகள் உண்டு. இதன் வம்சத்தைச் சேர்ந்த பல வகை மான்கள் ஆப்பிரிக்கா தேசத்தில் குடியிருந்தும் நம் நாட்டில் இல்லை.

நீல்காய்

மாடு போன்ற இந்தப் பெரிய மான் தமிழ்நாட்டில் இல்லை. ஹிந்தியில் இதை 'நீல்காய்' என்று சொல்வார்கள். வருஷந்தோறும் உதிர்ந்து முளைக்கும் கிளை வாய்ந்த கொம்புகளுள்ள மிளாவைப் போன்ற மான்களின் வகுப்பைச் சேராமல் கலைமான், சௌஸிங்கா வகுப்பைச் சேர்ந்த மான்களில் இதுவே மிகப் பெரியது. ஆண் நீல்காய் கிட்டத்தட்ட 5 அடி தோள் உயரம் கொண்டிருக்கலாம். பெண்கள் சிறியவை. வயசுவந்த ஆண் நீல்காய் எஃகு நிறமாக இருக்கும். இள ஆண்களும் பெண்களும் பழுப்பு நிறமாக இருக்கும். ஆணின் நீல வர்ணத்தையும் மாடு போன்ற தோற்றத்தையும் உத்தேசித்தே இதற்கு 'நீல்காய்' என்ற பெயர் ஏற்பட்டது.

நீல்காய் வட இந்தியக் காட்டு வெளிகளில் சிறு கூட்டங்களாகக் கூடி வாழும். இவை புல் இலை கனி காய்களைத் தின்னும். சில வேளைகளில் வயல்களில் புகுந்து பயிர்களையும் தின்னும். கரடுமுரடான பூமியிலும் குதிரை போல் நாலு கால் பாய்ச்சலில் வேகமாக ஓடும்.

மிளா

'**மி**ளா' என்ற வார்த்தையை அகராதிகளில் காண முடியாது. வேறு புத்தகங்களிலும் இந்தப் பெயரையோ இதன் திரிபுகளையோ நான் பார்த்ததில்லை. ஆயினும், இந்த மானுக்கு இதுவே சரியான பெயர் என்பதில் சந்தேகம் இல்லை. கன்னடத்தில் இதைக் 'கடத்தி' என்று சொல்வார்கள். ஆங்கிலத்தில் இதன் இந்துஸ்தானிப் பெயரைப் பின்பற்றி இதை 'ஸாம்பர்' என்று அழைக்கின்றனர். இதுவே நம் தேசத்து மான்களில் மிகப் பெரியது.

வயசுவந்த ஆண் மிளா $4\frac{3}{4}$ அடி தோள் உயரமும், 30 – 40 அங்குல நீளமுள்ள கிளை வாய்ந்த பெருங்கொம்புகளும், 700 ராத்தல் எடையும் கொண்டிருக்கலாம். பெண்களுக்குக் கொம்புகள் இல்லை. ஆணின் நெடுங்கொம்புகள் ஆண்டுதோறும் விழுந்து முளைப்பன. மிளா, புள்ளிமான் போன்ற கிளைக்கொம்பு மான் களுக்கு இது போல் விழுந்து மறுபடியும் முளைக்கும் கொம்புகள் உண்டு. மான்கொம்பு கூர்முனை கொண்டு மரப்பட்டை போல் சுறசுறப்புடன் கடினமாக இருக்கும். ஆனால் இது உதிர்ந்தபின் முளைக்கும் கொம்பு முதலில் இப்படி இருக்காது. அது முனை வீங்கி, நெருப்பில் சுட்ட கிராம்பு போல் உப்பி, அதிமிருதுவான

ஒரு தடித்த தோல் கொண்டிருக்கும். இந்த மிருதுவான தோல் உதிரப் பாய்ச்சல் மிகக் கொண்டிருப்பதால், வளரும் கொம்பு ஒரு பாறை மீதோ கிளை மேலோ லேசாக உராய்ந்தாலும் உடனே அதனின்றும் இரத்தம் பெருகும். ஆகையினால் கொம்பு வளர்ந்து கடினம் அடையும் மட்டும் மான் சற்று ஜாக்கிரதையுட னும் வணங்கின முடியுடனுமே காட்டில் நடமாடும். கொம்புகள் முழு வளர்ச்சி அடைந்ததும் மேல்தோல் உலர்ந்து உதிர்ந்துவிடும்; முனைகள் கூர்மை வடிவடையும். மிளாக்களுக்கு மட்டுமல்ல, எல்லாக் கிளைக்கொம்பு மான்களுக்குமே இப்படிக் கொம்புகள் விழுந்து முளைக்கும்.

மிளா அழுத்தமான கபில நிறமாக இருக்கும். அதற்கு மேலெல் லாம் தடித்த மயிர் போர்த்திருக்கும். பிடரியிலும் கீழ்க்கழுத்திலிலும் இம்மயிர் நீண்டிருக்கும். மிளாவின் காது அகன்று, மிக நுட்பமான கேள்வி உடையது; அதன் மோப்பமும் சூட்சுமமானது. தான் வாழும் மலைச்சாரல்களிலும் அடர்ந்த காடுகளிலும் இந்த மான் விரைந்தோட வல்லது. மேலும் தன் முன்கால் குளம்புகளால் மிதித்து வெட்டியும், ஆண் மான் கொம்பால் முட்டியும் பெருத்த காயம் விளைவிக்கும். பெரிய ஆண் மிளாவைச் சிறுத்தையும் எதிர்க்காது. ஆனால் பெண் மான்களையும் குட்டிகளையும் அது வேட்டையாடும். வரிப்புலிக்கு மிளாக்கள் அடிக்கடி இரையாகும்.

மிளாக்கள் பெருந் திரள்களாகக் கூடி வாழ்வதில்லை. ஒரு வலிய ஆண் மானுடன் நாலைந்து பெண் மான்கள் கூடியிருக்கலாம்; அல்லது பெண்களும் குட்டிகளுமாகக் கூடியிருக்கலாம். மிளாக்கள் வாழும் இடங்களில் மரங்கள் நெருங்கி வளர்ந்திருக்கும். பூமியில் சருகும் சுள்ளிகளும் விழுந்திருக்கும். சிறு புதரும் புல்லும் செறிந்திருக் கும். இங்கு, மெல்ல, அடிமேல் அடி வைத்துச் செல்லும் மனிதனும் ஓசையின்றிச் செல்ல மாட்டான். அவன் காலடி மிதிபடும் உலர்ந்த சுள்ளியும் சருகும், அவன்மீது உராய்ந்து விலகும் மரக்கிளைகளும் ஒருவாறாக அவன் போக்கைக் காட்டிக் கொடுக்கும். இப்படிப்பட்ட காட்டில் மிளாக்கள் நிசப்தமாகத் தாவி ஓடி மாயமாய் மறைவது ஆச்சரியமானதே.

காட்டு மரங்களின் இலைகளையும் பட்டையையும் புல் பூண்டு களையும் சில விதக் காய்களையும் மிளாக்கள் புசிக்கும். பகல் வேளையில் இவை புதர் மறைவில் படுத்திருக்கும்; வெளிச்சம் மங்கிய பின் மேய வெளிவரும். இவை பயிர்களுள் புகுந்து சேதம் விளைவிப்பதில்லை. என்றேனும் அப்படிச் செய்தாலும் இவைகளை விவசாயிகளின் விரோதிகளாகக் கருத முடியாது. உண்மை இப்படியிருக்க, மிளாக்கள் தங்கள் வயல்களில் இரவோடு இரவாக நுழைந்து ஏராளமான நஷ்டம் செய்துவிட்டதாகப் பொய் சொல்லி, அடவிகளில் அவைகளைத் தேடிச் சென்று

கண்டதைச் சுட்டுக் கொன்று, ஒரு காலத்தில் இந்த மான்கள் செழித்திருந்த இடங்களில் இவைகளை அடியோடு அழிப்போர் பலர் உண்டு. மான் வேட்டையிலும் மான் இறைச்சியிலும் புராதன காலத்திலிருந்து மனிதர் கொண்ட ஊக்கமே மிளாக்கள் பல இடங்களிலும் இனம் குன்றி இருப்பதற்குக் காரணம். இந்தக் கம்பீரமான இந்திய மானைக் காப்பாற்ற அரசாங்கத்தார் சட்டங்கள் விதித்தால் மட்டும் போதாது. காட்டில் துப்பாக்கி கொண்ட மனிதர் இந்தச் சட்டங்களைப் பொருட்படுத்துதல் மிக அவசியம்.

கலைமான்

'புலி வாயில் அகப்பட்ட புல்வாயைப் போல' என்ற உவமைச் சொல்லைச் சமீப காலத்திலும் அபாயம் ஏற்பட்ட கதாநாயகியை வர்ணிக்கப் பல எழுத்தாளர்கள் உபயோகித்திருக்கிறார்கள். இவர்கள் ஆபத்தில் வீழ்ந்த இள மங்கையரையும் புல்வாயையும் நேரில் காணாவிட்டாலும் ஒரு பழைய உவமான மொழியையே ஆளுகிறார்கள். இது தமிழாசிரியன் கற்பனை; இயற்கை அமைப்பைக் கருதாததை விளக்கும். புலி இருக்கும் இருண்ட காடுகளில் புல்வாய்கள் குடிகொள்ளுவதில்லை. இவை புலி வெறுக்கும் சமதரைப் புல்வெளிகளிலேயே வசிக்கும். புலியின் வாயில் புல்வாய் அகப்பட்டு எவரும் கண்டிருக்கமாட்டார்கள்.

அகராதிகளின்படி புல்வாய் என்பது 'கலைமான்', 'கருமான்' என்ற மான் வகையைக் குறிக்கும். இதையே ஆங்கிலத்தில் Black Buck என்று சொல்வார்கள். ஆயினும் பழக்கத்தில் 'புல்வாய்' என்னும் சொல் இச்சாதி மானின் பெண்ணைக் குறிக்கும்; ஆணைக் 'கலைமான்' என்று சொல்வார்கள். சமீப காலம் மட்டும் இம்மான்கள் அகன்ற சமதரை வெளிகளில் பெருந்திரள்களாகக் குடியிருந்தன.

மனிதர் வேட்டையாடிக் கொன்றதால் தற்காலம் இவை தொகை குன்றிவிட்டன; முன்காலத்துப் பெருந்திரள்களை இப்போது காண்பதரிது. உயரத்திலும் கனத்திலும் ஓர் ஆட்டின் அளவே இருந்தாலும் இம்மான் கடைந்தெடுத்தாற்போல் உள்ள கால்களும், மருள் விழியும், வடிவழகும் வாய்ந்தது. மேலும் அதிசயமான வேகத்துடன் தாவிப் பாய்ந்து செல்ல வல்லது.

வேட்டைச் சிவிங்கி ஒன்றே கலைமானின் வேகத்தைத் தோற் கடிக்க வல்லது. அதுவும் ஒரு கால் மைல் தூரம் மட்டுமே தன் இணையற்ற வேகத்துடன் பாய்ந்து செல்லும்; பிறகு களைத்துவிடும். கலைமான் சளைக்காது நெடுந்தூரம் விசை குன்றாது ஓடும். வேட்டைச் சிவிங்கி அற்றுவிட்ட தற்கால இந்தியாவில் இதுவே எல்லா மிருகங்களிலும் வேகமானது. கலைமான் முற்றும் இந்திய மிருகமே; இதை வேறு நாடுகளில் காண முடியாது.

கலைமான்கள் மந்தைகளாகக் கூடி வாழும். இவைகளுக்குச் சூட்சுமமான திருஷ்டி உண்டு. தூரத்திலிருந்தே தங்கள் எதிரிகளின் வரவைக் கவனித்துவிடும். ஒரு கிழப் புல்வாயே சாதாரணமாக மந்தையின் காவலாளாய் இருக்கும். மந்தையில் ஒரு மான் சந்தே கத்தைக் கிளப்பும் உருவமொன்றைத் தூரத்தில் கண்டுவிட்டால் எழும்பித் துள்ளி எல்லா மான்களுக்கும் எச்சரிக்கை செய்யும். உடனே மந்தையிலுள்ள மான்களனைத்தும் உயர்ந்தெழும்பித் துள்ளும். அநாயாசமாக 10 அடி உயரம்வரை செங்குத்தாகக் குதிக் கும். இப்படி எழும்பிக் குதிப்பதால் இடையிலுள்ள புல் புதர்களின் மறைவின் மேல் உயர்ந்து எதிரியின் வரவைத் தெளிவாகக் கண்டு கொள்ளும். பிறகு செங்குத்தாகக் குதிக்கும். மான்கள், நீண்டு தாவி வாயு வேகத்துடன் பாய்ந்தோடும். இவை எளிதில் மணிக்கு 40 – 60 மைல் வேகத்தில் இப்படிப் பாய்ந்து செல்லும்; தங்கள் வழியிலுள்ள புதர்களையும் பள்ளங்களையும் தாவிக் கடந்து செல்லும். கலைமான்களைப் பின்தொடர்ந்து பிடிப்பது முடியாத காரியம். நாய்களாலும் குதிரைகளாலும் அவைகளின் வேகத்தைக் கிட்ட முடியாது. மோட்டார் வண்டிகளாலும் அவை வாழும் சமதரை இடங்களிலும் வயல்களிலும் இவ்வேகத்துடன் செல்ல முடியாது.

எதிரி முன் ஓடும் கலைமான்கள் நேராக ஆபத்தைப் பின்விட்டுச் செல்லாமல் ஒரு பக்கமாக செல்லும். பிறகு, எதிரி பின்தொடர்ந்து வந்தால், தங்கள் போக்கை மாற்றி அதன் முன் குறுக்கே பாய்ந்து எதிர்ப்பக்கத்திற்குச் செல்லும். இந்த சுபாவத்தினாலேயே கலைமான் களை மனிதர் சுட முடியும். தம் முன் குறுக்கே பாய்ந்து அவை செல்லுகையில் எளிதில் அவைகளைத் துப்பாக்கி கொண்டு சுடலாம்.

கலைமான்கள் புல்லையும் பூண்டுகளையும் சில வகைக் காய்கனி களையும் தின்னும். பாகற்காய் வம்சத்தைச் சேர்ந்த தரையில்

படரும் ஒரு கொடியின் கசப்புக் காய்களை இவை விரும்பிப் புசிக்கும். இக்காயின் தமிழ்ப் பெயர் எனக்குத் தெரியாது.

வயசுவந்த கலைமான் கறுத்துத் திருகுக் கொம்புகள் கொண்டிருக்கும். இளங்கலைகளும் புல்வாய்களும் கபிலம் கலந்த பழுப்பு நிறமாக இருக்கும். எல்லாவற்றிற்கும் வயிறும், கால்களின் உட்பக்கமும், அடிக்கழுத்தும், மோவாயும், கண்களைச் சுற்றியும் வெளுத்திருக்கும். கலைகளுக்கே நீண்ட திருகுக் கொம்புகள் உண்டு. இக்கொம்புகள் வருஷந்தோறும் விழுந்து முளைப்பதில்லை. மந்தையில் தலைமை வகிக்கும் ஆண் கருமான் மற்றக் கலைகளைத் தன் புல்வாய்களிடம் அணுக விடாது. கலைகள் முட்டி ஒன்றோடொன்று சண்டையிடும்.

மனிதர்களும் ஓநாய்களுமே இப்போது கலைமானின் முக்கிய எதிரிகள். ஓநாய், கலைமானின் வேகம் இல்லாதபோதும், புதர் மறைவாக ஒளிந்தும், பல சேர்ந்து பல பக்கங்களிலிருந்து குட்டிகளையும் சினைப்பட்ட புல்வாய்களையும் நாளெல்லாம் துரத்தியும் பிடித்துவிடும்.

ஒரு முன்கால் முறிந்த பின்னும், ரண காயம் பட்டும் கலைமான் வேகமாய் நெடுந்தூரம் ஓடும். அடியோடு கால் முறிந்த மான் பல மைல்கள் ஓடுவதைக் கண்டவர் பச்சாத்தாபத்திலும் ஆச்சரியமே அதிகமாகக் கொள்வர். நமக்குச் சிறுகாயம் பட்டாலும் பலஹீனமடைந்து விடுகிறோம். குண்டுபட்டுத் தோள்பட்டையோடு கை முறிந்த மனிதன், ஓடுவதற்குக் கைகளை உபயோகிக்காதிருந்தும், நெடுந்தூரம் நடக்கவும் மாட்டான். காட்டு மிருகங்களுக்கு நம்மை விட மிகத் திடமான உடல் தைரியம் உண்டு. ஆனால் அவைகளுக்குள்ளும் கலைமானுக்குள்ள வைராக்கியம் அபூர்வமானது.

சிங்க்காரா

இந்த அழகான சிறுமான் மரங்கொண்ட வெளிகளிலும் பாறை செறிந்த மலைப் பிளவுகளிலும் குடியிருக்கும். இதன் தமிழ்ப் பெயர் தெரியவில்லை. ஹிந்துஸ்தானியில் இதற்குச் 'சிங்க்காரா' என்று பெயர். இந்த மான் தமிழ்நாட்டில் அநேகமாக வாழ்வதில்லை.

சிங்க்காராவின் கலைகளுக்கு அழகிய திருகுக் கொம்புகள் உண்டு. இவை சற்றே வளைந்திருக்கும். பெண் மான் கொம்பில்லா திருக்கலாம்; குச்சி போன்ற திருகில்லாத கொம்புகளுள்ள பெண் மான்களும் உண்டு. சிங்க்காராவின் மேற்பாகம் கபிலம் கலந்த பழுப்பு நிறமாகவும் கீழ்ப்பாகம் வெளுத்தும் இருக்கும். வால்முனை கறுத்திருக்கும். இது சிறிய ஆட்டின் அளவே இருக்கும். கலைமானி லும் அளவில் குறைந்து இன்னும் மெல்லிய உடல் அமைப்புப் பெற்றிருக்கும். இதுவும் மிக வேகமாக ஓடும் சக்தி உடையது. ஆனால் எதிரிகளைக் கண்டால் நெடுந்தூரம் ஓடாமல், பாய்ந்து சென்று பாறைகளின் பின்னோ புதர்க்குள்ளேயோ மறைந்துவிடும்.

இந்த மான்கள் பெரும் மந்தைகளாகக் கூடியிராமல் இணை களாகவோ இருபதுக்கு உட்பட்ட சிறு கூட்டங்களாகவோ கூடி

வாழும். ஏதேனும் ஏற்பட்டு எச்சரிக்கை கொள்ளும்போது இவை தும்முவதுண்டு. இந்த வழக்கத்திலிருந்தே 'சிங்க்காரா' என்ற பெயர் இதற்கு ஏற்பட்டது.

சிங்க்காரா புல்பூண்டுகளை மேய்வதுடன் காய்கனிகளையும் தின்னும். கிராமங்களை அடுத்துச் சர்க்கரைக் கொம்மட்டித் தோட்டங்கள் போட்டிருக்கும் இடங்களில் சிங்க்காரா இந்தப் பழங்களைப் புசிக்க வரும்.

சிங்காராவுக்குக் கண், செவி, மோப்பம் மூன்றும் சூட்சும மானவை. சிறுத்தை, ஓநாய் முதலிய விலங்குகளும் மனிதரும் வேட்டையாடும் இந்த மான், மிக முன்ஜாக்கிரதை உடையது. தன் எதிரிகளின் இருப்பை அறிந்துவிட்டால் உடனே இது ஓடி ஒளியும். காட்டுப்புறங்களில் இதைப் பிடிப்பது அசாத்தியம்.

மழைக்காலமும் குயிலோசையும்

புள்ளிமான்

உலகத்திலுள்ள எல்லா வகை மான்களிலும் நம் நாட்டுப் புள்ளிமானே அழகிற் சிறந்தது என்று பலர் கருதுகின்றனர். அளவில் பெரிதாக இல்லாதிருந்தும் இது, நீண்டு வளைந்த கிளைக் கொம்புகளும், செவலை உடலில் நட்சத்திரங்கள் போன்ற வெண்புள்ளிகள் தெளித்த அலங்காரத் தோற்றமும் உடையது. இந்த மான்கள் மந்தைகளாகக் கூடியிருப்பதால் இவற்றின் அழகு திரண்டு விளக்கமாகத் தோன்றும். மேலும், இவை இயற்கை வனப்பு மிகுந்த சூழ்நிலைகளிலேயே குடிகொள்ளும். நந்தவனம் போன்ற இடங்களில் புள்ளிமான் திரள் மேயும் காட்சி கண்களைக் கவரும் சிங்காரமுடையது. புலி, சிறுத்தை, செந்நாய், முதலை, மனிதர் எல்லோரும் இதை வேட்டையாடுவார்கள். எனினும் இந்த இனம் அழிந்துவிடாதிருப்பது, இதன் ஜாக்கிரதைப் புத்தியையும் சந்தானச் செழிப்பையும் காட்டுகிறது.

ஆண் புள்ளிமான் சுமார் மூன்று அடி தோள் உயரமும் நூற் றெண்பது ராத்தல் எடையும் இருக்கலாம். இதன் மெல்லிய பொன் கபில நிறக் கொம்புகள் 30 – 34 அங்குல நீளம் இருக்கலாம். ஆண் மானுக்கே கொம்புகள் உண்டு.

மா. கிருஷ்ணன்

புள்ளிமான்கள் 10 – 40 தலைகள் உள்ள மந்தைகளில் கூடி வாழும். இவைகளுடன் மற்ற வித மான்களும் பன்றிகளும் கூடி இருக்கலாம்; வேறு மிருகங்களும் கூடியிருக்கலாம். குரங்குகள் பழம் பறித்துத் தின்னும் மரங்களின் கீழே புள்ளிமான்கள் சகஜமாக மேயும். இந்தச் சகவாசத்தில் குரங்குகள் கீழே உதிர்க்கும் பழங்கள் அவைகளுக்குக் கிடைக்கும். மற்றும் மரத்தின் மேல் இருக்கும் வானரங்களின் நுட்பப் பார்வையின் காவலும் மான் கூட்டத்தை எதிரிகளினின்றும் பாதுகாக்கிறது.

சருகுமான்

நம்முடைய நாட்டில் உள்ள மான்களுள் இதுவே மிகச் சிறியது. இது ஓரடி உயரமும் இருக்காது. இதற்குக் கொம்பு இல்லை. மங்கலான வெண்வரிகள் போட்ட கபில நிற உடல் உடையது. புல், புதர் வழியாகச் சருகுமான் குனிந்து செல்லும்போது இதன் தோற்றம் கண்ணுக்குத் தென்படாது.

சருகுமானுக்கு மிகப் பயந்த சுபாவம். புதர் மறைவை விட்டு வெகு தூரம் எங்கும் செல்லாது. தனியாகவோ இணையாகவோ இருக்குமே தவிர மந்தைகளாகக் கூடி வாழாது. பகலில் பொந்துகளிலும் பாறை நடுவில் உள்ள பிளவுகளிலும் பதுங்கியிருக்கும். இருட்டின பின்புதான் இது மேய வெளிவரும்.

காட்டெருமை

சேரிகளில் இடையர் வளர்க்கும் சாதாரண எருமைகளும் முர்ரா எருமை, டில்லி எருமை போன்ற பெருங் காரெருமைகளும் எல்லாம் நமது காட்டெருமையினின்றும் பிறந்த வகைகளே. காட்டெருமை சலவைக் கல் நிறமாகப் பார்வைக்குச் சாதாரண எருமை போலவே இருக்கும். ஆனால் அளவில் மிகப் பெரியது. மேலும் அதன் கொழுத்த செருக்கும் பொல்லாத சுபாவமும் அதைத் தனித்துக் காட்டும்.

காட்டெருமைக் கடா 5½ அடி 6 அடி தோள் உயரமும், 2000 ராத்தலுக்கு மேற்பட்ட கனமும் கொண்டிருக்கலாம். புலியும் அதைக் கண்டு ஒதுங்கும்; ஆனால் இளம் பெண் எருமைகளையும் கன்றுகளையும் புலிகள் கொல்லலாம்.

சமீபகாலமட்டும் மத்தியப் பிரதேசத்தில் சில இடங்களிலும் ஒரிசாவிலும் பெரு மந்தைகளாக மேய்ந்து திரிந்த காட்டெருமைகள் இப்போது இனங்குன்றி நேபாள தராய்ப் புல்வெளிகளிலும் அஸ்ஸாமில் பிரம்மபுத்திரா நதியின் போக்கை அடுத்த சதுப்பு நிலங்களிலும் சிறு கூட்டங்களாகக் குடியிருக்கின்றன. வேறு சில இடங்களிலும்

இவை இருந்தும் எங்குமே முன்போல் ஏராளமாக இல்லாது தொகை குன்றிவிட்டன.

எருமையின் முரட்டுச் சுபாவத்தைக் கோவிற்கடாவிடத்தும் வீட்டிலுள்ள கறவை எருமைகளிடத்துங்கூடக் காணலாம். காட்டெருமையின் திமிரும் வெகுளித்தனமும் இவைகளிலும் பதின்மடங் கானவை. பூமி வறட்சியினாலோ மற்ற எந்தக் காரணத்தாலோ மேய்ச்சல் அகப்படாவிட்டால் காட்டெருமைகள் மனிதர் இருப் பிடங்களை நெருங்கி வயல்களில் தீனி தேடும். அப்போது விரட்டி னாலும் இவை போகமாட்டா. மனிதர்களை எதிர்த்தும் பசியை ஆற்றிக்கொள்ளத் துணியும். மேலும் காட்டெருமைக் கடா கிராமங் களில் வசிக்கும் பெண் எருமைகளை நாடி, கிராம எல்லைகளிலும் சில வேளை சஞ்சரிக்கும். சாதாரணமாக எவ்வளவு வலிமை கொண்டிருந்தும் காட்டு மிருகங்கள் மனித சஞ்சாரத்தைக் கண்டு அகன்று விலகும். காட்டெருமைகள் சில வேளைகளில் மனித பயத்தையும் மறந்துவிடும்.

வேட்டையாடுபவர் வெகு முன்யோசனையுடனும் நிதானத்துட னுமே காட்டெருமையைப் பின்தொடர்வார்கள். இதற்குச் சூட்சும மான மோப்பமும், செவியும், தந்திர புத்தியும், குண்டுபட்டாலும் மதியாது எதிர்த்துத் தாக்கும் தைரியமும் உண்டென்று அவர்கள் நன்கு அறிவார்கள்.

இத்தனை வலிமையும் தைரியமும் கொண்டிருந்தும் மானிடப் பிரயத்தனத்தினாலேயே காட்டெருமைகள் அழிந்துவிட்டன. வேட்டையாடி மட்டுமல்ல, அவைகளின் பிராதன வசதிகளுள்ள சதுப்பு நிலப் புற்காடுகளில் குடியேறி மாற்றியும், நமது கால்நடை களுக்கு வரும் தொற்று வியாதிகள் அவைகளுக்கும் பிடிபட்டும் நாம் காட்டெருமைகளை வென்று அழித்துவிட்டோம்.

வரையாடு

நீலகிரியிலும் பழனிமலைச் சாரலிலும் வரையாடு வசிக்கும். 'ஓங்குமால் வரையாடு வரையாடுழக் கவினுடைந்துகு பெருந்தேன்' என்று சீவக சிந்தாமணியில் வரும் அடி இதன் பெயர் பழைய காலத்திலிருந்து தமிழ்நாட்டில் வழங்கினதையும், இதன் மலைச் சிகர வாழ்க்கையையும் விளக்கும். ஆயினும் தமிழ்மொழியை அரைகுறையாகவே தெரிந்த ஆங்கிலேய வேட்டைக்காரர்கள் இதை 'வொறியாட்டு' என்ற தமிழ்ப் பெயரால் குறித்ததை இன்றும் சில தமிழர்கள் பின்பற்றுவதாகத் தெரிகிறது!

சமீப காலத்தில் வரையாடுகள் இனங்குன்றி அழிந்துவிடும் தருவாயை அடைந்தும் மனிதப் பிரயத்தனத்தினாலும் தங்கள் சுய திடத்தினாலும் அப்படி அழியாமல் பிழைத்தன. நம் வனவாசி களைப் பாராட்டும் சில வேட்டைக்காரர்கள் கூடி வரையாடுகளை ஆண் பெண் அடங்கலாக வேட்டையாடுவதை அரசாங்க உதவி பெற்றுத் தடுத்தார்கள். வரையாடுகளும் மனிதருக்கு எளிதில் எட்டாத உன்னத ஸ்தானத்தில் தமது இயற்கைத் திடத்தினால் பெருகின. அரசாங்கத்தார் மனம் வைத்தால் நம் வனவாசிகளை

இனங் குன்றாது காப்பாற்றலாம் என்பதை வரையாட்டின் சமீப சரித்திரம் எடுத்துக்காட்டும்.

வரையாடு வெள்ளாட்டு வகையைச் சேர்ந்தது. இது அளவில் வெள்ளாடுகளிலும் சற்றுப் பெரியது. கடாக்கள் பெண்ணாடுகளிலும் கனத்துப் பருத்திருக்கும். வயதுவந்த கடாக்கள் உடல் கறுத்து முதுகின் நடுப் பாகம் வெளுத்திருக்கும். இளங்கடாக்களும் குட்டிகளும் கபில நிறமாக இருக்கும். மிதி சறுக்காத கால்கள் வாய்ந்த இவ்வாடுகள் குடியிருக்கும் உயரிடங்களில் இவைகளின் முக்கிய எதிரிகளான சிறுத்தைகளும் மனிதர்களும் கால் வைப்பது கஷ்டமே. ஆயினும் இவை கீழிறங்கி மேய வரும்போது சிறுத்தை பாறையின் பின் பதுங்கி ஒளிந்திருந்து இவ்வாடுகளை வேட்டையாடும்.

நமது வரையாட்டிற்கு உறவான மற்றக் காட்டாடுகளைக் காண இமயமலைச் சாரல்மட்டும் செல்ல வேண்டும். இடையுள்ள இந்தியப் பிரதேசத்தில் காட்டாடுகள் கிடையா. இமயமலையிலும் ஒரு வகை வரையாடு உண்டு. இதன் பனி சூழ்ந்த வாழ்வுக்கேற்ப மயிர் நீண்டிருப்பதிலும் மற்றும் சிறிய விதங்களிலுமே இதற்கும் நம் நாட்டு வரையாட்டிற்கும் வித்தியாசம் காணலாம்.

கரடி

இமயமலைச் சாரலில் இரு வகைக் கரடிகள் உண்டு. இவற்றுள் பெரியது மயிர் நீண்டு அடர்ந்து, கபில நிறம் கலந்த செவலை நிறமாக இருக்கும். இமயமலைக் கருங்கரடி இதிலும் சற்றுக் குட்டை; மயிர் போர்த்து, சற்றுச் சிறியதாக இருக்கும். 'ஜாம்பவான்' என்ற புராணக் கரடி இவ்வகையைச் சேர்ந்ததே என்று கேட்டிருக்கிறேன். இந்தியா முழுவதிலும் அங்கங்கே குடியிருக்கும் மூன்றாவது வகைக் கரடியைக் குறித்தே இங்கு எழுதுகிறேன்.

இந்தக் கரடியை ஆங்கிலத்தில் Sloth Bear என்பார்கள். இதன் உடல் முழுதும் சடைசடையாக நீண்டு திரிந்த கருமயிர் போர்த்திருக்கும்; மூக்கும் தாடைகளும் நரைத்திருக்கும்; நெஞ்சில் அகன்ற வெள்ளை நாமம் போன்ற குறி இருக்கும். இதன் கால் நகங்கள் மிக நீண்டு பலமாக இருக்கும். அளவில் ஆணுக்கும் பெண்ணுக்கும் அதிக வித்தியாசம் இருக்கும். நன்கு வளர்ந்த ஆண் கரடி கொழுத்துப் பருத்து 400 ராத்தல் எடையும் இருக்கலாம். பெண் கரடி இதில் பாதிப் பங்கே இருக்கும். தெருவில் கரடிக்காரன் கொண்டுவரும் கரடி இந்த இனத்தைச் சேர்ந்ததே. இதன் அடிச்சுவடு ஆச்சரியப்படும்படி மனிதர் பாதச்சுவடு போலவே இருக்கும். இருண்ட குகைகளும் பாறைநடுப் படுக்கையறைகளும் வாய்ந்த இடங்களில் கரடிகள் குடிகொள்ளும்.

கரடிகள் தங்கள் அதிநுட்பமான மோப்பச் சக்தியையே முக்கிய மாக நம்பும். தவிரவும் செவிநுட்பமும் இவைகளுக்கு உண்டு. ஆனால் கண்பார்வை சற்று மங்கியதும் சமீபத்திலுள்ளவைகளே தென்படும். தந்திரமான புத்தியும், காட்டில் எங்கே எப்பொழுது மரங்கள் பழுக்கும் என்ற அறிவும் இவைகளுக்கு உண்டு.

கரடியைப் பார்த்தால் ஏதோ கைகால் விளங்காத கோமாளி போலிருக்கும்; முரட்டு மயிர் போர்த்த உருவம் அழகற்றிருக்கும். ஆனால், பார்வைக்கு விகாரமாகவும் மிக மௌட்டியமாகவும் காணும் கரடி உண்மையில் புத்திசாலி.

கரடி மரமேறும்; நாவற்பழம், இலந்தைப் பழம் போன்ற கனிகளையும், கொம்புத்தேனையும் நாடி உயர்ந்த மரங்களிலும் ஏறும். தேனீக்களினின்றும் இதன் முரட்டுச் சடை பாதுகாப்பாகும். மரங்களில் தொத்தியும், புதர்களைச் சோதித்தும், தரையில் தோண்டி யும் இரவெல்லாம் நீளத் திரிந்தும் கரடி பசியாற்றிக்கொள்ளும். இலுப்பைப்பூ அதற்கு மிகவும் பிடித்த உணவு. இலுப்பை மரங்கள் பூக்கும் காலத்தில் கீழுதிர்ந்த மலர்களைப் புசிக்கத் தினமும் கரடி கள் அங்கு வரும். பூ, காய்கள், பழங்கள் இவைகளுடன் மரவண்டின் புழுவையும் புற்றீசலையும் கரடி தேடியுண்ணும். தன் நாசி நுட்பத்தி னால் பூமியில் ஒரு சாண் ஆழம் புதைந்து கிடக்கும் வண்டுப் புழுவின் இருப்பை அறிந்து, அதைத் தோண்டித் தின்னும். கரடியின் உதடுகள் நீண்டு அகன்றிருக்கும். அவைகளைப் பிதுக்கி மிகப் பலமாக உறிஞ்சும் சக்தி அதற்கு உண்டு. கறையான் புற்றைக் கண்டால் தன் பெரு நகங்களால் புற்றைப் பெயர்த்து, வளையில் தன் நீண்ட உதடுகளை அப்பிக் காற்றை உள்ளிழுத்துக் கறையான் களை அப்படியே உறிஞ்சி உட்கொள்ளும். கரடி விரும்பும் பழங் களும் புழுக்களும் சிறியனவாகையால் வெகுதூரம் தேடியலைந்தே அது வயிற்றை நிரப்பும்.

மனிதர்களைக் கண்டால் கரடி ஓடிப்போய்விடும். தன் மங்கிய திருஷ்டியால் மனிதர் வரவை அறியாதிருந்து திடீரென்று அவர் களைச் சந்தித்த கரடி, ஒரு வேளை அவர்கள்மேல் பாய்ந்து நகத்தால் குத்திக் கிழித்தும் கடித்தும் பெருங்காயம் விளைவிக்கலாம். குண்டுபட்ட கரடி, வேட்டைக்காரர் வியப்பும் அருவருப்பும் கொள்ளும்படி மானிடக் குரலில் பிரமாதமாக ஆலோலமிடும். தாய்க் கரடி குட்டிகளைக் காப்பாற்றுவதில் கொள்ளும் துணிவை யும், கரடிகள் ஒன்றோடொன்று ஒற்றுமை பாராட்டுவதையும் வேட்டைக்காரர்கள் வியந்து கூறியிருக்கிறார்கள்.

கரடியின் உடல் முழுவதும் நீண்டு செறிந்த மயிர் முதுகின் நடுவில் இன்னமும் நீண்டிருக்கும். இந்த மயிர் முடியைப் பிடித்துக் கொண்டு கரடிக்குட்டிகள் தங்கள் தாயின் முதுகிலேறிச் சவாரி செய்யும்.

தரைக்கரடி

இதைச் சிலர் 'தவக்கரடி', 'தவழ்கரடி' என்று அழைப்பார்கள். இதற்குத் 'தேன்தகசு' என்ற பெயரும் உண்டென்று சமீபத்தில் படித்தேன்.

இதெல்லாம் இப்படி இருக்கையில், மானிடப் பார்வைக்கு அப்பால் அடவிகளில் இராப்போதிலே சஞ்சரிக்கும் தரைக்கரடிக்கு இத்தனைத் தமிழ்ப் பெயர்கள் இருப்பது விசித்திரமே!

பார்வைக்கு இது ஒரு வால் கொண்ட சிறிய கரடி போல் இருக்கும். கட்டையாகவும் குட்டையாகவும் கறுப்பாகவும் இருக்கும். மண்டையும் முதுகும் வாலின் மேற்பக்கமும் மட்டும் வெண்சாம்பல் நிறமாக இருக்கும். இதுபோல் உடலின் மேற்பாகம் நரைத்துக் கீழ்ப்பாகம் கறுத்திருப்பது இயற்கையில் அபூர்வமானது. தரைக் கரடிக்கு ஏன் இப்படி வழக்கத்துக்கு மாறாகக் கீழ்ப்பக்கம் கறுத் திருக்க வேண்டும்? காரணம் நமக்குத் தெளிவாகத் தெரியவில்லை. தரைக்கரடி நிலாவெளிச்சத்தில் உலவும்போது அதன் வெண்முதுகு அதற்கு மறைவளிக்க உதவும். இதுவே அதன் விசித்திர வர்ணத் திற்குக் காரணமாக இருக்கலாம் என்று சிலர் சொல்கிறார்கள். நிலாவில் ஏற்படும் தோற்றத்தைக் காரணமாகக் கொண்டு எந்த மிருகத்திற்கும் வர்ண அமைப்பு ஏற்படாது. சற்று இருண்ட இரவு களில் இந்த வெள்ளி முதுகு தரைக்கரடியின் போக்கை எடுத்துக் காட்டும் வர்ணமுடையதே. தரைக்கரடிக்கு வாலடியில் நாற்றப் பைகள் உண்டு. இதுபோன்ற நாற்றப்பைகள் கொண்ட சில புனுகுப்பூனைகளும், 'ஸ்கங்க்' என்ற அமெரிக்கா தேசத்து விலங்கு ஒன்றும், உடலின் அடி கறுத்து மேற்பாகத்தில் அகன்ற வெள்ளைக் கோடுகள் கொண்டிருப்பது கவனிக்கத்தக்கது.

தரைக்கரடி குட்டையாக இருந்தும் பருத்த உடலும் தடித்த தோலும் மிகுந்த பலமும் கொண்டது. இதற்கு, தோண்டுவதற்கு வலிமையான நகங்களும் கூரிய பற்களும் உண்டு. இதன் கனம் 25 ராத்தல் எடை இருக்கலாம்.

தரைக்கரடிகள் ஜதை கூடி வாழும். ஜதையில் ஒன்றுக்கு அபாயம் ஏற்பட்டால் மற்றது அதன் உதவிக்கு விரைந்து வரும்.

இவை ஆற்றங்கரைகளில் பெருங்குழிகள் தோண்டும். சிறு மிருகங்களையும் பறவைகளையும் இரையாக்கி, முக்கியமாக மாமிசப் பக்ஷிணிகளாக இருந்தாலும், பழங்களையும் காய்களையும் புசிக்கும். தரைக்கரடிகள் நன்றாக மரமேறும். கொம்புத்தேனில் இவைகளுக்குப் பிரியம் அதிகம். இவை பிணக்குழிகளைத் தோண்டிச் சவங்களைப் புசிக்கும் என்று சிலர் சொல்கிறார்கள். மற்றும் சிலர் இதை மறுக்கிறார்கள்.

இந்திய வனவாசிகளைக் கவனித்து அவைகளின் சுயேச்சை வாழ்க்கையை நமக்கு எடுத்துரைத்து உதவிய டன்பார் ப்ராண்டர், சாம்பியன் என்ற பிரபல இயற்கை விஞ்ஞானிகள் இருவரும், அதன் அளவை உத்தேசித்தால் தரைக்கரடிக்குள்ள பராக்கிரமம் வேறு எந்த விலங்குக்கும் இல்லை என்று சொல்லியிருக்கின்றனர். தன் எதிரிகளின் பேரளவையோ கூட்டப் பலத்தையோ பொருட்படுத்தாமல் தரைக்கரடி உயிருள்ள மட்டும் சண்டை போட்டுத் தப்ப யத்தனிக்கும். இது லேசில் அடிபட்டுச் சாகாது. சில வேளைகளில் இது செத்தாற்போல் பாசாங்கு செய்தும், தன் நாற்றப்பையிலுள்ள துர்க்கந்த நீரை எதிரி முகத்தில் வீசியும் தப்பித்துக்கொள்ளும்.

ஆற்றங்கரைகளில் திரியும்போது மணலில் குட்டிக்கரணம் போட்டுத் தரைக்கரடிகள் விளையாடும். கூண்டில் அடைபட்டும் இவை இப்படி விளையாடுவதைப் பார்க்கலாம்.

வளர்ப்புப் பிராணிகள்

நாயக்கர்சேரி நாய்கள்

என் தோட்டச் சுவரைச் சுற்றி ஒரு புல்வெளி. எதிரிலும் இடது பக்கத்திலும் புல்லாந்தரையின் எல்லையில் ரஸ்தா. பின்புறம் சுமார் முப்பது குடிசைகள் கொண்ட நாயக்கர்சேரி. இவர்கள் தமிழ்நாட்டு நாயக்கமார்கள் அல்ல; கன்னடியர்கள். வெளியின் மத்தியில், அதன் குறுக்கே செல்லும் ஒற்றையடிப் பாதையை அடுத்து, '139' என்ற சின்னம் பதிந்த ஓர் இரும்புத் தூண் பல நாளாகக் கிடந்து துருப்பிடித்துக்கொண்டிருந்தது. அது சர்க்கார் தபால் இலாகாவைச் சேர்ந்தது. எதற்காகவோ அதை இங்கே தருவித்துப் போட்ட தபால் அதிகாரிகள் தங்கள் உத்தேசத்தை மறந்துவிடவே, தன் வினை முடிவேறாமல் இங்கேயே கிடந்தது. ஆனால், அது முற்றும் பயனில்லாமல் இருக்கவில்லை. சுற்றுமுற்று முள்ள நாய்கள் தினமும் தவறாது இந்தத் தூணிடம் வந்து அதை நீண்டு நெடுக மோந்து பார்த்து, சற்று நேரம் அங்கே தங்கியே பின் தங்கள் வழி செல்லும். நாய்களுக்கு உணர்ச்சி நாசியில் என்று சொல்லலாம். இப்படி வழியோரத்தில் தனித்துக் காணும் கம்பங்களையோ பெருங்கற்களையோ நாய்கள் மோந்து, தங்கள் அதிநுட்பமான ஆக்கிராண சக்தியால் அவ்வழி எந்த எந்த நாய்கள் சென்றன,

மழைக்காலமும் குயிலோசையும்

அங்கு மற்ற எந்தப் பிராணிகள் வந்தன என்றெல் லாம் தெரிந்துகொள்ளும். என் தோட்டத்துப் பக்கம் கிடந்த தூண் அவ்வூர் நாய்களின் முக்கிய விளம்பரப் பலகை.

பின்புறம் இருக்கும் சேரியிலுள்ள நாயக்கரில் சிலர் ஆடுமாடு மேய்ப்பவர்; சிலர் வயல்களில் வேலை செய்பவர்; மற்றும் சிலர் ஒரு தொழிலைப் பற்றி வாழாது, கிடைத்ததைக் கொண்டு பிழைப்ப வர். எல்லோரும் வேட்டையில் பிரியமுள்ளவர். அநேகரிடம் நாய்கள் உண்டு. வேட்டைக்குப் போகும் நாய்களுக்குச் சூடு போட்டிருப்பார்கள். இப்படிச் செய்வதால் வேட்டையில் அவை களுக்குத் தீங்கு வராதென்று ஒரு நம்பிக்கை. புதரினுள் புகுந்தும் முட்செடிகள் படர்ந்த காடுகளில் பாய்ந்தும் செல்லுவதில் பல நாய்களுக்குக் காது கிழிந்துவிடும். இதுபோல் நிகழாமல் இருப்பதற் காகக் குட்டிப் பருவத்திலேயே காதறுந்த நாய்களும் சில உண்டு. ஆனால், வால் வெட்டிய நாயை நான் அந்த ஊரில் கண்டதில்லை. வேட்டையில் முதன்மையானது பன்றிவேட்டை. வெகு தூரத்திலி ருந்தே நாய்கள் பன்றியின் மோப்பத்தைப் பிடித்துவிடும். பிறகு, பிடிகயிறுகளை நீக்கி நாய்களை அவிழ்த்துவிட்டு, ஈட்டி, கோடாலி முதலிய ஆயுதங்களைக் கொண்ட வேடர்கள் அவைகளின் உதவிக்கு விரைந்து பின்செல்வார்கள். இதில், ஒற்றுமையுடன் சேர்ந்து வேட்டையாடுவதிலேயே நாய்களுக்குப் பாதுகாப்பு. வடுவாங்கும் தந்தங்களுடைய பெருங் கடாப்பன்றி வழியில் நிற்கும் நாய் பிழைப்ப தரியது. வேட்டை நாய்களுக்கு இது எப்படியோ தெரியும். தங்கள் வலிமைக்குட்பட்ட பன்றியின்மீதே நாய்கள் ஒன்றுகூடி விழுந்து பற்றிக்கொள்ளும். அப்படியும், சில வேளைகளில் நாய்களுக்குப் பலத்த காயம் ஏற்படும். ஒன்றிரண்டு மாண்டுவிடுவதும் உண்டு.

நம்மைப் போலவே நாய்களும் நன்கு அறிந்த இடத்திலும் பழகித் தெரிந்தவைகளின்பாலும் வாஞ்சையும் சொந்தமும் பாராட்டும். தங்கள் இருப்பிடம் தம்முடையது என்ற உணர்ச்சி நாய்களுக்கு மிகவும் உண்டு. அங்கு வெகு சுதந்திரமாகவும் துணிச்சலுடனும் நடந்துகொள்ளும். அதனருகே அந்நியர் வராமல் காவலிடும். வீட்டி லுள்ள தைரியம் புது இடத்தில் அவைகளுக்கு இராது.

ஞாயிற்றுக்கிழமைதோறும் பக்கத்துக் கிராம ஜனங்கள் சந்தைக் காக அந்த ஊருக்கு வருவார்கள். அவர்களுடைய நாய்களும் வரும். சில வேளைகளில் அவை சேரிப் பக்கமாகச் சென்றால் சேரி நாய் எதுவும் அவற்றை எதிர்க்கும். வெளியூர் நாய்கள் மிகப் பெரியனவாக இருந்தாலும், பக்கபலமுள்ள திடத்தாலும், தன் சொந்த இடம் என்ற உரிமையினாலும் சேரிநாய் உடனே அவைகளுடன் சண்டையிடும். ஒரு நாய் குரைப்பதைக் கேட்டு ஏனைய சேரி நாய்கள் கூடிவிடும். அப்பால், அந்த அந்நிய நாய்கள் மெல்ல மெல்லப் பின்வாங்கி, ரஸ்தாவைக் கடந்து மறைந்துவிடும். சேரி நாய்கள் சேர்ந்து குமுறு தலையும், உதட்டைச் சுருக்கிப் பற்களை வெளிக்காட்டிச் சண்

டைக்குப் போவதையும், வேறு கிராம நாய்கள் குரைத்துத் தம் வழி நிற்பனமேல் விழுவதையும் பார்த்தால் நிச்சயமாக ரணகளமாகி நான்கு நாய்களேனும் செத்துவிடுமென்று தோன்றும். இருந்தாலும் இந்தச் சண்டைகளில் எந்த நாயும் படுகாயம் அடைந்ததை நான் பார்த்ததில்லை.

ஒரே இடத்தைச் சேர்ந்த நாய்களுள் கூட்டுறவும் ஒருவிதப் பொது நலப் பொறுப்பும் இருப்பதை அநேக முறை கவனித்திருக்கிறேன். வெளிக் கிராமங்களிலிருந்து சந்தைக்கு வருவோர் சிலர் என் வீட்டெ திரில் ரஸ்தா மர நிழலில் வண்டி அவிழ்த்துக் கட்டி, பின் பேட்டைக் குள் போவார்கள். ஒரு பொழுது இப்படி அவிழ்த்துவிட்ட வண்டிக் காளை புல்வெளியில் மேய்ந்துகொண்டிருக்கையில், ஒரு சேரி நாய்க்குட்டி அதனருகே சென்று குரைத்தது. மாடு அதைத் துரத்தி முட்டித் தள்ளவே நாய்க்குட்டி ஊளையிட்டுக் கதறியது. இதைக் கேட்டுச் சேரி நாய்கள் சுமார் பத்து கூடிக் காளையைச் சூழ்ந்து கொண்டன. முன்னால் நிற்கும் நாயை முட்டத் தலை குனிந்தபோது பின்னிருக்கும் நாய்கள் கடிக்கவே, மாடு சுழன்று சுழன்று மருண்டு விட்டது. அப்பொழுது வண்டிக்காரன் வந்து நாய்களை விரட்டி வண்டி கட்டிக்கொண்டு போயிராவிட்டால், காளையை அவை நெடுந்தூரம் துரத்தி ஓட்டியிருக்கும் என்பதில் சந்தேகம் இல்லை. வண்டி ஊரை விட்டு வெளியேறு மட்டும் நாய்கள் அதைப் பின் தொடர்ந்து குரைத்துச் சென்றன. பிறகு, வெற்றி கொண்டாடும் குதூகலத்துடன் துள்ளிக் குதித்து வீடு திரும்பின.

ஜயங்கொண்ட வேளையில் இதுபோல் கூடிக் கும்மாளம் அடித்து, தோற்றோடிய எதிரி சென்ற திக்கு நோக்கிச் சிறிது நேரத் துக்கு ஒரு முறை உறுமிக் குரைப்பது நாய்களுக்குள் சகஜமே. தவிரவும், தோல்வி அடைந்த நாய்களும் சில சமயம் ஏதோ பெரிய வெற்றியடைந்து விட்டாற்போல் போலிக் கொண்டாட்டம் கொள்வதையும் நான் கண்டிருக்கிறேன். என் வீட்டுக்கு அடுத்த தெரு முனையில் 'கண்டியா' என்ற பெயருள்ள ஒரு சிவலை நாய் குடியிருந்தது. இதன் பராக்கிரமத்தையும் யுக்தியையும் காவலில் இது கொண்ட ஊக்கத்தையும் அக்கம்பக்கமுள்ளவர்கள் அடிக்கடி மெச்சுவார்கள். அவ்வழியாக என் நாயுடன் நான் போவதுண்டு. அப்பொழுதெல்லாம் கருமேகம் போல் உறுமிக்கொண்டு கண்டியா எங்களை நோக்கிப் பாய்ந்து வரும். என் நாய் பரதேச ஜாதியைச் சேர்ந்தது. வளர்ச்சியிலும் தசைப்பற்றிலும் இரண்டு கண்டியாவின் அளவுடையது. ஆனால் பரம சாது. உணவிலும், குழந்தைகளுடன் விளையாடுவதிலும், மலைக்காடுகளின் பின் மாலைச் சூரியன் மறையும் காட்சியைக் கண்டு இன்புறுவதிலும் பிரியமுள்ளது. கண்டியாவின் இரைச்சலைச் சகியாது அவ்வீதியை விட்டு விரைந்து சென்றுவிடும். இதைக் கண்டு அங்குள்ளவர்கள் என்னிடம், 'ஜாக்கி ரதை! உன் நாயைக் கண்டியா கடித்துவிடப்போகிறது' என்று எச்சரிப்பார்கள். ஒரு நாள் கண்டியா மிகவும் துணிந்து, அதன்

இருப்பிடத்தைக் கடந்த பின்னும் என் நாயைத் தொடர்ந்து, மேல் விழுந்து வாலைக் கடித்துவிட்டது. அதுமட்டும் பொறுத்த நாய் கண்டியாவைக் குப்புற வீழ்த்தி, தன் முன்கால்களை அதன்மேல் ஊன்றியழுத்தி, அதன் கழுத்தைப் பற்றியது. என் நாயை நான் பிடித்து விலக்கவே, வயிற்றை அளாவிய வாலுடனும் வெளிறும் கண்களுடனும் கண்டியா அலறிக்கொண்டே தப்பி ஓடிவிட்டது. தன் தெரு முனையை அடைந்ததும் திடீரென்று அதன் தோற்றம் ஆச்சரியமாக மாறிவிட்டது. பழையபடி தலை நிமிர்த்தி, இறுமாப்பு டன் வாலை உயர்த்தியாட்டி, வெற்றிக்குறி விளங்கக் குதித்து, தெருவருகே நின்று கண்டியா எங்களைப் பார்த்து உறுமியது. மூலைக்கப்பால் நடந்ததைக் காணாத தெருவாசிகள், முதலில் கண்டியா என் நாயைத் துரத்தி வந்ததையும் பின், கடிபட்ட ஒரு நாய் கூக்குரலிட்டதையுமே அறிவார். கண்டியாவின் ஜயபேரி கையைக் கேட்டும் அதன் தோற்றத்தை நோக்கியும் அதுதான் இத்தனை பெரிய சீமை நாயைத் தாக்கித் தள்ளிவிட்டது என்று நினைத்தார்கள். பிறகு, என்னுடன் என் நாய் அவ்வழியாகப் போகும்போது, கண்டியா சற்றுத் தூரத்திலிருந்தே அதை மிரட்டு வதையும் அவர்கள் கவனிக்கவில்லை. என் நாயின் பொருட்டு ஜாக்கிரதையாக இருக்கும்படி முன்னிலும் அதிகமாக என்னை எச்சரித்தார்கள். கண்டியாவின் புகழ் அதன் தெருவில் குன்ற வில்லை. அதன் வீழ்ச்சியை நான் யாரோடும் சொல்லவில்லை.

தோற்ற பின்னும் நாய்கள் போல் வெற்றி பாராட்டலாம். சில நாய்கள் திருடவும் திருடலாம். ஆனால், முகநட்பென்பது அவை அறியாதது.

உள்ளூர் நாய்கள்

சுமார் ஏழு வருஷங்களுக்கு முன் நாடெங்கும் ஒரு சுதேசீய இயக்கம் பரவினது எல்லாருக்கும் தெரிந்த விஷயம். இந்தச் சமயத்தில் என் நாய் செத்துவிட்டது.

நாய் இறந்துவிட்டதே என்று வருத்தப்பட்டாலும், ஒரு விதத்தில் இது நல்லதுதான் என்று நினைத்தேன். ஏனென்றால், அது ஒரு பரதேச நாய் – நம் ஊரில் பிறந்து வளர்ந்தபோதிலும் ஆங்கிலேய ஜாதியைச் சேர்ந்தது. எல்லாருக்கும் போல் எனக்கும் சுதேசீய எண்ணங்கள் தோன்றவே, ஓர் ஆங்கில நாயின் மரணத்தைக் குறித்து வருந்துவது தப்பென்று நிச்சயித்தேன்.

நாயை இழந்தவனும், மனைவியை இழந்தவனும் கூடிய சீக்கிரத்தில் மறு நாயையோ மனையாளையோ தேடி அடைவது சகஜம். நான் வேறு நாயொன்று வாங்க ஆசைப்பட்டேன். புது நாய் சுதேசீய நாயாக இருக்க வேண்டுமென்று மட்டும் திடமாகத் தீர்மானித்தேன். என்றுமே நாய்களிடத்தில் எனக்கு அதிகப் பிரியம். ஆனால் அதுமட்டும் அயல் நாட்டு நாய்களின் சகவாசந்தான் உண்டு. உள்ளூர் நாய்களைப் பற்றி எனக்கு ஒன்றும் தெரியாது. இவற்றில் எத்தனை ஜாதிகள் உண்டு, அவை எவ்வெப்படி இருக்குமென்றெல்லாம் தெரிந்துகொண்டல்லவா நாய் வாங்க வேண்டும்? யாரைக் கேட்டால் இதெல்லாம் நமக்குச் சொல்லுவார்கள் என்று யோசித்து, முடிவில் அயல் வீட்டுச் சோணாசலம் செட்டியாரிடம் விசாரித்தேன். சோணாசலம் செட்டியாருக்கு நாய்களைக் கண்டால் பிடிக்காது; ஆனால் அவைகளைப் பற்றி அநேக விஷயங்கள் அவருக்குத் தெரியும்.

அவரைக் கேட்டதில் தென்னிந்திய நாய்களில் நான்கு வகைகள் உண்டென்று ஏற்பட்டது. இவைகளில் சிப்பிப்பாறை என்ற ஜாதி எல்லாவற்றிலும் பெரிதாம். ஒருவித அழுக்கு வெள்ளையாக இருக்குமாம். வேட்டையாடுவதில் மஹா புலியாம். ‘சும்மா சீம நாயெல்லாத்தயும் கிளிச்சுப் போட்டுடுமில்ல!’ என்று செட்டியார் சொன்னார். ஆனால் குழந்தைகள் இருக்குமிடத்தில் அதை வளர்ப்பது உசிதமில்லையென்று சொல்லவே, அதைப் பற்றி நான் மேலே விசாரிக்கவில்லை. ராஜபாளையம், கோம்பை இவ்விரண்டு ஜாதிகள்தான்

எனக்குச் சரியென்றும், இவைகளில் ராஜபாளையம் வெள்ளை யாகவும் சற்றுத் தடியாகவுமிருக்குமென்றும், கோம்பை சிவப்பாக வும் மெல்லியதாகவும் சிறிது சின்னதாகவும் இருக்குமென்றும் அவர் சொன்னார். நான்காவது ஜாதி, பெயர் எனக்கு மறந்து போய்விட்டது – ஏதோ 'சோணங்கி'யோ 'கோணங்கி'யோவென்று அதற்குப் பெயராம். செட்டியாருக்கே அதைப் பற்றி ஒன்றும் தெரிய வில்லை. 'அது நமக்கு வேண்டாங்கிறேன்' என்று சொல்லிவிட்டார்.

முடிவில் ஒரு ராஜபாளையமோ, கோம்பையோ வாங்குவதென்று தீர்மானித்தேன். செட்டியார், தம் சிநேகிதர் ஒருவரிடம் இரண்டு வித நாய்க்குட்டிகளும் இருப்பதாகவும், உடனே எனக்கு 'தினுசில் ஒரு குட்டி' அனுப்பும்படி எழுதுவதாகவும் சொன்னார். விலை கொடுத்து நாய் வாங்குவது அவருக்குப் பிடிக்கவில்லை. நாய் விஷயத்தில் பணநஷ்டப்படுவது மஹா மூடத்தனம் என்று எனக்கு அரை மணி நேரமாகப் போதித்தார். 'சரி, இவர் சொல்லி நாயெங்க வரப்போறது? நாமே பார்த்து வாங்கினால்தான் உண்டு' என்று நான் நினைத்தேன். மறு வாரம் செட்டியாரின் நண்பரிடமிருந்து இரண்டு நாய்க்குட்டிகள் வந்துவிட்டன. ஒன்று ராஜபாளையம்: ஆண் குட்டி. மற்றது கோம்பை: பெண் குட்டி. இரண்டும் மெலிந்தும் எலும்பும்தோலுமாக இருந்தன; ஆனால் சுறுசுறுப்பாக எங்கும் ஓடி விளையாடின. ராஜபாளையக் குட்டிக்கு வயது இரண்டு மாதம்; கோம்பை அதிலும் ஒரு வாரம் சின்னது.

இந்த நாய்க்குட்டிகளின் இயல்புக்கு ஏற்றபடி நல்ல தமிழ்ப் பெயராக இட வேண்டுமென்று யோசித்துக்கொண்டிருந்தேன். ஆனால் நாம் நினைத்தபடி எல்லாம் நடக்கிறதா? நான் சரியான பெயர்களை யோசனை செய்யுமுன் வீட்டிலுள்ள குழந்தைகள் அவைகளுக்குப் பெயரிட்டு விட்டார்கள். ராஜபாளையத்திற்கு 'வீரா' என்று பெயர்; கோம்பைக்குப் பெயர் 'இந்திரஜித்'. பெண் நாயை 'இந்திரஜித்' என்று அழைப்பது பொருத்தமாக இல்லை யென்று எவ்வளவோ சொல்லிப் பார்த்தேன். அதுதான் முன்பே சொன்னேனே – நாம் நினைத்தபடியெல்லாம் நடக்கிறதா? அது 'இந்திரஜித்'தாகவே இருந்துவிட்டது.

வீரா சுத்தமான வெள்ளை நிறம். கால் நகங்கள்கூடச் சிவப்புக் கலந்த வெள்ளை. மூக்கு மட்டும் கறுப்பு. இந்திரஜித்தோ நல்ல சிவப்பு. அதன் வாயும், உதடுகளும், மூக்கும் கறுப்பு. இரண்டு நாய்க்குட்டிகளுக்கும் தினம் ஐந்து வேளை பாலும் ரொட்டியும் கொடுத்து வந்தேன். மூன்றாவது மாதத்திலிருந்து ஒரு வேளை ஆட்டுக்கறி; இதைப் பச்சையாகத் துண்டு துண்டாய் வெட்டிக் கொடுப்பது. பிறகு இரவில் பொங்கின கறியும் சோறும். நான் நாய்களைச் சங்கிலிகள் போட்டுக் கட்டிவைக்கவில்லை. இப்படிக் கட்டினால் நாய்க்குட்டிகள் சரியாக வளர்வதில்லை. புறக்கடையி லிருந்த பழைய மாட்டுக் கொட்டிலைச் சுத்தப்படுத்தி, மூங்கில் தட்டி

களால் இரண்டு பாகங்களாகத் தடுத்து இந்த நாய்க் கொட்டில்களில் அவைகளை விட்டுவிட்டேன். நாய்க்குட்டிகள் வாரத்துக்கு வாரம் செழித்து வளர்ந்துவந்தன. வீரா முதலில் இருந்த மாதிரி மெலிந்தி ராமல் நல்ல தடியாக ஆய்விட்டது. இந்திரஜித்துக்குத்தான் தீனியில் அதிகப் பிரியம். ஆனால் அது எதனாலேயோ வீராவைப் போல் வளரவில்லை. அந்த ஜாதியே அப்படித்தானோ என்னவோ! எப் பொழுதும் வீராவின் உடம்பெல்லாம் உண்ணிகளாவே இருக்கும். பக்கத்திலிருக்கும் இந்திரஜித்தின் மேல் உண்ணிகளே கிடையாது. எந்தக் காரணத்தினால் இந்த உண்ணிகள் இப்படிப் பக்ஷபாதமாக நடந்தன என்று எனக்குப் புரியவில்லை. நித்தியம் வீராவிற்கு உண்ணியெடுத்து அவைகளை மண்ணெண்ணெயில் போட்டுக் கொல்லுவேன். நாய்களின் கொட்டிலை நன்றாகச் சுத்தப்படுத்தி உண்ணிகள் இருக்கக்கூடிய சந்துபொந்துகளையெல்லாம் 'பினைல்' திராவகம் கொண்டு கழுவுவேன். என்ன பண்ணியும் அந்தப் பாழ்த்த உண்ணிகள் ஒழிந்தபாடில்லை.

நான் எவ்வளவோ பிரியத்துடனும் சிரத்தையுடனும் இந்த வீராவைப் பாராட்டி வந்தபோதிலும், அதற்கு என்னைப் பிடிக்காது. எப்பொழுதும் எங்கள் வீட்டு வேலையாள்கூடவே சுற்றிக்கொண்டி ருக்கும். அவனைக் கண்டால் வாலைக் குழைத்துக்கொண்டு ஓடும். அவனோ அதை லக்ஷியம் பண்ணுவதில்லை. அதன் உபத்திரவம் பொறுக்க முடியாமல் சில வேளைகளில் அதை அடிக்கவும் அடிப் பான். அவன் என்ன செய்தாலும் அவனிடத்தில்தான் அதற்கு இஷ்டம். உலகமே இப்படித்தான். 'வண்ணானுக்கு வண்ணாத்தி மேல் ஆசை; வண்ணாத்திக்குக் கழுதை மேல் ஆசை.'

நான்காவது மாதம் முடிந்தவுடன் நாய்களுக்குப் பல்லெல்லாம் உதிர்ந்து புதுப்பற்கள் முளைக்க ஆரம்பித்தன. இந்தச் சமயத்தில் சரியாகத் தீனி தின்னவில்லை. வீரா மறுபடியும் நன்றாக உண்ண ஆரம்பித்த பிறகுகூட இந்திரஜித் சாப்பிடாமல் வாடிக் கிடந்தது. பிறகு அதன் கண்கள் மங்கி அவைகளிலிருந்து ஒரு வெள்ளை நீர் பெருகலாயிற்று. இது ஒரு வேளை 'டிஸ்டெம்பெர்' என்ற பொல் லாத நாய் ஜுரமோ என்று நான் கவலைப்பட்டேன். இந்த வியாதி ஓர் ஒட்டு வியாதி; பக்கத்திலிருக்கும் வீராவிற்கும் வராமல் இருக்க வேண்டுமே என்று பயந்து வீராவை ஒரு சிநேகிதன் வீட்டிற்கு அனுப்பிவிட்டேன். நான் நினைத்தபடி இந்திரஜித்திற்கு அந்த வியாதிதான் என்று நாய்வைத்தியர் சொன்னார். எவ்வளவோ சிகிச்சைகள் செய்தும், எவ்வளவோ மருந்துகள் கொடுத்தும் பலிக் காமல் அது வாடி மெலிந்து செத்துப்போய்விட்டது.

நாய்களுக்குள் நட்புண்டென்றும், தங்களுடன் சிநேகமாகப் பழகின நாய் இறந்துவிட்டால் நாய்கள் மிகவும் வருத்தப்படுமென் றும் நான் படித்திருக்கிறேன். வீரா அப்படியொன்றும் வருத்தப் பட்டதாக எனக்குத் தோன்றவில்லை. அது முன்போல் தீனியே

நினைவாகவும் வேலையாளுடன் திரிந்துகொண்டும் கொழுத்து வளர்ந்துவந்தது. எட்டாவது மாதத்தில் கிட்டத்தட்ட முழு வளர்ச்சியையும் அடைந்துவிட்டது. பார்ப்பதற்குக் கம்பீரமான நாய்தான். ஒரு கன்றுக்குட்டி யவ்வளவு உயரம். ஆனால் அதை என்னதான் பழக்கியும் யார் சொல்லையும் கேட்காது. நானும் எத்தனையோ நாய்களைப் பார்த்திருக்கிறேன் – அந்த வீராவைப் போன்ற மூளையற்ற நாயை நான் எங்கும் கண்டதில்லை. செட்டியார், 'இந்த நாட்டு நாயெல்லாஞ் சும்மாத் தோட்டக்காவலுக்கு லாயக்கே ஒளிய வேறேதுக்கும் ஒதவாதுங்கறேன்; சீம நாயின்னா அது தினுசே வேறதான்' என்று சொல்லுவார்.

வீராவிற்குச் சுமார் ஒரு வயதாக இருக்கும்பொழுது நான் மைசூருக்குப் போகும்படி நேரிட்டது. வீட்டில் வேறு யாருமில்லை. தோட்டக்காரனை நம்பி நாயை விட்டுப்போக எனக்கு மனம் வரவில்லை. என்ன பண்ணுவது? அந்த நாயையும் அழைத்துக் கொண்டுதான் மைசூருக்குப் போனேன். மைசூரில் வீரா என்ற பெயர் மாறி அது 'வீரண்ணா'வாகிவிட்டது. ஊருக்குத் தகுந்த படியல்லவா பெயர் இருக்க வேண்டும்! அது மட்டுமா? ஊருக்குத் தகுந்தபடி அதன் குணமும் மாறிவிட்டது. என்றுமே புத்தி சூட்சுமமில்லாதிருந்தபோதிலும் வீராவிற்கு ஒருவித முரட்டுத் தீவிரமுண்டு: சதா அங்குமிங்கும் அலைந்துகொண்டேயிருக்கும். கல்லையோ கட்டையையோ எதையாவது கடித்துக்கொண்டேயிருக்கும். யாரேனும் வீட்டிற்கு வந்தால் அவர்கள்மேல் பாயும். வீரண்ணாவான பிறகு இந்தச் சுறுசுறுப்பும் போய்விட்டது. எப்பொழுதும் வாசற்படி மேல் படுத்துத் தூங்கிக்கொண்டேயிருக்கும். அதன்மேல் மிதித்தால் கூட அசையாது. வீரா ஒரு நாயாகவாவது இருந்தது; வீரண்ணா ஒரு ஜடப்பொருளாகிவிட்டது.

மைசூரில் நான் தங்கியிருந்த வீட்டில் இருந்தவர் வீரண்ணாவைத் தமக்குக் கொடுத்துவிடும்படி மிகவும் வருந்திக் கேட்டார். சாதுவான குணமுள்ள நாயொன்று வேண்டுமென்று அவருக்கு வெகு நாட்களாக ஆசையாம். வீரண்ணாவோ சாதுவிலும் சாது. மேலும் அதற்கும் அவரிடத்தில் ஒருவித மதிப்பும் பிரியமும் இருந்தாற்போல் எனக்குப் பட்டது. என்னையோ அதற்குப் பிடிக்காது. நான் என்ன செய்தேன் என்று கேட்க வேண்டுமா? அதை அவருக்குக் கொடுத்துவிட்டேன். இன்னமும் சுகமாக அவரிடம் இருப்பதாகக் கேள்வி.

பிறகு வேறு நாட்டு நாய் நான் வாங்கவில்லை. அதுதான் செட்டியார் சொன்னாரே – 'சீம நாயின்னா அது தினுசே வேறதான்.'

ராஜபாளையம் நாய்

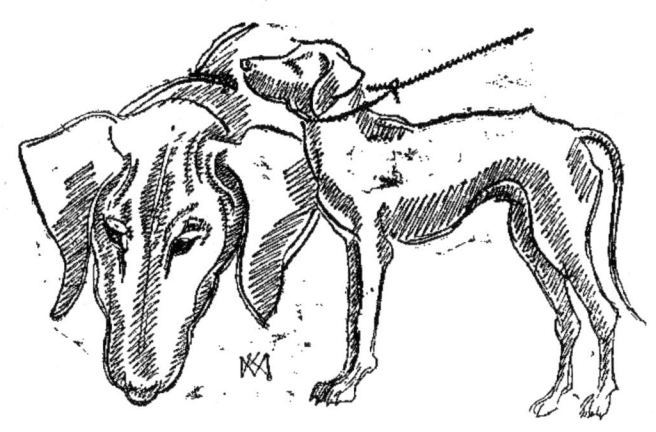

இந்தியாவுக்குச் சொந்தமான நாய்களெல்லாம் இரண்டே வகுப்பு களைச் சேர்ந்தவை. ஆனால் திபெத் தேசத்தையும் இமயமலைச் சாரலையும் நீக்கியே இப்படிச் சொல்ல முடியும்; அங்குள்ள சில ஜாதிகள் மட்டும் தோற்றத்திலும் குணத்திலும் தனிப்பட்டவை.

இமயமலை அடிவாரத்திலிருந்து கன்னியாகுமரி மட்டும் அங் கங்கே உள்ளூர் நாய்களில் பல ஜாதிகள் இருக்கின்றன. அநேகமாய் அவை ஆங்கிலத்தில் 'பறை நாய்' என்று குறிப்பிடும் இனத்தைச் சேர்ந்தவை. இடத்தையும் கிடைக்கும் உணவையும் பொறுத்து அவை அளவில் வித்தியாசப்பட்டிருக்கலாம்; மயிர்ப் போர்வையின் நீளம், அடர்த்தி, வர்ணம் இவைகளிலும் வித்தியாசமாக இருக்கலாம்; ஆனால் எல்லாம் ஓரினத்தைச் சேர்ந்தவையே. இதே இனத்தைச் சேர்ந்த இடையர் நாய்களை வேறு தேசங்களிலும் காணலாம். அங்கு அவைகளை வெகு காலமாகச் சிரத்தையுடன் விருத்திசெய்து மிகவும் சிறந்த சில ஜாதிகளையும் அடைந்திருக்கிறார்கள். ஜெர்மனி யில் உதித்த 'அல்ஸேஷியன்', வேல்ஸ் தேசத்துக் 'கார்கி', ஆஸ்திரேலி யாவிலுள்ள 'கெல்பி' போன்ற ஜாதிகளை இதற்கு உதாரணமாகச் சொல்லலாம். இந்தியாவில் இந்த இனம் அபிவிருத்தி அடைய

மழைக்காலமும் குயிலோசையும்

வில்லை; இதிலிருந்து உயர்ந்த ஜாதிகளை எவரும் உற்பத்தி செய்யவில்லை.

இருந்தாலும் இந்தியாவிலும் அங்கங்கே சில சிறந்த ஜாதிகளைக் காணலாம். இவை 'பறை நாய்' வகுப்பைச் சேர்ந்தவையல்ல. வேட்டை நாய் வகுப்பைச் சேர்ந்தவை; அதிலும் மோப்பம் பிடித்து வேட்டையாடும் கிளை வகுப்பைச் சேராமல் கண் பார்வையைக் கொண்டு வேட்டையாடும் கிளை வகுப்பு நாய்கள். சில இடங்களில்தான் இவை போன்ற வேட்டை நாய்களைக் காண முடியும். வட இந்தியாவில் 'ராம்பூர்' நாயும், தக்காணத்தில் 'முதோல்' நாயும், தென்னிந்தியாவில் 'சிப்பிப்பாறை', 'கோம்பை', 'ராஜபாளையம்' ஜாதிகளும் இந்திய நாய்களுள் சிறந்தவை. இவைகளுக்குள் அளவில் பெரியது ராம்பூர் நாய்; தோற்றத்திலும் குணத்திலும் சிறந்தது ராஜபாளையம் நாய்.

அளவில் பெரிதாக இல்லாவிட்டாலும் ராஜபாளையம் நாய் பலமான உடலமைப்புக் கொண்டது. சில வேட்டை நாய்கள் விரைந்தோடுவதில் மிகவும் சாமர்த்தியம் உடையவை. நாய்ப் பந்தயங்களில் ஓடும் 'க்ரேஹவுண்ட்' ஜாதிகளையும், மான் வேட்டையாடும் பாரசீகத்து 'ஸலூகி'யையும் இதற்கு உதாரணமாகச் சொல்லலாம். மற்றும் சில நாய்கள், சளைக்காமல் நெடுந்தூரம் ஓடும் சக்தியிருந்தும், உடல் கனத்தால் அத்தனை வேகமாக ஓடுவதில்லை. பராக்கிரமும் பலமும் இவைகளுக்கு உண்டு. தவிர, பல கூடி வேட்டையாடும் சுபாவமும் உண்டு. முன் காலத்தில் பன்றி வேட்டைக்கு உபயோகப்பட்ட 'க்ரேட் டேன்' போன்ற மேல்நாட்டு ஜாதிகள் இந்த இனத்தைச் சேர்ந்தவை. ராஜபாளையம் நாயும் இந்த இனத்தைச் சேர்ந்ததே. எத்தனையோ நூற்றாண்டுகளாகக் காவலுக்கும் மான் வேட்டைக்கும் பன்றி வேட்டைக்கும் இதை உபயோகித்திருக்கிறார்கள். தென்னிந்தியாவில் பழங்காலத்தில் நாய்களைக் கொண்டு பன்றி வேட்டை ஆடினார்கள்.

ராஜபாளையம் நாய் மிகப் பழைய ஜாதி; முற்றும் தென்னிந்தியாவுக்கே உரியது. முன்காலத்தில் இருந்த மதிப்பு இப்போது இதற்கு இல்லை. ஏனென்றால், இந்தியாவில் அயல்நாட்டு ஜாதிகளையே இப்போது மிகவும் பாராட்டுகிறார்கள். வெகு சிலரே உள்நாட்டு நாய்களின் சிறப்பை அறிந்து அவைகளை வளர்க்கிறார்கள்.

தெற்கே ராஜபாளையம் என்ற ஊரிலும், அடுத்தாற் போலுள்ள இடங்களிலும் இந்த ஜாதியைச் சுத்தமாகக் காணலாம். ஏற்பார் இன்றி நலிந்திருக்கும் இந்த நாய் வேண்டுவோர் அங்கே சென்று, கிடைக்கும் குட்டிகளின் தாய் தந்தைகளை நன்கு கவனித்துப் பிறகு குட்டிகளைப் பொறுக்கி எடுப்பது அவசியம். நல்ல குலத்தைச் சேர்ந்த ராஜபாளையம் குட்டிகள் விலைக்குக் கிடைப்பது அரிது; தெரிந்தவர் மூலமாகவே இவைகளைப் பெற வேண்டும்.

நன்கு வளர்ந்த ஆண் நாயின் தோள் உயரம் சுமார் 24 அங்குலம் இருக்கலாம். கனம் 60 ராத்தல் எடை இருக்கலாம். பெண் நாய் அளவில் சிறியது; உயரத்தில் 2 அல்லது 3 அங்குலம் குறைந்து, கனத்தில் 40 ராத்தல் இருக்கும். ராஜபாளையம் நாயின் தோல் அதன் ஜாதியைக் குறிக்கும். தோல் குட்டை மயிர் போர்த்து நெகிழ்ந்திருக்கும். குரல்வளையிலும், நெற்றியிலும், நாய் வளைந்து திரும்பும்போது பக்கங்களிலும் சுருங்கி மடிப்பு விழுந்திருக்கும். ஜாதிநாய் முதுகு மட்டத்துக்கு மேல் வாலைத் தூக்காது; வால் சற்றேனும் சுருண்டிருக்காது. வாலின் அடிப்பாகம் மட்டும் தடித்துப் பிறகு சாட்டை போல் மெலிந்திருக்கும்; வால் சிறிது நீளமே இருக்கும்.

ராஜபாளையம் நாய், 'சும்மாச் சுண்ணாம்பு போல வெளுத்திருக்காதா!' என்று, அதை மெச்சும் குரலில் சிலர் சொல்லக் கேட்டிருக்கிறேன். ஒரு நாளும் உயர்குல நாய் அப்படி இருக்காது. அதன் வர்ணம் சற்றுப் பழுப்புக் கலந்த வெள்ளை; 'சிவக்கக் காய்ச்சிய' பாலின் நிறம் என்று சொல்லலாம். தலை உச்சியிலும் முதுகின் மேல்பாகத்திலும் இன்னும் பழுப்பாக, கிட்டத்தட்டக் கோதுமை நிறமாக இருக்கும். நாயை முன்பின் தெரியாத ஒருவர் இங்கு அழுக்குப் படிந்திருக்கிறது என்றெண்ணி அதைத் தேய்த்துக் குளிப்பாட்டிய பின்பே அது ஜாதிக்குரிய வர்ணம் என்று உணர்ந்தார்! தலை உச்சியின் கீழே கன்னத்தை ஒட்டிக் காது தொங்கும். மூக்குச் சதை சிவப்பாக இருக்கும். கறுத்த மூக்குள்ள நாய் ராஜபாளையம் ஜாதி இல்லை. அந்த ஜாதிக்குக் கால் நகங்களும் சிவந்தே இருக்கும்.

படத்தில் உள்ள நாய் எட்டு மாதம் வயதான ஆண் குட்டி. ஒரு வருஷத்துக்கு மேல் உயர்ந்து வளராவிட்டாலும், அதற்கப்பால் நாயின் உடல் திரண்டு பலம் அடையும். இரண்டு வயதான பின்பே முழுச் சிறப்பையும் அடையும். அப்போது, படத்தில் காட்டியது போல் முன்வாய் தடித்திராது; இன்னும் சற்றுக் கூம்பியிருக்கும்.

சிறு வயதிலிருந்து இந்த ஜாதியை வீட்டில் வைத்துச் சங்கிலி கொண்டு பிணைக்காமல் முழுச் சுதந்திரமும் அளித்துப் பிரியமாக வளர்த்துவந்தால், மிகவும் சிறந்ததொரு தோழனும் காவலாளுமாகும். குட்டிப் பருவத்தில் இந்த ஜாதி சற்று முரட்டுத்தனமாக இருக்கும்; தொட்டால் கடிக்கும். இதைப் பொறுமையுடன் பழக்கி வளர்க்க வேண்டும். தவிர, சீமை ஜாதிகளுக்குப் போடுவது போல் இறைச்சியும் முட்டையும் போன்ற உடல் புஷ்டி தரும் உணவுகளைப் போட்டு வளர்க்க வேண்டும். சோற்றைத் தின்று அது முன்னுக்கு வராது. வயதுவந்த பின்பே அதன் உண்மைக் குணம் விளங்கும். வளர்க்கும் முறை அறியாமல் ஜாதி நாய்களைக் கட்டிப் போட்டு வளர்ப்பதால்தான் அவை நமக்கு அடங்காமல் முரட்டுச் சுபாவம் அடைந்துவிடுகின்றன. ராஜபாளையம் குட்டியைக் கட்டவே

கூடாது; வீட்டில் வைத்தே வளர்க்க வேண்டும். இப்படி அன்புட னும் பொறுமையுடனும் பழக்கி வளர்த்தால், கட்டாயமாக அது நம் சொற்படி நடக்கும். இரண்டு வயதான பின்பே ராஜபாளையம் நாயின் சுபாவ நலங்கள் புலப்படும்.

தினம் பல மைல்கள் திரிந்தலைவது இந்த ஜாதிக்குள்ள இயல்பு. வளர்ப்பவர் இதற்கு வேண்டிய தேகாப்பியாசம் அளிக்க வேண்டும். ஓராண்டு நிறையுமட்டும் தானாகக் குட்டி விளையாடி ஓடுவதே போதுமானது; நெடுந்தூரம் அதை நடத்தி அலைக்கக் கூடாது. வீட்டில் அடக்கி வளர்ப்பதற்கு இது தகுந்த ஜாதி இல்லை. தோட்டத்துக் காவலிலும், வீட்டுக் காவலிலும், தன் எஜமானனின் பாதுகாப்பிலும் இந்த நாய் மிகவும் ஊக்கமாக உதவும்.

ஆட்டுப் பால்

நான் குடியிருந்த ஊரில் கோடைக் காலத்தில் பால் கிடைப்பதரிது. சொற்ப அந்தஸ்துடையவரும் வீட்டில் எருமை கட்டியே பால் தயிர் தட்டாது பார்த்துக்கொள்வார்கள். ஒரு நல்ல பசுவையோ எருமையையோ வாங்கும்படி என் நண்பர்கள் பலரும் எனக்கு போதித்தார்கள். ஆனால் அப்பொழுது எருமை அகப்படவில்லை. சினைப்பட்ட எருமைகளே விற்பனைக்கு வந்தன. அவை கறப்பதற்கு அநேக மாதங்கள் செல்லுமாதலால் நான் எருமை வாங்கவில்லை. எனக்கு அந்த ஊர்ப் பசுக்களைக் கண்டாலே பிடிக்கவில்லை. அவை கறவைப் பசுக்களல்ல; அவற்றுள் மிகவும் சிறந்தனவும் நாளுக்கு ஒன்று அல்லது ஒன்றரைச் சேருக்கு மேல் கறப்பதில்லை. (சேர் என்றால் பட்டணம் படிக்கு சுமார் முக்கால் படி.) பதினெட்டு மைல்களுக்கப்பாலுள்ள கிராமத்தில் ஒரு நல்ல சிவலைப் பசு இருப்பதாகவும், மறு மாதம் தாம் அங்கு சென்று எனக்காக அதை வாங்கி வருவதாகவும், அதுமட்டும் பொறுத்திருக்க வேண்டுமென்றும் என் சிநேகிதர் ஒருவர் என்னிடம் சொன்னார். இப்படிப் பொறுத்திருக்கையில், பத்து ரூபாய் கடனாக வாங்கிச் சென்ற ஒரு முகம்மதியர் தமக்கு இன்னும் ஐந்து ரூபாய் அவசரமாக

வேண்டுமென்றும், கடனுக்குப் பதிலாகத் தம் அருமை வெள்ளாட்டை எனக்குத் தருவதாகவும் சொல்லி, அந்த ஆட்டையும் என்னிடம் கொண்டுவந்தார். அது ஒரு கிழ ஆடு. வெள்ளை வஸ்திரத்தில் இரும்புத் துருவின் கறை ஏறினாற்போல் அழுக்குச் சிவப்புக் கலந்த நிறம். மேலும் தன் கூரிய கொம்புகளால் கண்ட வரை முட்டும் முரட்டு சுபாவமுடையது. இருந்தாலும், அதன் எஜமானனின் துர்த்தசையை உத்தேசித்து ஐந்து ரூபாய் கொடுத்து அந்தக் கிழ ஆட்டைப் பெற்றுக்கொண்டேன்.

அதுவே நான் முதல்முதலாக வளர்த்த ஆடு. காலையில் கால் சேரும், இரவில் சற்றுக் குறைவாகவும் கறக்கும். அதன் பால் உப்புக்கரிக்கும். நாய்க்குட்டிக்கு அதை விட்டுவிடுவோம். வீட்டுக்கு வந்த நாளாய் தினமும் கறவை குன்றி, இரண்டு மாதங்களுக்குள் பால் முழுதும் வற்றிவிட்டது. 'சைதானி' என்ற பெயர் கொண்ட அந்த ஆடு எவருக்கும் பயப்படாது. சற்று அஜாக்கிரதையாக இருந்தால் தோட்டச் சுவரை ஏறிக் குதித்து அண்டை வீடுகளிலுள்ள பூச்செடிகளையும் காய்கறிப் பாத்திகளையும் அழித்துவிடும். சமையற்கட்டுக்குள் பாய்ந்து கிடைத்ததைத் தின்றுவிடும். இரவில் எங்கேனும் எவரேனும் அசைந்தால், உடனே விழித்துத் தன் பாழ்த்த குரலில் கதறும். இன்னமும் அந்த 'சைதானி'யை நினைத்தால் எனக்கு ஆத்திரமும் சிரிப்பும் கலந்து வருகின்றன. ஆனால், அதன் மூலமாகத்தான் வெள்ளாடு வளர்க்கும் முறையையும் மேன்மையையும் நான் தெரிந்துகொண்டேன்.

என் நண்பர் சொன்ன சிவலைப் பசு அதன் கிராமத்திலேயே இருந்துவிட்டது. பாலுக்காக, தினமும் ஒன்றரைச் சேர் தரும் பசுவைவிட, நல்ல கறவை ஆடுகள் வாங்குவது உசிதம் என்று எனக்குத் தோன்றியது. அந்த ஊரில் ஆட்டுப் பால் உபயோகிப்பவர் மிகச் சிலரே. உயர்தர ஆடு அக்கம்பக்கத்திலும் கிடையாது. அநேக இடங்களில் விசாரித்து, முடிவில் காட்பாடியிலிருந்து இரண்டு கறவை ஆடுகளைத் தருவித்தேன். அவைகளுடன் அதே ஜாதி கடாக்குட்டியொன்றையும் வாங்கினேன். அவை மூன்றும் சூரத் தேசத்தைச் சேர்ந்த வெள்ளைக் கறவை ஜாதி. குட்டையாகவும், மெல்லியனவாகவும் காம்பற்றனவாயும் இருந்தன. கடாக் குட்டி சுத்த வெள்ளை நிறம். அதற்கு மட்டும் நீண்ட தாடியுண்டு. பெண் ஆடுகள் கருப்புக் கோடு கட்டிய வெள்ளை. அவைகளிரண்டும் மூன்று மாதம் சினையாக இருந்தன. இவைகளுடன், நான் நீண்டலைந்து வாங்கின இரண்டு நாட்டு ஆடுகளையும் சேர்த்து வளர்த்தேன். காலப்போக்கில் இது ஒரு மந்தையாகிவிட்டது. மூன்று வருஷங்களாக இந்த மந்தையை வளர்த்த அனுபவத்தைக் கொண்டே இதை எழுதுகிறேன்.

ஆடுகள் ஐந்து மாதம் சினையிருந்து குட்டிப் போடும். வீட்டில் கட்டி, சுத்தமாக வைக்கப்பட்டு, தகுந்த தீனி தின்றுவரும் கறவை

ஆட்டுப் பாலுக்கு ஒருவித துர்நாற்றமும் இருக்காது. எவ்வளவோ முறை ஒரு கோப்பையில் ஆட்டுப் பாலையும் மற்றொன்றில் எருமைப் பாலையும் என் நண்பர்களுக்கு அளித்து வித்தியாசம் கண்டுபிடிக்கும்படி கேட்டிருக்கிறேன். அநேக முறை அவர்களுக்கு வித்தியாசம் தெரியவில்லை; அப்படித் தெரிந்தாலும் ஆட்டுப்பால் வேகமற்றுச் சுவையாக இருப்பதை அவர்களாகவே சொல்லியிருக் கிறார்கள்.

நிலக்கடலைப் பிண்ணாக்கு, கொள்ளு, கம்பு இவைகளை ஊறவைத்தும், கடலைப் பொட்டுவையும், உலர்ந்த அவரைக் கொடி, கருவேலங்காய் முதலியவைகளையும் ஆடுகளுக்குக் கொடுக் கலாம். வடித்த கஞ்சி, பழத் தோல், காய்கறித் தோல் இவைகளையும் தீனியுடன் சேர்க்கலாம். நானிருந்த ஊரில் அரிசித் தவிடு கிடை யாது. கிடைத்தபொழுது வெந்நீருடன் கலந்து ஒரு தொட்டியில் கொட்டிக் காட்டினால் ஆடுகள் ஆவலுடன் குடிக்கும். தீனியுடன் சிறிது உப்பும் கலக்க வேண்டும். கறக்கும் ஆடுகளுக்கு மேற்கண்ட தீனியைத் போதுமட்டும் கொடுக்காவிட்டால் பால் குன்றிவிடும். இலையாகாரம் எல்லா ஆடுகளுக்கும் அவசியம். சுத்தமான ஆகாரத்தைக் கண்டிப்பாக வேளாவேளைக்கு உதவுவதே ஆட்டு வளர்ப்புக்கு மிகவும் முக்கியமானது.

தீனி சுத்தமாயில்லாவிட்டால் ஆடு அதைச் சரியாகத் தின்னாது. சற்று மண்பட்ட உணவை எட்டியும் பாராது. காலையிலும் மாலை யிலும் கறக்கும் வேளையில் கொள்ளு, கம்பு முதலிய தானிய ஆகாரத்தைக் கொடுக்க வேண்டும். இத்துடன் கடலைப் பொட்டு, நொய், தவிடு கலக்கலாம். மத்தியானம் பிண்ணாக்கும் நீரும் காட்ட வேண்டும். தினமும் மூன்று வேளையாவது தழைகளைக் கொடுக்க வேண்டும். எப்பொழுதும் குடிக்கத் தண்ணீர் இருக்க வேண்டும். கறவை ஆடுகளைக் கொட்டிலில் கட்டி, தினமும் நன்கு தேய்த்து, குளிப்பாட்டி, தகுந்த தீனியைக் கொடுத்துவந்தால் பால் மூலம் பலன் பெறலாம். பால் கறக்குமுன் மடியைக் கழுவ வேண்டும். பாலை உடனே வடிகட்ட வேண்டும். ஆட்டுப் பால் தயிருக்கோ வெண்ணெய்க்கோ பசு எருமைப் பாலைப் போல் உதவாது. ஆனால் பாலாக எப்படி வேண்டுமென்றாலும் உபயோகப் படுத்திக்கொள்ளலாம். மற்றப் பாலைவிட இதுவே மேன்மையானது. ஆடு வளர்ப்பது அவ்வளவு இலகுவான காரியமில்லை. முதலில் எவரும் சுலபமாகச் செய்யக்கூடியதாகக் காணலாம். யோசித்துப் பார்த்தால்கூட சுலபமான காரியமாகவே தோன்றலாம். ஆனால், அனுபவத்தில் பல தடைகள் தென்படும். அதிலும் நான் வளர்த்த அந்த ஊரில் தென்படும். அது ஒரு காடு அடர்ந்த இடம். மர நெருக்கமுள்ள அப்படிப்பட்ட இடங்களில்தான் ஆடுகளுக்கு வேண்டிய தழைத்தீனி குறைவின்றிக் கிடைக்கும். இருந்தாலும் உயர்தரக் கறவை ஆடுகளைத் தினமும் தூரச் சென்று மேய்த்து

வந்தால் அவை சரியாகப் பால் கொடுப்பதில்லை. கொட்டிலிலே கட்டி, தழைகளைத் தருவித்து ஆடுகளுக்குப் போடுவதே சரியான முறை. அந்த ஊரிலோ எவரும் இம்முறையைக் கேட்டதில்லை. என்ன கூலி தந்தாலும் வேளை தவறாது தழை கொண்டுவந்து தருவதற்கு ஆள் கிடைக்கவில்லை. முதன்முதலில், என்னிடம் ஐந்து ஆடுகள் இருந்தபொழுது ஓர் இடைப் பையனை ஏற்படுத்தி யிருந்தேன். பிறகு ஆடுகள் அதிகரித்தபின், இன்னமொரு ஆள் உதவியாக நியமித்தும் அவற்றிற்கு வேண்டிய தழைகள் கிடைக்க வில்லை.

நான் ஆடு வளர்க்கத் தொடங்கி ஒரு வருஷத்திற்குள் எல்லா இடையர்களும் கூடிக்கொண்டு, என்ன கூலி கொடுத்தாலும் தழை கொண்டு போடுவது முடியாத காரியமென்றும், ஆடுகளைக் காட்டுக்கு ஓட்டிச் சென்று வயிறு நிறைய மேய்த்து வருவதே தங்களுக்குத் தெரிந்த வழியென்றும், கடைமொழியாகக் கூறிவிட் டார்கள். மூன்று நாள் ஆடுகளுக்கு உலர்ந்த கொடிகளையும் கருவேலங்காயையும் இலை உணவுக்குப் பதிலாக அளித்து, வீட்டி லுள்ள இதர வேலையாட்களை அனுப்பி ஏதோ கொஞ்சம் தழை களைத் தருவித்துக் கொடுத்தேன். ஆடுகள் மெலிந்ததுமன்றி, வீட்டு வேலைக்காரர்களை நாள் முழுதும் ஆட்டு சேவைக்கு ஏவுதலைவிட எல்லோருமே ஆடுகளாய் மாறிக் கொட்டிலிலே குடியிருந்து தழை யுண்பதே மேல் என்று என் மனையாள் சொல்லலானாள். முடிவில் நானும் மற்றவர்களைப் போல் ஆடுகளைக் காட்டுக்கனுப்ப ஒப்பி, சுப்பன் என்ற இடைப் பையனை ஆட்டு வேலைக்கு நியமனப்படுத்தினேன்.

ஆல், அத்தி, பலா முதலியவைகளின் தழை, கோவைக் கொடி, அகத்திக்கீரை இவைகள் தோட்டங்களிலும் வழியோரமாகவும் அகப்படும். ஆனால் மரமடர்ந்த காடுகளுக்கே இடையர் ஆடுகளை ஓட்டிச் செல்வார்கள். குன்றின் அடிவாரத்திலுள்ள காட்டை நோக்கித் தினமும் என் ஆடுகள் காலை ஒன்பது மணிக்குப் புறப்படும். மாலை ஐந்து மணிக்கெல்லாம் வீடு வந்து சேரும். ஒரு நாள் வயிறு நிறைய வேப்பந்தழையை மேய்ந்து வந்தன. அன்று பாலில் வேம்பின் கசப்பும் வேகமும் தோன்றின. புளியங் கொழுந்து, வேப்பிலை முதலியவைகளை ஆடுகள் மேயாது பார்த்துக்கொள்ள வேண்டுமென்று சுப்பனிடம் வற்புறுத்திச் சொன்னேன். அவன் எவ்வளவோ ஜாக்கிரதையாக இருந்தும், சிற்சில நாள் ஆடுகள் பாலுக்குதவாத தழைகளையும் பூண்டுகளை யும் தின்றுவிடும். ஆடுகள் வெளியே சென்று மேய்ந்து வருவதற்கு இதுவுமொரு ஆட்சேபணை. இப்படி மேய்வதில் மற்ற ஆட்டு மந்தைகளுடன் கலந்து அதனுடைய ஜாதி கெட்டுப்போகாமலும் ஜாக்கிரதையாகப் பாதுகாக்க வேண்டும். மேலும், சில விபத்துக் களும் ஏற்படலாம்.

காடுகளில் மரத்தடியிலும் இலை மீதும் உண்ணியின் இளம்படைகள் காத்துக்கொண்டிருக்கும். பளபளவென விளங்கும் சருமத்தோடு துள்ளிக் குதித்து மேய்ச்சலுக்குச் சென்ற ஆடு, மாலையில் தலை குனிந்து மயிர் சிலிர்த்துத் தள்ளாடித் தள்ளாடித் திரும்பலாம். உற்றுப்பார்த்தால் ஆயிரக்கணக்கான உண்ணிகள் அதன்மேல் ஒட்டிக்கொண்டு அதன் ரத்தத்தை உறிஞ்சிக்கொண்டிருப்பதைக் காணலாம். மந்தையில் ஒன்றிரண்டு ஆடுகளே இப்படி உண்ணி செறிந்து வீடு வரும். ஆனால், வெகு சீக்கிரத்தில் உண்ணிகள் மற்ற ஆடுகளுக்கும் கொட்டிலுக்கும் பரவிவிடும். பலமாகப் பற்றிய பிறகு உண்ணிகளைக் கையாலெடுத்துக் களைவது சாத்தியமில்லை. மண்ணெண்ணெயும் சவுக்கார நீரும் கலந்து ஆட்டின் மேல் அப்பினால் பேன்கள் சாகுமே தவிர உண்ணி ஒழியாது.

உண்ணிக்கென்று தயாரித்த பரதேச மருந்துகளையோ, பாஷாணம் கலந்த மருந்தையோ அப்பினால் உண்ணிகள் செத்து உதிர்ந்து விடும். தவிரவும் அநேக நாட்களுக்கு மறுபடியும் உண்ணி பிடிக்காது. இம்மாதிரியான மருந்துகளை நம் தேசத்தில் சர்க்கார் கால்நடை வைத்திய சாலைகளில் உதவுவதில்லை. பிற தேசங்களில் இவை எளிதிற் கிடைக்கும். இங்கு கிடைக்காது. அதுவும் ஆடுகள் மலிந்த நாட்டுப்புறங்களில் பாஷாணமோ இதர உண்ணி மருந்துகளோ இலேசில் அகப்படாது. நான் எங்கிருந்தோ சிரமப்பட்டுப் பாஷாணம் தருவிக்கு மட்டும், சில மாதங்களுக்கு என் ஆடுகள் உண்ணி பற்றி மெலிந்து வாடின. பிறகு நான் உண்ணிக்குப் பயப்படுவதில்லை.

உயர்தர ஆடுகளுக்கு இயற்கை பலம் குறைவென்றும், என் ஆடுகளுக்குப் பிடித்தவாறு நாட்டு ஆடுகளுக்கு உண்ணி பற்றுவதில்லையென்றும் ஒருவர் என்னிடம் அடிக்கடி சொன்னார். அவரையழைத்துக்கொண்டு, செம்மறியாடும் வெள்ளாடும் மிகுந்த ஒரு பட்டிக்குச் சென்றேன். அங்கு நாட்டு ஆடுகளும் உண்ணி செறிந்து வருந்துவதைக் கண்டோம். துளசிச் சாறையும் உப்பையும் கலந்து தேய்த்தால் உண்ணிகள் உதிர்ந்துவிடும் என்று ஓர் இடையன் சொல்லவே அப்படியே செய்து பார்த்தேன். அந்த முறையில் சற்றும் பலன் தெரியவில்லை.

இருட்டிய பின்னும் ஒரு நாள் ஆடுகள் வீடு திரும்பவில்லை. பிறகு, ஏழு மணிக்கு சுப்பன் மந்தையுடன் வந்து சேர்ந்தான். ஆனால், எனக்கு மிகவும் பிடித்த ஒரு ஆட்டுக் குட்டியைக் காணவில்லை. தன் தாயுடன் மந்தையை விட்டு விலகிக் குன்றின் மீதேறி மேய்ந்துகொண்டிருக்கையில் ஒரு சிறுத்தை வந்து அதைக் கவ்விக்கொண்டு போய்விட்டதென்றும், அதைத் தான் கண்ணால் பார்த்ததாகவும், வெகுண்டு சிதறிய மற்ற ஆடுகளை ஒன்று கூட்டி ஓட்டி வருவதற்கு நேரமாய்விட்டதென்றும் சுப்பன் சொன்னான். அவனுக்குச் சுமார் பதிமூன்று வயதிருக்கலாம். அத்தனைச் சிறு

பையன் சிறுத்தையைக் கண்டு அஞ்சாது காட்டினுள் ஆடுகளைப் பின்தொடர்ந்து திரட்டிக்கொண்டு வந்ததை எண்ணி அவனை மெச்சினேன். தொலைவிலிருந்த அந்தக் காட்டுக்கு இனி ஆடுகளை மேய்த்துச் செல்ல வேண்டாமென்றும், சமீபத்திலுள்ள குன்றடி வாரப் புதர்க்காட்டுக்குப் போனால் போதுமென்றும் சொன்னேன். அப்பொழுது கடுவேனிற்காலம். ஆறு வற்றி கரையோரமுள்ள செடிகள் சருகுமற்றிருந்தன. இந்தப் புதர்க்காட்டில்தான் பசுமையைச் சிறிதேனுங் காணலாம். மறுநாள் முதல் ஆடுகள் அங்கேயே சென் றன. இப்படி ஒரு வாரங்கழிந்தது. பின்னொரு நாள் மத்தியானம் இரண்டு மணிக்கு ஆடுகள் திரும்பி வந்து விட்டன. மற்றொரு குட்டியைச் சிறுத்தை கொண்டுபோய் விட்டதென்றும், தினத்திற்கு மூன்று சேர் கறக்கும் ஒரு ஆடு மிரண்டு எங்கேயோ போய்விட்ட தென்றும், மிகுந்தவை ஒரே பாய்ச்சலில் ஓடி வந்துவிட்டனவென் றும், பின் வந்த சுப்பன் சொன்னான். காணாமற்போன ஆடு சாயங்காலம் தானாகவே வந்துவிட்டது. மறுநாள் அதே ஆடு போய்விட்டது. தன் மத்தியானச் சாப்பாட்டை மரநிழலில் புசித் திருக்கையில், சில குடியானவர்கள் வந்து அந்த ஆட்டைச் சிறுத்தை கொண்டுபோய்விட்டதென்று சொன்னார்கள் என்று சுப்பன் சொன்னான். அந்த ஊரில் சிறுத்தைகள் மிகுந்திருப்பது உண்மையே. அப்படியும் பத்து நாட்களும் வெவ்வேறு இடங்களில் மூன்று ஆடுகள் சிறுத்தைக்கிரையானதை யோசித்தால் எனக்கு சந்தேகமேற் பட்டது. என் சந்தேகத்தையுணர்ந்த சுப்பன் பல தெய்வங்கள் மீது ஆணை வைத்துத் தான் சொன்னது நிஜந்தானென்று சாதித்தும் எனக்கு நம்பிக்கை பிறக்கவில்லை.

சில நாள் கழித்துச் சாயங்காலம் வேலையிலிருந்து வீடு வந்ததும், நான் முதன்முதலாக வாங்கிய கறவை ஆட்டைப் புதர்க்காட்டில் சிறுத்தை கொன்றுவிட்டதென்றும், கல்லை விட்டெறிந்தும், உரக்கக் கூவியும் புலியை விரட்டிவிட்டு அந்த ஆட்டைச் சுமந்து சுப்பன் பின் வருவதாகவும் மற்ற ஆடுகளைத் தன் வசம் வீட்டுக்கனுப்பி விட்டதாகவும் ஓர் இடைப் பையன் வந்து சொன்னான். சிறிது நாழிகை கழித்துச் செத்த ஆட்டைச் தோள்மேல் சுமந்து கொண்டு சுப்பன் வந்தான். குரல்வளையில் சிறுத்தையின் பல் பட்ட சின்னங் களைத் தவிர புலி கொன்ற ஆட்டின்மீது ஒரு காயமுமில்லை. அப்பொழுது வஞ்சனையோ பயமோ அறியாத அந்தச் சிறுவனை நான் சந்தேகித்ததைப் பற்றி வருந்தவில்லை. இப்படி அநியாயமாக என் அருமை ஆடுகள் சிறுத்தை வாய்பட்டுச் சாகின்றனவே, இதைத் தடுக்க வழியொன்றுமில்லையே என்று ஏங்கினேன். கடைசியில் ஆடு வளர்ப்பதையே கைவிட்டுவிடலாமென்றுகூட எனக்குத் தோன்றிற்று.

இப்படி சிந்தித்திருக்கையில், பட்டையணிந்தவொரு சர்க்கார் சேவகன் என்னருகில் வந்து நின்று மெல்லக் கனைப்பதை யுணர்ந்

தேன். பிறகு என் மேலதிகாரி என்னை அழைத்து வரச் சொன்ன தாக அவன் சொன்னான்.

அப்பொழுது நான் நீதிபதியாக வேலை பார்த்து வந்தேன். எனக்கு மேலுள்ள நீதிபதியின் வீட்டுக்கு நான் போனதும் உபசார வார்த்தைகளுடன் என்னை வரவேற்றார். பிறகு, நீதி ஸ்தலவேலை யாக என்னை கூப்பிடவில்லையென்றும், தாம் சொல்லப்போகும் வார்த்தைகளை ஒரு அண்ணனின் மொழியாக நான் கருத வேண்டுமென்றும் கூறி, பின்வருமாறு போதித்தார்.

'உனக்கு வேலையில் நல்ல ஊக்கமிருக்கிறது. விரைவில் படிப்படி யாய் உயர்ந்து உத்யோகத்தில் பெரிய பெயரெடுப்பாய் என்பதில் சந்தேகமில்லை. என்ன நான் சொல்கிறது தெரிகிறதா?' என்று மிகவும் பணிவுடன் கேட்டார். அந்த உத்யோகத்தில் இரண்டே படிகள்தான் உண்டு. நான் கீழ்ப்படி, அவர் மேல்படி. இப்படியிருக் கையில் அவர் பேசியதின் அர்த்தம் எனக்கு ஒன்றும் விளங்க வில்லை. என் மேலதிகாரி மேலும் சொன்னார்:

'உன் நலத்தைக் கருதியே இதை நான் சொல்லுகிறேன். தினமும் கச்சேரி வேலையைச் சீராகச் செய்து முடித்தபின் மனுஷன் பொறுப்பு விட்டுத் தன்னிஷ்டம் போல் போகலாம். ஆனால் பாரு, நீயோ நீதிபதி பதவியிலிருக்கிறாய். பல கண்களும் உன்மேல் பார்வையிடும். நான் என்ன சொல்கிறேன், இந்த ஆடு மேய்ப்பது, சண்டைச் சேவல் வளர்ப்பது இதையெல்லாம் விட்டுவிடு. இந்த மாதிரி முரட்டுக்காயமெல்லாம் உன் பதவிக்குத் தகுந்ததில்லை. இதையெல்லாம் விட்டுவிடு' என்று சொன்னார்.

என்னிடத்தில் சண்டைக் கோழியோ மற்றவிதக் கோழியோ கிடையாது. இருந்தாலும் அவரைக் குறுக்கிட்டுப் பேசாமல் சும்மா இருந்துவிட்டேன். ஏனென்றால் எனக்கு வந்த ஆத்திரத்தில் பேசாமலிருப்பதே நலமென்று தோன்றியது. மேலும் சண்டைக் கோழி விஷயத்தில் நான் முற்றிலும் நிரபராதி. ஆனால் என்னிடம் பந்தயப் புறாக்களிருப்பது எல்லோருக்கும் தெரிந்ததே.

மேற்கண்ட சம்பாஷணை நடந்து ஆறு மாதத்துக்கெல்லாம் அந்த ஊரில் ஒரு விழா நடைபெற்றது. அதில், நாட்டுப் பசுக்களின் முன்னேற்றத்திற்குத் தூண்டுதலாய் ஒரு கறவைப் பந்தயம் வைத்து நிறைய பால் கொடுத்த பசுவின் சொந்தக்காரனுக்கு ஐம்பது ரூபாய் பரிசளிப்பதாக ஏற்படுத்தியிருந்தார்கள்.

கறவைப் போட்டி பசுக்களுக்கென்று இருந்தபோதிலும், என் மந்தையில் பிறந்த இரண்டு ஆடுகளையும் போட்டிக்கில்லாமல் பசுக்களுடன் கறக்க அனுமதி பெற்றேன். அன்று பரிசு பெற்ற பசு காலையும் மாலையுமாக இரண்டே கால் சேர் பால் கறந்தது. என் ஆடுகளோ தலைக்கு மூன்று சேருக்குமேல் கொடுத்தன. போட்டியைப் பார்க்கவந்த அரசாங்கப் பிரதானியொருவர் இதைக்

கண்டு வியந்தார். அப்பொழுது என் மேலதிகாரி 'படித்தவர்கள் ஜீவராசி வளர்ப்பில் சிரத்தையெடுத்துக்கொண்டால் அது பயன் படாமல் போகாது' என்று என்னை மெச்சிப் பேசியதை நான் என்றும் மறக்கமாட்டேன்.

பல தடைகளைக் கடந்து செழித்த என் ஆட்டுப் பண்ணை எதிர்பாராத விதத்தில் முடிந்துவிட்டது. வேலை மாறி உயர்ந்த உத்தியோகம் கிடைத்ததால் ஊரை விட்டு அடிக்கடி வெளியே போகவேண்டி வந்தது. சில வேளை ஊர் திரும்ப இரண்டு மாதங் களாகிவிடும். கவனிப்பாரின்றி ஆடுகள் கெடுவதை விட அவை களைப் பிறருக்குக் கொடுத்தால் அவர்கள் பார்த்துக் கொள்வார்கள் என்று நினைத்தேன். என்னிடமிருந்து இருபத்திரண்டு ஆடுகளில் பதினாறு ஆடுகளைத் தெரிந்தவர்களுக்கு இனாமாகவே கொடுத் தேன். ஆறு ஆடுகளைப் பாலுக்காக வேண்டியவருக்கு விற்றேன். ஒரு வருஷம் சென்றபின் விசாரித்ததில், விலை கொடுத்து வாங்கிய பொருளையே மனிதன் மதிப்பான் என்னும் உண்மையை உணர்ந்து கொண்டேன்.

1 அங்குலம்	=	25.4 மி.மீ
1 மைல்	=	1.609 கி.மீ
1 அடி	=	30 செ.மீ
1 ராத்தல்	=	450 கிராம்
1 சேர்	=	1 1/2 லிட்டர்

யானைத்திரள் நீரருந்தும் காட்சி

பெட்டை மிளா

வேங்கைப்புலி எச்சரிக்கின்றது

காசிரங்கா சரணாலயத்தில் ஒற்றைக் கொம்பு காண்டாமிருகம்

இயற்கை

1. மழைக்காலம் — சில்பஸ்ரீ, 1940, 15, நவம்பர்
2. மண முறைகள் — தினமணிக் கதிர், ஜூலை, 2, 1950
3. புறாத் தபால்
4. மிருகங்களின் தோல் — கலைமகள், 1932, ஜனவரி
5. மழை — குமரி மலர், 1953, ஏப்ரல்
6. கழுதை கனைப்பதேன்? — சில்பஸ்ரீ, 1939, ஆகஸ்ட்
7. பாபநாசம் — சில்பஸ்ரீ, 1939, அக்டோபர்

பறவைகள்

8. குக்குறுவான் — கல்கி 1951, 1 ஏப்ரல்
9. வல்லூறு — கல்கி, ஜூலை 2, 1950
10. வால் நீண்ட கருங்குருவி — கல்கி, ஜூலை 23, 1950
11. கௌதாரி — கல்கி, ஆகஸ்ட் 20, 1950
12. குயிலோசை — கல்கி, செப்டம்பர், 3, 1950
13. மடையான் — கல்கி, அக்டோபர் 1, 1950
14. மைனாக்குருவி — கல்கி, அக்டோபர் 8, 1950
15. காகம் — கல்கி, அக்டோபர் 12, 1950
16. பச்சைக்கிளி — கல்கி, டிசம்பர், 10, 1950
17. மாடப்புறா — கல்கி, 1951, 11, மார்ச்
18. மணிப்புறா — கல்கி, பிப்ரவரி, 11, 1951
19. ஆந்தைகள் — கலைக்களஞ்சியம், தொகுதி I, 1954
20. ஆலா — கலைக்களஞ்சியம், தொகுதி I, 1954
21. உழவாரக் குருவி — கலைக்களஞ்சியம், தொகுதி I, 1954
22. செம்போத்து — கலைக்களஞ்சியம், தொகுதி V, 1955

விலங்குகள்

20. கீரிப்பிள்ளை — கலைமகள், 1953, பிப்ரவரி
21. அணிற்பிள்ளை — கலைமகள், 1951, ஜனவரி,
22. முயல் — கலைமகள், 1954, மே

23.	அழுங்கு	கலைமகள், 1954, ஏப்ரல்
24.	முள்ளம்பன்றி	கலைமகள், 1954, ஜூன்
25.	காட்டுப்பன்றி	கலைமகள், 1954, ஜனவரி
26.	நீர்நாய், முள்ளெலி	கலைமகள், 1953, செப்டம்பர்
27.	காண்டாமிருகம், காட்டு மாடு	கலைமகள், 1955, மே
28.	கழுதைப்புலி	கலைமகள், 1953 ஏப்ரல்
29.	வேட்டைச் சிவிங்கி	கலைமகள், 1952 ஏப்ரல்
30.	காட்டுப்பூனை, புனுகுப்பூனை	கலைமகள், 1952 ஆகஸ்ட்
31.	சிறுத்தை	கலைமகள், 1952 ஜனவரி
32.	புலி, புலிவேட்டை	கலைமகள், 1951 செப்டம்பர்
33.	சிங்கம்	கலைமகள், 1951 மார்ச்
34.	நரி, குள்ள நரி	கலைமகள், 1953 ஜூன்
35.	ஓநாய், செந்நாய்	கலைமகள், 1953 மே
36.	யானை	கலைமகள், 1956 ஆகஸ்ட்
37.	சௌசிங்கா, நீல்காய், மிளா, காட்டானை	கலைமகள், 1957 பிப்ரவரி
38.	கலைமான்	கலைமகள், 1955 டிசம்பர்
39.	சிங்க்காரா, புள்ளிமான், சருகுமான்	கலைமகள், 1957 ஜூன்
40.	காட்டெருமை, வரையாடு	கலைமகள், 1955 ஜூன்
41.	கரடி	கலைமகள், 1953 ஆகஸ்ட்
42.	தரைக்கரடி	

வளர்ப்புப் பிராணிகள்

43.	நாயக்கர்சேரி நாய்கள்	கலைமகள், 1950 செப்டம்பர்
44.	உள்ளூர் நாய்கள்	கலைமகள், 1938, அக்டோபர்
45.	ராஜபாளையம் நாய்	விஞ்ஞானி, 1954 ஜனவரி மஞ்சரி, 1954, பிப்ரவரி (மறுபதிப்பு)
46.	ஆட்டுப் பால்	கல்கி, 1950, 4 ஜூன்

பொருளடைவு

அக்பர், சக்ரவர்த்தி 130
அண்டங்காக்கை 63
அத்தி 48,196
அம்மைநாயகனூர் 42
அம்ருத்மஹால் 106
அல்ஸேஷியன் நாய் 135,189
அஸ்ஸாம் 85,114,171
அகத்திக்கீரை 196
அடவி 96,97,161,177
அடைமரம் 59,67
அணிற்பிள்ளை 86-88,116
அருவி 19
அழுங்கு 19,91,92

ஆட்டர் 34,35
ஆட்டுப்பால் 194,195
ஆர்ட்டிக் பிரதேசம் 35
ஆர்மடில்லோ 35
ஆற்றங்கரை 73,100,178
ஆடு 115,193
ஆமை 91
ஆலமரம், ஆல் 48,62,196
ஆலா 77

இடையர் 189,196
இமயமலை 114,135,174,175,189
இயற்கை ஆராய்ச்சி 41
இயற்கை விஞ்ஞானிகள் 91,122,178
இலந்தைப்பழம் 116,176
இலுப்பை 176
இளவேனிற்காலம் 58,74

ஈச்சங்காடு 96
ஈசல் 25,62

உடும்பு 124
உண்ணி, நாய் 187
உலகநாயகி அம்மன் 42
உழவுக்காலம் 62

ஊர்க்குருவி 48,78
ஊளையிடல், நரி 132,134

எருமை 35,126-128,172,193
எலி 73,74,82,85,86,92,114,132

ஏகபத்தினி விரதம் 28

ஐரோப்பா 102

ஒட்டகைச்சிவிங்கி 35

ஓநாய் 135-137
ஓரியோல் 53

ஔவையார் 140

கம்பு 56,146,193
கல்வெட்டு, அசோகர் 129
கன்னடம் 20,49,116,160
கடலைப்பொட்டு 195
கடா, கோவில் 172
கடிபலம் 135,137
கபோதத்தலை-வீட்டின் ஓர் உறுப்பு 70
கரடி 34,177
கருமயிர்க்குஞ்சம், சிங்கத்தின் 129
கருமான் 163,165
கருவாட்டு வால் 53
கலைமான் 138,159,163
கழுகு 77,106
கறவைப் பசு 193
கறையான் புற்று 92,176

காங்கேயம் 106
காட்டுமாடு, காட்டா 28,105,107
காட்பாடி 192
காய்கறி, சீமை 93
கார்காலம் 74
கார்கி (வெல்ஷ்) நாய் 189
கார்த்திகை 50
கார்வார் (கர்னாடகம்) 106
காகத்தின் திருட்டுத்தனம் 64
காகம் 53,63-65
காடை 28
காளமேகப்புலவர் 58

கிளி, பச்சை 49,66
கிறிஸ்தவர் 27

கீரிப்பிள்ளை 34,74,88,108

குதிரை 34,159,164
குயில் 57,58,59
குரங்கு 28,43,118,169
குறவர்கள் 134
குறி (சொல்லல்) 54
குஜராத் 129

கெல்பி நாய்(ஆஸ்திரேலியா) 189

கொக்கு, வெண் 59,60
கொம்பு, கிளை 166
         திருகு 163,164
         நெடுங் 156
கொள்ளு 195

கோடை 62,74
கோம்பை நாய் 185
கோழி, கிராம 114,132,199
கோழிப்பண்ணை 84

சகுனம் 54,79,133
சங்கராந்தி 56

சாகபக்ஷிணி 40,136

சிப்பிப்பாறை நாய் 185,190
சிசுத்திருடர்கள் (பறவைகளில்) 53
சிதல் 56,92
சிவங்கை 64
சிலந்தி 28
சிறுத்தை, கருஞ் 119

சீனா 122

சென்னை 16

சேவல் 28,55,56

சோலை 58,67
சோளவயல் 56

தஞ்சாவூர் 144
தத்துக்கிளி 25,53,62
தபால் இலாகா 53,131
தமிழ்ப் பேரகராதி 47
தவளை 25,124

தார்வார் (கர்னாடகம்) 135

திருச்சானூர் 42
திபெத் 189
திமிங்கலம் 34,99

துப்பாக்கி 17,128,162
தெலுங்கு 49,116,117
தேக்கு 119
தேரை 25,26

தொற்றுவியாதி 187

நக்கீரன் 70,143
நரி வேட்டை 133

நாய்கள், நாயக்கர்சேரி 16,179,180,181
         உள்ளூர் 183,187
         சிவலை 181
         சுதேசீய 183
         தென்னிந்திய 188
         வேட்டை 180,188
நாய், வெறி 133
நாணற்காடுகள் 127
நாரை 62
நாவற்பழம் 176
நாற்ற நீர்ப்பை 116,177

நிலம், சதுப்பு 26,141,146
நீர்க்குதிரை 34
நீர் நாய் 99,100
நீர்வாழ் மிருகங்கள் 59,115
நீலகிரி மலை 100,171

நெய்தல் 60
நெல்லூர் 106
நெடுநல்வாடை 69

நேபாளம் 103,114,169

ப்ராண்டர், டன்பார் 178

பங்கோலின் (அழுங்கு) 35
பட்டுப்பூச்சி 25
பத்துப்பாட்டு 70
பம்பாய் 61,70
பர்மா 122,140
பல்லி 75,102,116
பற்கள், கொறிக்கும் 89,94
பழனிமலை 100,173

பாம்பு, விஷ 83-85
பாகன், யானை 141
பாபநாசம் 42
பாரதி, கவி 66

206

பிடரி, சிங்கத்தின் 129
பிணந்தின்னிகள் 108
பிராணிக்காட்சிச்சாலை 35,130

புல்வாய் 163
புல்வெளிகள் 112
புற்றீசல் 83,175
புதர்க்காடுகள் 19,56,84,132
புதர்ப்பாலை 118
புலி, வேங்கை 117,121
   ஆட்கொல்லி 118,122
   வரி 120,121
   வெள்ளை 122
புழு 62,102,133,176
புறாக்கூண்டு 32,33,84,114
புறா, மசூதி 69,70
 மாடப் 69,70,71
 கர்ணப் 30,64
 பட்டிணம், சாதா 30
 பந்தயப் 16,17,30-32
 ஹோமர் 30,31
 ஷிராஜி 30
 லோடன் 30
புனுகு (வாசனைப் பொருள்) 116,117
புனுகுப்பூனை 117,177

பூனை, காட்டு 89,113,114
 மீன் பிடிக்கும் 115
 வீட்டு 113

பெரிக்ரின், வல்லூறு 49
பெருச்சாளி 34
பெல்லாரி 67

பேன்கள் 197
பேசும் திறன், பறவையின் 62,66

பைரி 50

மக்னா, யானை 140,153
மடையான் 50,60
மதம், யானை 141,151
மயில் 28,38,118,124
மராத்தி 66,116
மலேசியா 119,122,148
மழைக்காலம் 25,37,38

மான், இறைச்சி 162
மாடு, வண்டி 105,107
மாதவையா 15

முர்ரா எருமை 171
முதலை 168
முதோல் நாய் 190

மூஞ்சுறு 101

மைசூர் 61,84,116,188
மைனா 61,62,75

மோப்பம் 138,150,182,190

ராசாளி 51,58,71,74
ராம்பூர் நாய் 190
ராஜபாளையம் நாய் 185,190,191

ரேவா (சமஸ்தானம்) 124

ரோமாபுரி 136

லத்தீன் 116
லம்பாடிகள் 134

லிங்க்ஸ் (பெருங்காட்டுப்பூனை) 35

வண்டு 75,83,134
வயற்காடுகள் 71,97,132,159
வரதட்சணை 29
வரிக்குதிரை 34
வசந்த காலம் 57,74
வாத்து, பார்ப்பன 28
வாழைக்கனி 43,84

வெள்ளாடு 174,194,195
வெள்ளைக் கரடி 35

வேட்டைக்காரர்கள் 19,109,143,176
வேட்டை, நாய் 190
வேட்டை, பன்றி 190
வேர்க்கடலை 67,84,97

ஸாரஸ் கொக்கு 28

ஸிந்தி மாடு 106

ஸீல், கடல்வாழ் 35,99

ஜாம்பவான், கரடி 175

ஜுனகட் சமஸ்தானம் 111,130

ஷாஹின் வல்லூறு 49

ஹிந்தி 49,157,159